Ang aklat na ito ay nailathala sa tulong ng

Manila cluster of EUNIC (European Union National Institutes of Culture)

Embassy of the Republic of Austria, Manila

Embassy of the Czech Republic, Manila

Embassy of the Kingdom of Denmark, Manila

Embassy of the French Republic, Manila

Alliance française de Manille, Manila

Embassy of the Federal Republic of Germany, Manila

Goethe-Institut, Manila

Embassy of Hungary, Jakarta

Embassy of Hungary, Manila

Embassy of the Italian Republic, Manila

Philippine-Italian Association, Manila

Embassy of the Republic of Poland, Kuala Lumpur

Embassy of the Slovak Republic, Jakarta

Honorary Consulate of the Slovak Republic, Manila

Instituto Cervantes, Manila

Embassy of the Swiss Confederation, Manila

D9900094

LAYAG
European Classics in Filipino

Mga kuwentong pinili ni
Jaroslav Olša, Jr.

Mga Tagasalin
Ellen Sicat
Ramon Guillermo
Sofia Guillermo
Ramón C. Sunico

ANVIL
PUBLISHING

Layag: European Classics in Filipino

Karapatang-sipi © Jaroslav Olša, Jr. at Anvil Publishing, Inc., mga awtor ng kuwento sa orihinal na wika, mga taga-salin sa mga salin sa Filipino, 2017

Karamihan ng nilalaman ng aklat na ito ay gawaing piksyon. Ang mga pangalan, karakter, lugar, at pangyayari ay bungang-isip ng mga may-akda o kaya ginamit lamang pampanitikan. Anumang pagkakahawig sa aktwal na kaganapan o mga tao, buhay o patay, ay hindi sinasadya.

Inilathala at ipinamamahagi ng
ANVIL PUBLISHING, INC.
7th Floor Quad Alpha Centrum
125 Pioneer Street, Mandaluyong City
1550 Philippines
Trunk Lines: (+632) 477-4752, 477-4755 to 57
Sales and Marketing: sales@anvilpublishing.com
Fax No.: (+632) 747-1622
www.anvilpublishing.com

Disenyo ng aklat ni Craig Halili (pabalat) at Miguel Cabreros (panloob)
Ang mga blurb—isina-Filipino ni Susie Borrero

The National Library of the Philippines CIP Data

Recommended entry:

Olša, Jaroslav, Jr.
    Layag : European classics in Filipino / stories selected by
Jaroslav Olša, Jr. ; translators, Ellen Sicat, Ramon Guillermo,
Sofia Guillermo, Ramon C. Sunico. – Mandaluyong City :
Anvil Publishing, Inc., 2017, [c2017].
            pages ; cm

ISBN 978-621-420-177-8

1.   Short stories – Translations from English. 2. Short
stories – Translations into Filipino. I. Sicat, Ellen. II. Guillermo,
Ellen. II. Guillermo, Ramon.   III. Guillermo, Sofia.
IV. Sunico, Ramon C.   V. Title.

    899.211301   PL6058.82F5   2017   P720170150

NILALAMAN

INTRODUKSYON

Siglo ng Pagsasalin ng Manunulat ng Europa sa Pilipinas

Parating nasa limbagan ng Pilipinas ang mga salin mula sa mga banyagang wika. Gayunman, naging mahalaga lamang ang mga akdang ito noong unang bahagi ng 20th siglo, kung saan ang mga salin sa Filipino – kaalinsabay ng maraming ibang panitikan ng Asya – ay hindi lamang pinagkukunan ng kaalaman tungkol sa kanlurang mundo, kundi naka-impluwensiya rin sa mga bata at nagpupunyaging Pilipinong manunulat na matuto ng mga pamamaraan ng makabagong panitikan. Habang nanatiling mahalagang parte ang mga pagsasalin sa industriya ng paglilimbag sa karamihan ng mga bansa sa Asya; sa Pilipinas, dahil sa kaalaman sa wikang Ingles, abot-kamay ang panitikan mula sa buong mundo, naging limitado ang pangangailangan at medyo bihira ang pagsasalin. Kaya't ang paggawa ng ganitong antolohiya – ang una sa klase nito – na nagtataglay ng malawak na pagpapakilala sa klasikal na panulat sa Europa sa Filipino, ay maaring pumukaw ng bagong interes sa isinaling panitikan.

Mahigit isandaang taon na ang lumipas mula nang ang unang libro – Doctrina Christiana – ay nalimbag sa Maynila, bago ang pinakaunang salin sa Tagalog ay lumabas sa anyo ng libro noong 1703. Manga Panalanging Pagtatagobilin sa Caloloua nang Taoung (naghihingalo) na sinulat ng Kastilang Hesuita na si Thomas de Villacastin, at isinalin ng ipinanganak sa Pilipinas na si Gaspar Aquino de Belen, ay nagtataglay ng katipunan ng mga dasal na ginagamit sa buong mundo upang tulungan ang naghihingalo. Pagkaraan ng labing-isang taon, isa pang salin sa Tagalog ang lumabas, Historia Lauretana, na orihinal na isinulat sa Latin ng Italyanong Hesuita na si Orazio Tursellini. Ang titulong ito ay mas "European" dahil hindi lamang ito sinulat kundi isinalin din ng kapwa taga-Europa, ang Hesuitang si Pablo Clain[1], na importanteng naunang manunulat sa Tagalog na kilala sa kanyang mga tekstong medikal at teolohiko at mga tulang relihiyoso. Ang mga librong ito ay hindi lang unang salin ng akdang European sa Tagalog, kundi nagtataglay rin ito ng maraming larawan, ang mga ito ang naging unang isinalarawang librong nalimbag sa Pilipinas.

Nagsimulang lumabas ang unang hindi relihiyosong salin sa huling bahagi ng 19th siglo. Kabilang rito ang mga unang librong nakatutok para sa kabataan – tulad ng Ang Bagong Robinson na nalimbag sa Tagalog noong 1879. Halaw ito sa tanyag na kuwento ni Robinson Crusoe na isinulat ni Joachim Heinrich Campe, isang Alemang manunulat mula sa Panahon ng Pagkamulat, at isinalin mula sa Kastila ni Joaquin Tuason, isang kilalang kasabayang relihiyosong manunulat, makata at tagasalin.

Ang produksiyon, sirkulasyon at pag-angkat ng mga babasahin ay pinangasiwaan ng kolonyal na pamahalaang Espanyol hanggang 19th siglo kaya't limitado ang kaalaman sa kontemporaryong kanluraning panitikan sa Pilipinas. Dahil hinigpitan ng mga sensura ang pagpasok ng mga libro sa maraming kadahilanan, tulad na lamang ng pagpapakita ng mga imoral na kaugalian, patagong nakilala ang mga mahalagang kontemporaryong nobela at likhang panitikan ng mga tanyag na manunulat tulad nina Alexandre Dumas at Victor Hugo.

Sa kabutihang palad, para sa mga ilustrados na naglalakbay at nag-aaral sa Europa, ang mga akdang ito ay nakuhang maka-impluwensiya sa kanila. Ang mga nobela ni Rizal na sa kalakhan ay iwinangis sa realismo ay napag-alamang naimpluwensiyahan ng non-realist at adventure na mga akda ng mag-amang Dumas. Ang magaling sa wikang si José Rizal ay naging importanteng

---

1 Ipinanganak si Paul Klein sa teritorya ng ngayo'y Czech Republic at awtor ng mga orihinal na akdang nasulat sa Tagalog at isang salin ng libro ng isa pang Hesuitang manunulat sa Europa, si Dominic Bonhours.

tagasalin na nag-iwan ng tatak sa kasaysayan ng isinaling panitikan sa Pilipinas.

Sa panahong nasa Europa si Rizal, gamit ang salin sa Aleman bilang pinagkukunang teksto, isinalin niya ang limang fairy tales ng Danish na manunulat na si Hans Christian Andersen[2]. Gumuhit rin siya ng mga larawan sa hangad na maturuan ang kanyang mga pamangkin. Kahit natapos ni Rizal ang kanyang ginagawa habang nasa Leipzig noong Oktubre 1886[3], ang mga salin ay nalathala lamang noong 1954. Sa mga panahon ding iyon, nahikayat si Rizal na isalin ang isa pang importanteng European literary classic drama na Wilhelm Tell ng Suwisong manunulat na si Friedrich Schiller. Ang salin nito sa Tagalog ay nalathala lamang noong humayo na siya noong 1907 bilang Guillermo Tell, kung saan ang paksa nitong makabayan ay umantig marahil sa mambabasang Pilipino.

Ginintuang Panahon ng Nobelang Tagalog... at Mga Salin

Noong huling bahagi ng 20th siglo, ang pinakamadaling hanaping mga libro o librito ay iyon pa ring metrical romances at novenas na kadalasa'y kaawaawang inilimbag sa halos hindi mabasang mga letra sa mumurahing papel. Unti-unti sa pagdaan ng mga taon, naging popular ang mga bagong libro tulad ng mga nobela na mas maayos na nailimbag, kung minsan may makulay na pabalat at paperback binding. Nakita sa unang mga dekada ang pagsigla ng pagsusulat sa Tagalog at ilang iba pang wika sa Pilipinas. Ito ay nagbukas ng pagkakaton para sa mga pagsasalin at paglilimbag ng mga akdang pampanitikan ng Europa.

Ang pinagmulan ng mga pagsasalin – dahil sa kaalaman sa wika – ay mga librong Kastila. Kaya't hindi nakapagtatakang ang unang salin sa libro ng isang banyagang nobela sa Tagalog – kumpara sa karamihan sa mga bansang Asyano – ay lumabas lamang sa huling bahagi ng unang dekada ng 20th siglo, noong

---

2 Ang Pangit sa Sisiu ng Pato, Si Gahinlalaki, Ang Batang Babaing Mai Dalang Sakafuego, Ang Sugu, at Ang Puno ng Pino.

3 Tingnan Ocampo, Ambeth R.: Ang pangit na sisiu ng pato. Philippine Daily Inquirer, 11 August 2011.

1910, Isang Mahiwagang Pamumuhay ay isang salin at/o kaya'y halaw ni Sofronio G. Calderon mula sa hindi pa kilalang trabaho, malamang isang manunulat na taga-Europa.

Tumatak sa mga naunang nobelistang Tagalog ang mga saling ito. Nabahiran ang mga ito ng pagkiling sa romansa na karaniwan sa noo'y kasabayang nobelang Kastila. Dagdag pa rito, mas pinili ng mga pinakaunang manunulat sa Tagalog ang popular kaysa akdang sining at kasama sa kanilang pinili ang The Three Musketeers at Notre Dame de Paris[4]. Dahil sa popularidad ng sinulat sa Pranses, pinakamadalas isalin ang mga akda ng mga manunulat na Pranses sa unang dalawang dekada ng 20th siglo sa Pilipinas. Kalaunan, dahil maraming akda ng mga manunulat na Pranses ay isinalin sa unang mga dekada ng 20th siglo – posible na ang manunulat sa Filipino ay natutuhan ang klasikong anyo at pamamaraan ng maikling kuwento mula sa mga manunulat na Pranses, lalo na si Guy de Maupassant[5].

Ang pinakapopular na mga nobelang Pranses na nalathala sa Tagalog noong unang ika-apat na bahagi ng siglo ay ang mga noo'y kasalukuyang bestsellers, tulad ng sinulat ni Eugéne Sue na Ang mga Hiwaga ng Paris (isinalin ni Francisco Sugui, 1912), ang sinulat ni Alexandre Dumas na Ang Conde ng Monte Criste (isinalin ni Pascual H. Poblete, 1914), Sa Gitna ng Lusak / The Lady of the Camellias (isinalin ni Gerardo Chanco, 1915), at ang sinulat ni Victor Hugo na Huling Araw ng isang Bibitayin (isinalin ni Gerardo Chanco, 1917).

Noon lamang unti-unting lumabas ang ibang klase ng mga libro, tulad ng kilala sa buong mundo na kuwento ng kapalaran ng naunang mga Kristiyano sa kahabaan ng paghahari ni Emperador Nero, Saan Ka Paparoon? (isinalin mula sa Kastila ni Aurelio Tolentino, 1915) akda ng Polish na ginawaran ng Nobel Prize na si Henryk Sienkiewicz, akda ni Dante Alighieri na

---

4 Tingnan: Reyes, Soledad S.: French Influence on the Tagalog Novel. Sa: Reyes S.S. Tellers of Tales, Singers of Songs, Selected Critical Essays. Malate: De La Salle University Press 2001,p. 199.

5 Tingnan: Hosillos, Lucilla: The Filipinization of the Western Short Story. Sa: Hosillos, L.: Originality as a Vengeance in Philippine Literature. Quezon City: New Day Publishers 1984, p. 94.

Ang Bathalang Dulâ (isinalin ni Rosendo Ignacio, 1917), akda ni William Shakespeare na Hang osa Julieta y Romeo (isinaln ni Pascual de Leon, 1918), pati na ang Natapos na ang lahat!, Anna Karenina, ng Rusong si Leo Tolstoy (isinalin ni Narciso S. Asistio, 1924)[6].

Kahalintulad – ngunit hindi kasindami – ang bilang ng isinalin sa Cebuano, kung saan mayroong humigit kumulang tatlong dosenang nobela ng mga manunulat na Kastila, Pranses, Ingles, Italyano at Ruso ay isinalin at isinerye sa mga pahayagang lokal, pero mabibilang sa kamay ang isinalibrong nalimbag. Ito ang mga nobela ng Rusong si Leo Tolstoy, mga Italyanong Carolina Invernizzio at Giovanni Bocaccio, ng Belgian na si Hendrik Conscience, at dala ng popularidad ng panulat ng Pranses di lamang ni Alexandre Dumas, kundi pati ng hindi kilala kung sino ang sumulat na seleksyon ng maiikling kuwento sa Pranses – tingnan Alburo, Erlinda K. - Mojares, Resil B.: List of Published Literary Translations to/from Cebuano. Philippine Quarterly of Culture and Society, 18 (1990).

Ang maikling sigla ay agad nagwakas nang nasaksihan noong 1920s ang simula ng pananamlay ng paglalathala sa Tagalog. Pakaunti nang pakaunti ang inilalabas na isinaling akda sa anyo ng libro sa dahilang mga lingguhang magasin ang naging pangunahing babasahin na naglalabas ng hindi lang orihinal na kathang isip, kundi maging mga salin na kadalasan ay isinaserye at madalang na makita ang isinalibrong bersiyon.

Pagsapit ng 1960s at 1970s

Habang ang mga taon pagkaraan ng Pangalawang Digmaang Pandaigdig ay mailalarawan bilang panahon ng komiks sa panulatang Tagalog, hindi kataka-takang kaunti lang sa isinaling pamagat ang nalathala na pinangungunahan ng parehong manunulat sa Pranses noong simula ng siglo.

Noong simula ng 1960s, isang aktibong pagtutulungan

---

6 Iba pang detalye, tingnan Jurilla, Patricia May B.: Bibliography of Filipino Novels, 1901-2000. Quezon City: University of the Philippines Press 2010.

sa panitikan ng Alemanya at Pilipinas ang nabuo, salamat sa mga pagkukusa ni Ms. Pura Santillan Castrence, ang noo'y embahador ng Pilipinas sa kanlurang Alemanya. Katulong si Horst Erdmann Verlag na nakabase sa Tubingen, isang serye ng pagsasalin sa parehong panitikan ang nalathala sa Aleman, Ingles, Filipino at Ilokano[7]. Ang nakabase sa Maynila na Regal Publishing ang pangunahing katuwang na naglathala ng katipunan ng akdang Aleman sa publiko ng Pilipinas. Dalawang antolohiya ang inilathala para sa mambabasang Pilipino na mga malawak na seleksiyon ng makabago at kontemporaryong maiikling kuwentong Aleman: Panghahanap at Iba Pang Kuwentong Aleman (isinalin ni Andres Cristobal Cruz, 1967) at Mga Bagong Akda ng mga Manunula na Aleman (isinalin ni Martin Gregor Dellin, 1973). Mas ambisyosong mga titulo ang Mga Piling Akda Buhat sa Panitikang Aleman, Buhat sa Edad Media Hanggang Kasalukuyang Panahon (isinalin ni B.S. Medina Jr., 1970) na nagtataglay ng malawak na seleksiyon ng mga kuwento, gayundin mga sanaysay, at sipi mula sa kilalang mga nobela at drama. Sumasakop sa mga nasulat mula sa Middle Ages tulad ng kilalang talumpati ng humanist na si Martin Luther; mula sa The Early Modern Times, tekstong pilosopikal ni Immanuel Kant at sipi mula sa panulat ni Johann Wolfgang von Goethe at Friedrich von Schiller; ng mga 19th century thinkers, Heinrich Heine at Karl Marx; hanggang sa pinaka-importanteng manunulat ng 20th siglo, Franz Kafka, Bertolt Brecht, Thomas at Heinrich Mann, walang dudang dahil sa sakop nito, ito ang naging isa sa pinaka-importanteng librong Europeo na isinalin sa Filipino.

Ang pagtutulungan ng Alemanya at Pilipinas ay nagbunga ng pagsasalin ng dalawang nobelang para sa young adult ng matagumpay sa buong mundo na nobelistang Aleman na si Erich Kästner. Ang kanyang pinakapopular na nobela ay hindi lamang nalathala sa Tagalog – tulad ng Si Emil at Ang Mga Detektib

---

7 Tingnan: Steiber Hans R.: Philippine-German Literary Exchange. Sa Steiber, H.R. (ed.): The Joint Enterprise. Philippine-German Cooperation. Manila: Regal Publishing 1967.

(isinalin ni Andres Cristobal Cruz, 1968) at Ang Pasko ni Uli (isinalin ni Paraluman S. Aspillera, 1971) gayundin sa Ilokano[8].

Hindi marami sa mga manunulat na taga-Europa ang nakakita ng mga salin sa Tagalog/Filipino sa panahong iyon. Ang ilang hindi kasali dito ay ang kay William Shakespeare na Romeo at Julieta (isinalin ni Gregorio C. Borlaza, 1968), Ang Munting Prinsipe ni Antoine de Saint-Exupéry (isinalin ni Lilia F. Antonio, 1969) at Ang Pinuno ni Niccolò Machiavelli (isinalin nina Roland L. Yu at Rosario T. Yu, 1977). Ang mga salin na ito ay dumating nang ang panitikang Filipino ay nakakiling sa social realism, pero nang magbalik sa mas popular na mga paksa noong 1970s, nabawasan ang interes sa pagsasalin ng librong Europeo. Bunga nito, ang nasaksihan noong 1980s ay mga salin at o kaya'y adaptasyon ng nobela ng romantikong serye para sa mas maraming mambabasa e.g. ang Wuthering Heights ni Emily Brontë (isinalin na Kaylapit, Kaylayo ng Ligaya, 1987) at ang Jane Eyre ng kapatid nito na si Charlotte (isinalin na Kapag Bigo na ang Lahat, 1985)[9].

Tungo sa Siglo 21

Noong 20th siglo, mas maraming romance novels sa Tagalog/ Filipino ang nalimbag kaysa ibang nobelang panitikan sa Pilipinas. Nanatili hanggang ngayon ang mainstream trend na ito. Dahil sa maraming mambabasang Pilipino ay interesado pa rin sa popular na mga akda, hindi kailangang iyong sinasabing masining na mga akda, pero may teksto kung saan ang damdamin ay matingkad na inilalarawan, libo-libong romance book titles ang piniling titulo para sa publikasyon at talagang lumikha ng puwang para sa ilang pagsasalin, kahit na medyo limitado sa loob ng genre na ito.

---

8 Bilang parte ng parehong proyekto, ang ilan sa mga akdang nalathala ay naisalin rin sa Ilokano.

9 Ang tanging mahalagang pagtatangka na isalin ang mga banyagang manunulat ay ang serye ng mga librong inilimbag ng Solidaridad Bookshop, kahit kabilang sa dalawampung titulo, labinwalo ay Asyanong manunulat, at walang isa mang Europeo. Isa pang naisali ay ang salin ng dula ni Alemang si Walter Jens na Ang Pagguho ng Troya (isinalin ni Zeus A. Salazar, 1989).

Sa ilang 60 naisalin na pamagat na orihinal na inilimbag ng Mills & Boon, isang tatak ng romance ng publisher na Briton na Harlequin, na kilala sa malawak na abot ng romantic subgenres na may magkakaibang antas ng pagka-lantaran, setting at estilo, humigit-kumulang ang ikatlong parte ay sinulat ng mga manunulat na taga-Europa, karamihan Ingles at Irish.

Dagdag dito, mayroon ding ilang global bestsellers na nakarating sa mambabasang Pilipino tulad ng erotic hit ng dekadang ito, ang Fifty Shades of Grey (at ang mga kasunod na sequels nito) ng manunulat na Briton na si E.L. James, at ang seryeng Harry Potter ni J.K. Rowling. Ang Filipino edition ng unang libro ng Harry Potter na nalimbag ay isinalin mismo ni Becky Bravo, isang dating nanalo ng Don Carlos Palanca Memorial Award for Literature at ng National Children's Book Award. Lahat ng saling ito ay binansagang Taglish, dahil sa pinaghalo ang Tagalog at Ingles na linya kasabay ng nakagawiang paraan ng maraming tao sa Pilipinas na pinagsasama ang parehong wika sa kanilang araw-araw na pagsasalita.

Bagamat ang genre books ay sinisikap ipaabot sa mambabasa ang kanilang Tagalog romances, mayroong mga iba't ibang bagong mga salin na matatagpuan ngayon sa mga tindahan ng libro sa buong Pilipinas, karamihan mga akda ng manunulat ng classics na nakatutok sa mas akademikong mambabasa sa mga eskuwelahan at unibersidad, kaya't ang kanilang teksto ay mas malapit sa pormal na wikang Filipino. Ang ilang Europeong titulo ni William Shakespeare, Maxim Gorky at Federico Garcia-Lorca ay inilunsad sa maikling buhay na serye ng Ateneo de Manila University Press na Entablado Klasiko, at gayundin ang sinulat ni Niccolò Machiavelli na Ang Prinsipe (isinalin ni Anthony Lawrence A. Borja, 2015) na nalathala kailan lang.

Ang aktibo lamang ngayon sa paglilimbag ng mga salin ay ang Anvil at Komisyon ng Wikang Filipino. Nagsimula ito sa salin ng Anvil ng koleksiyon ng maiikling kuwento ng manunulat sa Ingles na si Oscar Wilde, na nalimbag sa pamagat na Maramot at Iba Pang Kuwento (2012) at isinalin sa Filipino ni

Danton Remoto, Jonathan Chua at Danilo Francisco M. Reyes. Matatagpuan sa bookshelves sa buong bansa ang magaganda rin na mga salin ng mga dula ni William Shakespeare – tulad ng Ikalabindalawang Gabi (2012), Makbeth (2012), Pangarap sa Isang Gabi ng Gitnang Tag-Araw (2015), at Ang Trahedya nina Romeo at Julieta (2015) – ng National Artist for Literature na si Rolando Tinio.

At ang huli pero hindi ibig sabihing pinakahuli – ang National Commission for Culture and the Arts, na tamang nakitang ang pagsasalin ay isang paraan ng pagpapayaman sa pambansang wika at pagkilala sa ambag ng mga iba't ibang katutubong kultura sa pamamagitan ng pakikibahagi sa nakararami, sinimulan ng Komisyon ng Wikang Filipino ang serye ng panitikang pagsasalin ng mga klasiko ng mundo sa ilalim ng seryeng tinawag na Aklat ng Bayan. Sa ngayon, iilan lamang na manunulat na Europeo, karamihan mga Ingles (Charles Dickens, Robert Louis Stevenson, Mary Shelley, at William Shakespeare) ang nalathala ang salin sa Filipino, pero ang bilang ay dumarami at lumalawak, kasama na ang mga akda ng Pranses na si Guy de Maupassant na Ang Kuwintas at Iba Pang Mga Kuwento (isinalin ni Allan N. Derain, 2015), akda ni Jules Verne na Paglalakbay sa Pusod ng Daigdig (isinalin ni Ferdinand Pisigan Jarin, 2016), akda ng Czech na si Jaroslav Seifert na Sa Prága, Mga Piling Tula (iba't ibang nagsalin, 2015), akda ng Rusong si Anton Chekhov na Pitóng Kuwento (isinalin ni Fidel Rillo, 2015), at akda ng Alemang si Franz Kafka na Ang Metamorposis (isinalin ni Joselito delos Reyes, 2015)[10].

Sa maraming pagtatangkang ibalik ang pagsasalin ng banyagang panitikan sa Pilipinas, hinahangad naming ang antolohiyang ito ay makatulong palitan ang realidad ng

---

10 Ang katulad na proyekto na hinangad dalhin ang mga klasiko sa lokal na mambabasa ay sinimulan din ng Ateneo de Naga University – na nag-umpisa noong 2015 – na nakapaglimbag ng isandosenang salin sa wikang Bikol, sa mga akdang ito ng mga manunulat na Europeo tulad ng mga Alemang sina Franz Kafka at Rainer Maria Rilke, Pranses na sina Antoine de Saint-Exupéry, ng Italyanong si Carlo Collodo, ng Czech na si Karel Capek, atbp.

karaniwang aklatan sa Pilipinas kung saan ikaw ay malamang na makakita ng maraming libro sa Ingles pero kaunti lang na babasahing Filipino. Sa pagpupunyagi ng mga embahada ng Europa at mga institusyong pangkultura sa Maynila at Anvil Publishing, narito ang isa pang paanyaya para yakapin natin ang wikang Filipino . . . at palawakin ang kaalaman tungkol sa Europa.

Jaroslav Olša, Jr.

PAGTAKAS TUNGO SA BUHAY NA WALANG HANGGAN (ANG PAGTUKLAS SA DAGAT PASIPIKO, IKA-25 NG SETYEMBRE 1513)*

(*Flucht in die Unsterblichkeit [Die Entdeckung des Pazifischen Ozeans, 25. September 1513]*)

Stefan Zweig

Inihanda ang Barko

Sa una niyang pagbalik mula sa bagong tuklas na Amerika, nagpakita si Columbus ng hindi mabilang na kakaiba't mamahaling bagay sa kanyang matagumpay na prosesyon na dinumog ng mga tao sa mga kalsada ng Sevilla at Barcelona: mga taong pula ang balat na dati'y hindi kilala ang lahi, mga hayop na noon lamang nasilayan, mga makukulay at nagtitiliang loro, matatabang tapir, mga dati'y kapansin-pansing halaman at prutas na, hindi magtatagal ay mananahan na rin sa Europa: mais mula sa India, tabako, at niyog. Lahat ng mga bagay na ito ay pagmamasdan nang may pagkamangha at pagtataka ng nagsasayang madla, subalit ang nagpamangha sa Hari at Reyna at sa kanilang mga tagapayo ay ang ilang maliliit na baul at basket na puno ng ginto. Kakaunting ginto ang naiuwi ni Columbus mula sa bagong India—ilang palamuti na nakuha niya mula sa mga katutubo sa pamamagitan ng pakikipagpalit o pagnanakaw, ilang maliliit na bareta at ilang dakot ng kalag-kalag na butil, mas ginintuang alikabok kaysa ginto—ang kabuuang nahakot ay sapat lamang para bumuo ng ilandaang dukat.

Gayunpaman para sa maparaang bisyonaryo na si Columbus, na palaging panatikal sa anumang gusto niyang paniwalaan, at

---

*Isinalin nila Ramon Guillermo at Sofia Guillermo

kapapatunay lamang sa kanyang paniniwala sa rutang-dagat patungo India, buong-puso at nag-uumapaw na ipinagmamalaki niya na mumunting unang tikim lamang ito. Nakatanggap siya ng mga maaasahang ulat tungkol sa mga dambuhalang minahan ng ginto sa mga bagong islang ito. Sinasabing nakalatag lamang ang pinakamamahaling metal sa ilalim ng manipis na lupa sa maraming bukid. Madali itong mahuhukay sa pamamagitan ng karaniwang pala. Gayunpaman, may mga kaharian sa bandang timog kung saan namimigay ang mga hari ng mga regalo sa mga sisidlang gawa sa ginto, at mas mababa ang halaga ng ginto kaysa sa bakal sa Espanya. Lasing sa balita na pinakinggan ng haring walang-hanggan ang pangangailangan para sa salapi, ang tungkol sa bagong Ophir na kanyang pagmamay-ari. Hindi pa nila kilala si Columbus at ang kanyang kamangha-manghang katangahan para pagdudahan ang kanyang mga pangako. Agad-agad, inihanda ang isang malaking plota para sa pangalawang paglalayag, at hindi na kinailangan ng mga tagarekluta at tagapagtambol para makakuha ng mga tatao rito. Nahibang ang buong Espanya sa balita ng bagong tuklas na Ophir kung saan mapupulot lamang ang ginto. Nagdagsaan ang daan-daan, libu-libong tao para bumiyahe patungong El Dorado, ang lupa ng ginto.

Subalit anong lagim na delubyo ang iniluwal ng kasakiman mula sa mga lungsod at bayan at baryo. Hindi lamang matatapat na maginoo na nagnanais na gawing ginintuan ang kanilang mga eskudo ang nagpalista, hindi lamang mga walang takot na mga adbenturista at mga matatapang na sundalo, inanod sa Palos at Cadiz ang lahat ng dumi at latak ng Espanya. Mga magnanakaw at tulisan na naghahanap ng mas kapakipakinabang na trabaho sa lupa ng ginto, mga estapador na tumatakas mula sa kanilang pinagkakautangan, mga lalaking nais tumakas sa kanilang mga bungangerang asawa, lahat ng mga desperado at bigo, nagpalista sa plota ang mga kriminal at mga tinutugis ng pulis, isang halu-halong kalamay ng mga bigo na determinadong yumaman sa wakas sa pamamagitan ng isang pakikipagsapalaran at, tungo rito, ay handang gumawa ng anumang karahasan, anumang krimen. Gayon na lamang na parang mga asong ulol na pinagpasa-pasahan nila ang mga kathang-isip ni Columbus na sa mga bayang iyon ay kinakailangan lamang ihagod ang pala sa lupa at agad na tataginting ang mga batong ginto, kung kaya't nagdala ang mas mayayaman sa mga emigrante ng mga alalay at hayop upang mas madaling makahakot ng mas maraming mamahaling metal. Pilit na sumama sa ibang paraan ang mga hindi nagtagumpay na mapili para sa ekspedisyon. Halos hindi ininda ang kawalang permiso ng hari, naghanda ang mga mapangahas na adbenturista ng sarili nilang mga barko upang magpunta doon nang mas mabilis at magkamal ng ginto, ginto, ginto. Sa isang kumpas, lumaya ang Espanya sa mga hindi mapakaling elemento at mapanganib na latak ng lipunan.

Sindak na pinagmasdan ng gobernador ng Española (na kalaunan ay naging Dominican Republic o Haiti) ang pagdagsa ng mga panauhing walang imbitasyon sa isla na ipinangalaga sa kanya. Taun-taon, nagdadala ang mga barko ng mga bagong kargo at mga higit pang magugulong kalalakihan. Subalit nabigo rin ang mga bagong dating, sapagkat hindi pala nagkalat sa mga kalsada ang ginto, at ni isang butil nito ay hindi nila mapiga mula sa mga sawimpalad na katutubong sinasalakay nilang parang mga hayop. Kaya naglagalag at nagpakalat-kalat ang mga pangkat ng mandarambong, kilabot ng mga kawawang Indian, kilabot ng pamahalaan. Bigong pinilit niya na gawin silang mga kolonista sa pamamagitan ng pagbibigay sa kanila ng mga alipin. Subalit katiting ang inklinasyon ng mga maginoong aristokrata at ng mga dating tulisan na maging magsasaka. Hindi sila nagpunta rito para magtanim ng trigo at magpastol ng baka. Sa halip na asikasuhin ang pagtatanim at pag-aani, pinahirapan nila ang mga kawawang Indian na nalipol ang buong populasyon sa loob ng ilang taon —o tumambay sa mga taberna. Sa loob ng maikling panahon, nasa malubhang kagipitang pampinansyal na ang karamihan sa kanila at kinailangan nilang ibenta ang kanilang mga lupain, na sinundan ng kanilang mga damit, sombrero, ang kahuli-hulihang kamisa, at abot-tainga ang pagkakautang sa mga negosyante't usurero.

Kung kaya't magandang balita para sa lahat ng mga bigong ito sa Española na ang isang lalaking kagalang-galang na nakatira sa pulong ito, ang abogado at nakapagtapos sa unibersidad na si Martin Fernandez de Enciso, ay naghahanda ng barko para ayudahan ang kanyang kolonya sa kontinente. Noong 1509, ginawaran ni Haring Ferdinand ng prangkisa para magtayo ng kolonya malapit sa Kipot ng Panama at baybayin ng Venezuela ang dalawang tanyag na adbenturisa, sina Alonzo de Ojeda at Diego de Nicuesa. May pagmamadali nilang pinangalanan itong Castilla del Oro, Gintong Castilla. Nalasing sa tunog ng pangalan at nabighani sa mga kuwentu-kuwento, ibinuhos ng walang muwang sa mundo na mag-aaral ng batas ang kanyang buong kayamanan sa pakikipagsapalarang ito. Subalit nanggaling mula sa bagong tatag na kolonya sa San Sebastian sa Golpo ng Uraba, ang isang sigaw para sa tulong sa halip na ginto. Nalipol ang kalahati ng kalalakihan sa pakikidigma sa mga katutubo, at namamatay sa gutom ang natitirang kalahati.

Upong maisalba ang ipinamuhunang salapi, itinaya ni Enciso ang kanyang natitirang kayamanan at nagbuo ng ekspedisyong pang-ayuda. Pagkarinig na pagkarinig sa balita na nangangailangan si Enciso ng mga kawal, ninais ng lahat ng mga desperado, lahat ng mga lagalag ng Española na samantalahin ang pagkakataon at umalis kasama niya, upang makatakas sa kanilang mga pinagkakautangan at sa mahigpit na pagbabantay ng gobernador. Subalit alerto rin ang mga nagpapautang. Batid nila na nais tumakas ng mga pinakamalalaking mangungutang at hindi na muling magpapakita, kung kaya't hiniling nila sa gobernador na huwag payagang umalis ang sinuman nang walang espesyal na permiso mula sa kanya. Sumang-ayon ang gobernador sa kanilang mungkahi. Nagtatag ng mahigpit na pagmamatyag. Dapat manatili sa labas ng daungan ang barko ni Enciso. Pinatrolya ng mga bangka ng gobyerno at pinigil ang sinumang walang awtorisasyon na ipuslit ang sarili sa bapor. Kaya pinagmasdan ng mga desperado, na mas takot sa marangal na paghahanapbuhay o sa kulungan ng mga mangungutang kaysa sa kamatayan, na may hindi masukat na sama ng loob ang paglayag ng barko ni Enciso, tulak ng malakas na hangin, na hindi sila kasama.

Ang Tao sa Baul

Tulak ng malakas na hangin, naglayag ang barko ni Enciso mula Española tungo sa punong lupain ng Amerika. Lumubog na ang hugis ng isla sa bughaw na abot-tanaw. Payapa ang biyahe at walang kakaibang pangyayari sa umpisa, maliban lamang sa may napakalakas at mabangis na aso—anak ng tanyag na si Becericco at naging sikat din sa pangalang Leoncico—na naglalakad sa kahabaan ng barko at inaamoy-amoy ang lahat ng sulok. Walang nakaaalam kung sino ang nagmamay-ari sa mabangis na hayop o kung paano ito napunta sa barko. Sa wakas, napansin din nila na hindi ito mailayo sa nakapalaking baul ng probisyon na isinakay noong huling araw sa piyer. Himala at bigla na lamang kusang bumukas ang baul, at lumabas mula rito ang isang lalaking may 35-limang-taong-gulang, naaarmasan ng espada, helmet, at kalasag, tulad ni Santiago, ang santong patron ng Castilla. Ito si Vasco Nuñez de Balboa na ipinamalas sa ganitong paraan sa kauna-unahang pagkakataon ang kanyang kamangha-manghang tapang at pagkamaparaan.

Nagmula sa isang maginoong angkan sa Jerez de los Caballeros, lumayag siya sa Bagong Mundo bilang isang karaniwang sundalo kasama si Rodrigo de Bastidas at, matapos ang maraming odiseya ay naiwan sa barko malapit sa Española. Bigong sinikap ng gobernador na gawing mabuting kolonisador si Nuñez de Balboa, subalit iniwan niya matapos ang ilang buwan ang lupang ibinigay sa kanya at naging bangkarote hanggang sa hindi na niya alam kung paano ililigtas ang sarili mula sa mga pinagkakautangan.

Samantalang nakatitig ang ibang mga may-utang mula sa dalampasigan nang nakakuyom ang mga kamao sa mga bangka ng gobyerno na pumipigil sa kanila na lumikas sa barko ni Enciso, walang takot na naiwasan ni Nuñez de Balboa ang kordon ni Diego Columbus sa pamamagitan ng pagtatago sa loob ng baul ng probisyon na walang laman at pagpapabuhat sa mga kasapakat pasakay sa barko kung saan, sa kaguluhan ng paglalayag, walang nakapansin sa kanyang panlalamang. Noon lamang natiyak na niya na napakalayo na ng barko mula sa lupa at hindi na ito babalik dahil sa kanya, siya nagpakita. Ngayon ay narito na siya.

Tao ng batas ang nakapagtapos sa unibersidad na si Enciso at tulad ng maraming abogado, katiting lang ang simpatya para sa mga romantikong bagay. Bilang huwes at ministro ng kapulisan sa bagong kolonya, wala siyang balak na pagbigyan ang mga manggagantso at taong kahina-hinala roon. Samakatwid, brusko niyang ipinaalam kay Nuñez de Balboa na wala siyang balak pasamahin ito at ibababa siya sa susunod na madaanan nilang isla, may tao man dito o wala.

Subalit hindi humantong dito ang mga bagay-bagay. Habang papunta pa lamang sa Castilla del Oro, nakasalubong ng barko—himala noong panahong may ilang dosena pa lamang ang naglalayag sa mga hindi kilalang dagat—ang isang bangkang maraming tauhan na pinamumunuan ng isang lalaking ang pangalan ay aalingawngaw sa buong mundo, si Francisco Pizarro. Mula sa San Sebastian, ang kolonya ni Enciso, ang mga tripulante nito at napagkamalan sila sa umpisa na mga amotinador na lumisan sa kanilang mga puwesto nang walang awtorisasyon. Laking gimbal ni Enciso sa kanilang ulat: Wala na ang San Sebastian; sila mismo ang mga huling labi ng dating kolonya. Nilisan ito ni Komander Ojeda sakay ng isang barko; kinailangang maghintay ng iba, na mayroon lamang dalawang brigantino, hanggang sa sapat na bilang na ang namatay at pitumpo na lang ang natitira para magkasya sila sa dalawang maliit na bangka. Sa dalawang brigantinong ito, ang isa ay nawasak. Ang tatlumpu't apat na kalalakihan ni Pizarro ang mga huling nakaligtas sa Castilla del Oro. Ngayon, saan sila pupunta?

Matapos mapakinggan ang mga kuwento ni Pizarro, wala nang kagustuhan ang mga tauhan ni Enciso na harapin ang teribleng klima ng inabandonang kolonya at ang mga panang may lason ng mga katutubo. Para sa kanila, pagbalik sa Española na lamang ang natitirang posibilidad. Sa delikadong yugtong ito, biglang humarap si Vasco Nuñez de Balboa. Dahil sa kanyang unang paglalayag kasama si Rodrigo de Bastidas, ipinahayag niya na alam niya ang buong dalampasigan ng Amerika Sentral at naaalala niya na nakatagpo sila noong panahong iyon ng isang lugar na Darien ang tawag sa may baybayin ng ilog na may ginto kung saan may mga palakaibigang katutubo. Dito, at hindi sa lugar ng kamalasan, sila dapat magtayo ng bagong kolonya.

Agad na kumampi ang mga tripulante kay Nuñez de Balboa. Alinsunod sa kanyang rekomendasyon, lumayag sila patungong Darien sa Istmus ng Panama, kagyat na isinagawa ang nakagawiang pagpatay sa mga katutubo at, nang matuklasan na mayroon ding ginto sa mga ari-ariang ninakaw, nagpasiya ang mga desperado na roon itatag ang kolonya. Sa kanilang banal na pasasalamat, pinangalanan nila ang bagong bayan na Santa Maria de la Antigua del Darien.

'Di nagtagal, labis na pinagsisihan ng edukadong si Enciso, and tagapondo ng kolonya na hindi niya agad ipinatapon ang baul na naglalaman kay Nuñez de Balboa, sapagkat hawak na ng walang takot na lalaking ito, matapos ang ilang linggo, ang lahat ng kapangyarihan. Bilang abogado na lumaking taglay ang mga ideya ng disiplina at kaayusan, sinikap ni Enciso sa kanyang posisyon bilang punong huwes na kumakatawan sa kasalukuya'y nawawalang gobernador na pamunuan ang kolonya para sa kapakanan ng korona ng Espanya at naglabas ng mga dekreto mula sa kanyang abang kubong Indian na sinlinaw at singhigpit na para bang nakaupo siya sa kanyang tanggapang pang-abogasya sa Sevilla. Sa gitna ng ganitong kasukalan na bago nito ay hindi pa nararating ng mga sibilisadong tao, pinagbawalan niya ang mga sundalo na makipagpalitan sa mga katutubo para sa ginto, sapagkat tanging karapatan ito ng korona ng Espanya. Sinikap niyang magpataw ng kaayusan at batas sa walang disiplinang madlang ito, subalit instinktwal na pumanig ang mga ito sa lalaking may espada at nag-alsa laban sa lalaking may pluma. 'Di naglaon at si Balboa ang naging tunay na panginoon ng kolonya. Para maligtas ang kanyang buhay, napilitan si Enciso na lumikas, at nang sa wakas ay dumating si Nicuesa, isa sa mga hinirang ng hari na gobernador ng kontinente upang magtatag ng kaayusan, hindi man lamang siya pinadaong ni Balboa, at ang sawimpalad na si Nicuesa na pinalayas sa lupang iginawad sa kanya ng hari, ay nalunod sa biyahe pabalik.

Si Nuñez de Balboa na ngayon ang panginoon ng kolonya. ang lalaki sa baul. Subalit hindi siya naging kampante sa kabila ng kanyang tagumpay. Sapagkat nagsagawa siya ng tahasang rebelyon laban sa hari at lalong walang pag-asang mapatawad sapagkat namatay ang inatasang gobernador sanhi ng kanyang ginawa. Alam niya na patungong Espanya ang lumisang si Enciso na dala ang kanyang paratang at, kalaunan kung hindi ngayon, ay huhusgahan siya ng mga awtoridad dahil sa kanyang rebelyon. Gayunpaman, malayo ang Espanya at marami pa siyang panahon bago makadalawang-tawid ang barko. Kasintuso tulad ng kanyang katapangan, naghanap siya ng mga paraan para mapanatili ang kanyang inagaw na kapangyarihan sa loob ng pinakamahabang panahon. Batid niya na sa panahong iyon na ang tagumpay ang nagbibigay-katwiran sa anumang krimen at maaaring magpahina o magpaurong sa anumang paglilitis sa kasong kriminal ang pagpapadala ng sapat na ginto sa kabang-yaman ng kaharian. Sa gayon, ang unang kailangan ay makakuha ng ginto, sapagkat kapangyarihan ang ginto.

Kasama si Francisco Pizarro, iginupo at ninakawan niya ang mga katutubo ng lugar at nakatamo siya ng tagumpay sa pamamagitan ng karaniwan nang maraming pagpatay. Binanggit ng isa sa mga katutubong pinuno ng mga Indian na nagngangalang Careta, na papatawan na sana niya ng parusang kamatayan at kanyang pataksil na inatake samantalang lubhang lumalabag sa mga batas ng mabuting pagtanggap sa mga bisita, na sa halip na pakikipag-away sa mga Indian, ay dapat siyang pumasok sa kasunduan sa kanyang tribo. Inialok niya ang kanyang anak na babae bilang patunay ng kanyang katapatan. Agad na kinilala ni Nuñez de Balboa ang halaga ng pagkakaroon ng maaasahan at makapangyarihang kaibigan sa mga katutubo. Tinanggap niya ang alok ni Careta at, higit pang kamangha-mangha, ay nanatili siyang mapagmahal sa babaeng Indian na ito hanggang sa kanyang huling sandali. Kasama ang pinunong Indian na si Careta, tinalo niya lahat ng mga Indian sa lugar at nagkaroon siya ng ibayong kapangyarihan sa mga ito kung kaya't sa wakas ay buong galang siyang inanyayahang bumisita ng pinakamakapangyarihang pinuno na nagngangalang Comagre.

Ang pagbisitang ito sa pinakamakapangyarihang pinuno ang nagresulta sa makasaysayang desisyon sa buhay ni Vasco Nuñez de Balboa na, hanggang ngayon ay isa lamang desperado at walang takot na rebelde laban sa korona, na nakatadhana sa pagkabitay o pagpugot sa mga korteng Kastilyano. Sinalubong siya ng pinunong si Comagre sa isang malaking bahay na bato na nagdulot ang karangyaan ng ibayong pagkamangha kay Vasco Nuñez at kusang binigyan ang bisita ng apat na libong onsa ng ginto. Subalit ang pinuno naman ang sumunod na namangha. Sapagkat ang mga anak ng langit, ang makapangyarihan at mala-diyos na mga dayo na buong galang nilang sinalubong, ay nawalan ng dignidad nang makita ang ginto. Parang mga pinakawalang aso na inatake nila ang isa't isa. Binunot ang mga espada; kinuyom ang mga kamao. Naghiyawan sila, nag-away-away. Gusto ng bawat isa ang sariling parte sa ginto. May magkahalong gulat at suklam na pinagmasdan ng pinuno ang kaguluhan. Habampanahong pagkamangha ng lahat ng anak ng kalikasan sa bawat liblib na sulok ng mundo sa mamamayang sibilisado na ang turing sa isang dakot ng dilaw na metal ay mas mahalaga kaysa sa lahat ng intelektuwal at teknikal na tagumpay ng kanilang kultura.

Sa wakas, binigkas sa kanila ng pinuno ang mga salitang ito, at pinakinggan ng mga Espanyol na may sakim na panggigigil ang salin ng interpreter. "Kakatwa," ani Comagre, "na pinag-aawayan ninyo ang mga napakaliit na bagay, na isinasapanganib ninyo ang inyong buhay sa ibayong paghihirap at panganib alang-alang sa isang napakakaraniwang metal. Doon, sa kabila ng mga matatayog na bundok, may napakalawak na dagat, nagdadala ng ginto ang lahat ng mga ilog na dumadaloy sa dagat na ito. Naglalayag ang mga tao roon sakay ng mga barko na may mga layag at timon katulad ng sa inyo, at kumakain at umiinom mula sa mga kasangkapang yari sa ginto ang kanilang mga hari. Doon ninyo mahahanap lahat ng dilaw na metal na gusto ninyo. Mapanganib ang biyahe sapagkat tiyak na hindi kayo hahayaang dumaan, subalit ilang araw lamang na biyahe ito."

Nasindak si Vasco Nuñez de Balboa. Sa wakas, natagpuan na niya ang daan tungo sa maalamat na lupain ng ginto na tauntaon na nilang pinangarap. Sa lahat ng lugar, sa timog at hilaga, hinanap ito ng mga nauna sa kanya at ngayon ay ilang araw na lamang ang layo nito, kung totoo ang sinasabi ng pinuno. Kasabay nito ang patunay, sa wakas, ng pagkakaroon ng ibang dagat na ito, ang dagat na bigong hinanap nina Columbus, Cabot, Corereal, lahat ng mga dakila't tanyag na manlalayag. Sa pamamagitan nito, natuklasan din ang daan paikot ng mundo. Sa ibabaw ng mundo ay hindi kailanman makakalimutan ang pangalan ng unang makakakita sa bagong dagat at magmamayari nito para sa kanyang lupang sinilangan. At napagtanto ni Balboa ang kailangan niyang gawin para mabili ang pagkawalang-sala at makuha ang walang kamatayang dangal para sa sarili: ang maunang tumawid sa istmus tungo sa Mar del Sur, sa dagat sa timog na patungong India, at sakupin ang bagong Ophir para sa korona ng Espanya. Sa oras na ito sa bahay ng pinunong Comagre naitakda ang kanyang kapalaran. Mula sa sandaling ito, ang buhay ng adbenturistang nagkataon lamang ay nagkaroon ng dakila at habampanahong kahulugan.

Pagtakas sa Buhay na Walang Hanggan

Walang kaligayahan sa buhay ng tao na hihigit sa pagtuklas ng kanyang kailangang gawin sa kalagitnaan ng kanyang buhay, sa mga malikhaing taon ng kanyang pagkalalaki. Batid ni Nuñez de Balboa kung ano ang nakataya para sa kanya—miserableng kamatayan sa pamamagitan ng bitay o imortalidad. Una, kailangan niyang bilhin ang patawad ng kaharian; pagkatapos ng lahat, kailangan niyang gawing lehitimo at legal ang kanyang masamang ginawa, ang pag-agaw sa kapangyarihan! Sa dahilang ito, bilang pinakamasugid na nasasakupan na kahapon lamang ay rebelde, ipinadala niya sa ingat-yaman sa Española na si Pasamonte, hindi lamang ang dalawampung porsyento ng regalong ginto ni Comagre na legal na pagmamay-ari ng kaharian at dahil mas may karanasan sa gawi ng mundo kaysa sa abogadong si Enciso, pribado siyang nagdagdag sa opisyal na padala ng malaking kontribusyon sa ingat-yaman, kasama ang mungkahing kumpirmahin ang kanyang posisyon bilang kapitan-heneral ng kolonya. Sa katunayan, walang anumang kapangyarihan ang ingat-yaman na si Pasamonte para gawin ito, pero pinadalhan niya si Nuñez de Balboa kapalit ng tunay na gintong ito ng probisyonal subalit sa katotohana'y walang kuwentang dokumento.

Gayunpaman, kasabay nito, si Balboa na naglalayong protektahan ang kanyang sarili sa lahat ng aspekto, ay nagpadala ng dalawa sa kanyang pinakapinagkakatiwalaang tauhan sa Espanya, para isalaysay ang kanyang paglilingkod sa korona at iulat ang mahalagang impormasyon na nasuyo mula sa pinuno. Ipinaulat sa kanila sa Sevilla ni Vasco Nuñez de Balboa na nangangailangan lamang siya ng isang tropa ng isanlibong kalalakihan. Sa pamamagitan nito, nagboboluntaryo siya na gagawa para sa Sevilla nang higit pa sa sinumang Espanyol na nauna. Sumumpa siyang tutuklasin ang bagong dagat at ipapanalo ang lupa ng ginto na nahanap na sa wakas, ang lupang bigong ipinangako ni Columbus na siya, si Balboa, ang sasakop.

Mukhang pabor na ang lahat para sa itinakwil, sa rebelde at desperado. Subalit dala ng sumunod na barko mula sa Espanya ang masamang balita. Iniulat ng isa sa kanyang mga kasapakat sa rebelyon, na ipinadala niya noon para pasinungalingan ang mga paratang ng ninakawang si Enciso, na mapanganib na ang usapin para sa kanya, mortal na mapanganib pa nga. Nagtagumpay ang nilokong nakapagtapos sa unibersidad sa korte ng Espanya sa kanyang kaso laban sa umagaw sa kanyang kapangyarihan, at pinatawang magbayad si Balboa ng reparasyon. Sa kabilang banda, hindi pa nakararating ang balita hinggil sa lokasyon ng malapit na dagat sa timog, na maaari sanang nagligtas sa kanya. Anu't anuman, sa darating na barko ay may opisyal ng batas na maniningil kay Balboa para sa kanyang pag-aalsa at maaaring doon siya parusahan mismo o iuwi siya sa Espanya nang nakakadena.

Batid ni Vasco Nuñez de Balboa na tapos na siya. Nasentensiyahan na siya bago pa nila natanggap ang kanyang balita tungkol sa malapit na dagat sa timog at sa ginintuang baybayin. Siyempre, pagsasamantalahan nila ito samantalang gumugulong ang kanyang ulo sa buhangin—iba ang magsasagawa ng kanyang tagumpay, ang tagumpay na kanyang pinangarap. Wala na siya mismong maaasahan sa Espanya. Alam nila na pinalayas niya ang lehitimong gobernador ng hari tungo sa kanyang kamatayan, na buong yabang niyang pinalayas ang huwes mula sa kanyang posisyon. Maaari pa niyang sabihing magaan ang parusa kung sesentensiyahan lang siyang makulong at hindi niya kailangang pagbayaran ang kanyang kapangahasan sa pamamagitan ng pagbitay. Hindi niya maaasahan ang mga kaibigang makapangyarihan sapagkat siya mismo ay wala nang kapangyarihan, at ang kanyang pinakamalakas na tagapagtanggol, ang ginto, ay napakahina pa ng boses para makamit ang kanyang kapatawaran. Isang bagay na lamang ang makapagliligtas sa kanya mula sa kaparusahan dahil sa kanyang kapusukan—ang pagiging higit pang mapusok. Kung matuklasan niya ang ibang dagat at ang bagong Ophir bago dumating ang mga opisyal ng batas at ang mga agusil na huhuli't gagapos sa kanya, kaya niyang mailigtas ang sarili. Iisang porma lamang ng pagtakas ang posible para sa kanya rito sa dulo ng mundong may tao, ang pagtakas sa pamamagitan ng isang kamangha-manghang akto, ang paglalayag tungo sa buhay na walang hanggan.

Kaya nagpasya si Nuñez de Balboa na huwag nang hintayin ang isanlibong kalalakihan na hiningi niya sa Espanya para sa pananakop sa hindi kilalang dagat, at lalong hindi ang pagdating ng mga opisyal ng batas. Mamabutihin pa niyang makipagsapalaran kasama ang ilang kalalakihang katulad niya ang determinasyon! Mas mabuting mamatay nang marangal para sa isa sa pinakamapusok na pakikipagsapalaran sa kasaysayan kaysa kaladkarin nang nakagapos tungo sa walang dangal na pagkabitay. Ipinatawag ni Nuñez de Balboa ang kolonya. Nang hindi ikinukubli ang kahirapan, ipinaliwanag niya ang kanyang balak na tawirin ang istmus at tinanong kung sino ang gustong sumama sa kanya. Binigyang-lakas ng kanyang tapang ang iba. Ipinahayag ng 190 na kawal, halos ang buong populasyon na may malakas na pangangatawan ng kolonya, na handa sila. Wala gaanong pangangailangan para kumuha ng armas at kagamitan sapagkat halos walang katapusang digmaan naman ang kanilang buhay. At noong unang araw ng Setyembre 1513, para takasan ang bitay o kulungan, sinimulan ni Nuñez de Balboa, bayani at bandido, adbenturista at rebelde, ang martsa patungong imortalidad.

Sandaling Walang Kamatayan

Nagsimula ang kanyang pagtawid sa Istmus ng Panama sa probinsiyang iyon ng Coyba, ang munting imperyo ng pinunong Indian na si Careta na ang anak ay asawa ni Balboa. Lilitaw sa kalaunan na napili ni Nuñez de Balboa ang pinakamakipot na daan at dahil sa kamangmangang ito ay pinatagal niya ng ilang araw ang mapanganib na pagtawid. Subalit pinakamahalaga sa lahat para sa kanya, sa ganitong walang takot na pagsuong sa hindi nalalaman, ang seguridad na dulot ng mga kaibigang tribong Indian para sa mga rekurso o pag-atras.

Sakay ng sampung malalaking bangka, tumawid ang tropa, 190 na kawal na naaarmasan ng mga sibat, espada, arkebus, at pana, kasama ang isang malaking pulutong ng mababagsik na aso, mula Darien patungong Coyba. Binigyan siya ng kanyang kaalyadong pinunong Indian ng mga katutubo para magsilbing tagabitbit at giya at, noong ika-6 ng Setyembre, ay nagsimula na ang dakilang martsa patawid ng istmus, martsa na ibayo ang hinihingi maging sa determinasyon ng mga matagal nang adbenturista at walang takot.

Sa nakasasakal at nakapanghihinang init ng ekuwador,

kinailangan muna ng mga Espanyol na tawirin ang mababang lupain na ang malusak at nakalalagnat na lupa ay marami pang papatayin paglipas ng ilang libong taon, sa pagtatayo ng Kanal ng Panama. Mula sa puntong ito, kailangang tabasin ang daan patungo sa lupaing hindi pa natatahak ng palakol at espada ang nakalalasong gubat ng baging. Tila dumaraan sa isang dambuhalang luntiang minahan, ang mga unang kalalakihan sa tropa ay tumabas ng isang makitid na tunel sa kasukalan para sa mga iba, kung saan daraan ang hukbo ng kongkistador, isa-isa, sa isang walang katapusang hanay, nang hindi nagbababa ng armas, palagi, araw at gabi, gising ang lahat ng sentido para labanan ang biglang pag-atake ng mga katutubo. Nakasasakal ang init sa maalinsangan, amoy lumot na kadiliman sa ilalim ng basang arko ng mga higanteng puno kung saan sa ibabaw ay walang patawad ang nakasusunog na init ng araw. Naliligo sa pawis, tuyo ang mga labi, sunud-sunod na milya ang ginapang ng mga kawal, suot ang kanilang mabigat na armor. Nang bigla na lamang muling bumuhos ang ulan nang may pwersa ng bagyo. Sa isang kisapmata, ang mga maliliit na batis ay naging rumaragasang ilog na kailangang baybayin o tawirin sa pamamagitan ng mga gumegewang na tulay ng raffia na madaliang nilikha ng mga Indian. Walang pagkain ang mga Espanyol kundi isang dakot ng mais. Pagal na pagal dulot ng puyat, gutom, uhaw, kinukuyog ng hindi mabilang na kulisap na kumakagat at sumisipsip ng dugo, dahan-dahan silang sumulong, suot ang damit na ginutay-gutay ng tusok ng halaman, masakit ang mga paa, nag-iinit ang mga mata at namamaga ang mga pisngi dulot ng mga kagat ng umuugong na lamok, hindi mapakali sa araw, hindi makatulog sa gabi, at di nagtagal ay wala nang lakas. Pagkatapos ng unang linggo ng martsa, karamihan ng kalalakihan ay hindi na kaya ang hirap, at si Nuñez de Balboa, batid na nasa hinaharap pa ang tunay na panganib, ay nag-utos na ang mga nilalagnat at hindi na kayang magmartsa ay magpaiwan. Layunin niyang sumalang sa susing pakikipagsapalaran kasama ang pinakapili lamang sa kanyang tropa.

Sa wakas, nagsimulang tumaas ang lupa. Ang gubat, na sa malusak na mababang lupa lamang nailalatag ang kanyang tropikal na karangyaan, ay nagsimulang numipis. Subalit ngayong wala nang lilim na pumoprotekta sa kanila, direktang nakatirik ang ekuwatoryal na araw na mabangis at nanlilisik sa kanilang mabigat na armor. Mabagal at sa maiikling bahagdan na inakyat ng mga pagal na kalalakihan ang mga bundok hakbang-hakbang hanggang sa kadena ng bundok na pumapagitna sa makitid na daan sa pagitan ng dalawang dagat na parang gulugod na bato. Unti-unti, lumalawak ang tanawin; sa gabi ay presko ang hangin. Matapos ang labingwalong araw ng matinding pagpupunyagi, mukhang napangibabawan na ang pinakamalaking balakid; sa harap nila ay nagtayugan ang mga kabundukan kung saan, mula sa itaas, ayon sa ulat ng kanilang giyang Indian ay matatanaw ang dalawang dagat, ang Atlantiko at ang hindi pa kilala at hindi pa napapangalanang Pasipiko.

Subalit ngayong mistulang napagtagumpayan na ang mahigpit at taksil na pagsagka ng kalikasan, ay may ibang kalaban: ang pinunong Indian ng probinsiya kasama ang ilandaang mandirigma na hahadlang sa pagdaan ng mga dayo. Subalit lubos nang nahasa si Nuñez de Balboa sa pakikidigma sa mga Indian. Sapat lamang na magpaputok ng salbo mula sa kanilang mga arkebus at muling ipamamalas ang maaasahang kapangyarihang mahikal sa mga katutubo ng artipisyal na kidlat at kulog. Naghihiyawan, nagsipagtakbo ang mga nasindak na kalalakihan, habol ng mga Espanyol at ng kanilang mga aso. Subalit sa halip na matuwa sa madaling tagumpay, si Balboa, katulad ng lahat ng mga kongkistador na Espanyol, ay nagdala ng kahihiyan sa pamamagitan ng kalunus-lunos na pagmamalupit sa pagpapayag na ang ilang walang kalaban-laban at nakagapos na bihag ay magsilbi sa huwego de toro at labanang gladyatoryal at pagkakagat-kagatin, gutay-gutayin, at lurayin ng tropa ng gutom na aso. Nilapastangan ng kasuklam-suklam na pagkatay ang bisperas ng walang kamatayang araw ni Nuñez de Balboa.

May natatangi, hindi mapailiwanag na kombinasyon sa karakter at katangian ng mga Kastilang kongkistador na ito.

Kasimbanal at tapat ng sinumang Kristiyano, malimit silang taimtim na nananawagan sa Diyos mula sa kanilang mga puso samantalang nagsasagawa sa ngalan Niya ng pinakakasuklam-suklam na kahayupan sa kasaysayan ng tao. May kakayahang gumawa ng pinakadakila at heroikong tagumpay ng katapangan, sakripisyo, at pagtitiis, naglolokohan sila at naglalaban-laban sa paraang walang kahihiyan. Subalit, sa kabila ng kanilang pagiging kamuhi-muhi, mayroon silang kakaibang konsepto ng dangal at pagkamangha at tunay na kahanga-hangang pag-unawa sa makasaysayang kadakilaan ng kanilang tungkulin. Ang parehong Nuñez de Balboa na naghagis ng mga inosente, nakagapos, at walang kalaban-laban na mga bihag sa mga aso at marahil ay may kasiyahang hinaplos ang lawlaw na pisngi ng mga hayop habang tumutulo pa mula rito ang sariwang dugo ng tao— batid ng parehong lalaking ito na tiyak ang kahulugan ng kanyang akto sa kasaysayan ng tao, at sa kritikal na yugto ay isasagawa niya ang isa sa mga dakilang akto na hindi malilimutan kailanman sa paglipas ng panahon. Alam niya na sa araw na ito ng ika-25 ng Setyembre ay magiging mahalagang araw sa kasaysayan ng mundo at, taglay ang malalim na diwang Espanyol, ipinamalas ng matigas at walang sinasantong adbenturistang ito kung gaano niya kagagap ang kahulugan ng kanyang imortal na misyon.

Ang dakilang akto ni Balboa: kinagabihan, pagkatapos na pagkatapos ng pagdanak ng dugo, itinuro sa kanya ng isa sa mga katutubo ang malapit na bundok at sinabing mula sa tuktok nito ay maaari nang makita ang dagat, ang hindi pa nakilalang Mar del Sur. Agad na nagbigay ng utos si Balboa. Iniwan niya ang mga sugatan at pagod na kalalakihan sa baryong ninakawan at inutusan ang mga kalalakihan na may natitira pang lakas para magmartsa—67 na natitira sa orihinal na 190 na kasama niyang nagmartsa mula sa Darien—na akyatin ang bundok. Mag-aalas-diyes nang umaga ay malapit na sila sa tuktok. Tanging isang maliit na kalbong bundok na lamang ang kailangang akyatin; at lalawak nang walang hanggan ang tanawin.

Sa sandaling ito inutusan ni Balboa ang mga kalalakihan

na tumigil. Walang maaaring sumunod sa kanya, sapagkat wala siyang balak na may makihati sa unang pagsilay sa hindi kilalang dagat. Mag-isa't natatangi, balak niya na maging kauna-unahan at habampanahon na Espanyol, kauna-unahang Europeo, kauna-unahang Kristiyano na, matapos tawirin ang isang dambuhalang dagat ng ating mundo, ang Atlantiko, ay makakakita sa isa pa— ang hindi pa kilalang Pasipiko.

Dahan-dahan, tumatambol ang puso, punumpuno ng pagpapahalaga sa sandali, umakyat siya na hawak ang bandila sa kaliwang kamay, espada sa kanan, isang nag-iisang anino sa kalawakan ng mundo. Dahan-dahan, umakyat siya nang walang pagmamadali, sapagkat ang tunay na gawain ay tapos na. Ilang hakbang na lamang, pakaunti, pakaunti at pakaunti, at siyanga, ngayong nakarating na siya sa tuktok, bumungad sa kanya ang malawak na tanawin. Sa kabila ng mga pababang bundok, ang magubat at berdeng tagiliran ng mga bundok, nakalatag ang walang hangganan, napakalawak, parang metal na salamin, ang dagat, ang dagat, ang bago, ang hindi kilalang dagat na pinangarap lamang bago nito at kailanma'y hindi nakita, ang maalamat na dagat na hinanap ni Columbus at lahat ng mga sumunod sa kanya na taun-taong nabigo, na humahampas ang mga alon sa Amerika, India, at Tsina. At si Vasco Nuñez de Balboa ay tumingin nang tumingin nang tumingin, may pagmamalaki at malugod na iniinom ang kamalayan na ang kanyang mga mata ang una sa mga Europeo na sumalamin sa walang katapusang asul ng dagat na ito.

Matagal at puno ng galak na tumingin si Vasco Nuñez de Balboa sa malayo. Doon lamang niya tinawag ang kanyang mga katoto, ang kanyang mga kaibigan na samahan siya, na makihati sa kanyang karangalan. Hindi mapakali, sabik na sabik, naghihingalo at sumisigaw, umakyat sila, nangunyapit, umakyat pataas ng bundok, tumitig at namangha ang mga matang nabuhayan. Biglang umawit ng Te Deum Laudamus ang paring kasama nila, si Andres de Vara, at agad na humupa ang ingay at sigawan. Nagkaisa ang matitigas at paos na boses ng mga sundalo, adbenturista, at bandido sa relihiyosong awit.

Namamangha silang pinagmasdan ng mga Indian nang pumutol sila ng puno sa isang salita lamang ng pari at nagtayo ng krus kung saan iniukit nila ang mga inisyal ng hari ng Espanya. At sa pagbangon ng krus na ito, mistulang nais ng dalawang braso nito na abutin ang dalawang dagat, ang Atlantiko at Pasipiko, kasama ang kanilang hindi makitang malayong hangganan.

Sa gitna ng nakasisindak na katahimikan, humakbang si Nuñez de Balboa at nagbigay ng talumpati sa kanyang mga sundalo. Tama ang ginagawa nilang pagpapasalamat sa Diyos na nagbigay sa kanila ng dangal at grasyang ito, at sa paghingi sa kanya na magpatuloy na tulungan sila na sakupin ang dagat at lahat ng mga lupaing ito. Kung magpapatuloy sila sa pagsunod sa kanya nang sintapat ng dati ay makababalik sila mula sa bagong India na ito bilang pinakamayaman sa mga Espanyol. Seryoso niyang ikinumpas ang bandila sa direksyon ng apat na hangin para gawing pag-aari ng Espanya ang lahat ng malalayong lugar na madaraanan ng mga hangin. Pagkatapos ay tinawag niya ang eskribo, si Andres de Valderrabano, para gumawa ng dokumento na maglalarawan sa aktong ito para sa habampanahon. Nagladlad si Andres de Valderrabano ng pergamino na binitbit niya sa kagubatan sa loob ng isang kahoy na kahon na may kasamang sisidlan ng tinta at pluma at tinawag lahat ng maginoo at kabalyero at sundalo—"na naroon sa pagkatuklas sa timog na dagat, ang Mar del Sur, ng tinitingala at kagalang-galang na ginoong Kapitan Vasco Nuñez de Balboa, ang gobernador ng Kanyang Kamahalan," para patunayan na "itong si G. Vasco Nuñez ang unang nakakita sa dagat na ito at nagpakita rito sa mga sumunod sa kanya."

Pagkatapos ay bumaba ng bundok ang 67 na kalalakihan, at mula noong ika-25 ng Setyembre 1513, nalaman ng sangkatauhan ang huli at dati'y walang nakakaalam na dagat ng mundo.

Ginto at Perlas

Nakamit na ang katiyakan. Nakita nila ang dagat. Subalit ngayon naman ay pagbaba sa baybayin nito, madama ang basang paganod, mahawakan ito, madama ito, matikman ito, at maghakot ng kayamanan sa dalampasigan nito! Inabot ng dalawang araw ang pagbaba at upang malaman niya ang pinakamabilis na daan mula sa bundok patungo sa dagat, hinati ni Nuñez de Balboa sa mga grupo ang kanyang mga tauhan. Ang pangatlo sa mga grupong ito, sa ilalim ni Alonzo Martin, ang unang nakarating sa dalampasigan, at maging ang mga simpleng kawal ng grupong ito ng mga adbenturista ay punung-puno ng paghahangad sa kasikatan, uhaw sa imortalidad, na maging ang simpleng taong si Alonzo Martin ay agad na nagpagawa sa eskribo ng sertipikasyon na siya ang unang naghugas ng kanyang paa at kamay sa hindi pa napangangalanang tubig. Matapos gawaran ang kanyang ego ng butil ng imortalidad lamang siya nag-ulat kay Balboa na narating na niya ang dagat, nasalat ang pagdaloy nito sa sarili niyang kamay.

Agad na ihinanda ni Balboa ang sarili para sa isang bagong bombastikong akto. Kinabukasan, sa pista ni San Miguel, nagpakita siya sa tabing-dagat, kasama ang 22 kasamahan, naaarmasan at nakasinturon siya tulad ni San Miguel, para isagawa ang pagmamay-ari sa bagong dagat sa isang taimtim na seremonya. Hindi siya agad na humakbang sa tubig subalit, bilang panginoon at amo nito ay buong yabang siyang naghintay nang nagpapahinga sa ilalim ng puno hanggang sa pagtaas ng tubig ay nagdala sa kanya ng anod at dinilaan nito ang kanyang paa tulad ng pagdila ng maamong aso. Doon lamang siya tumayo, isinukbit ang kalasag sa kanyang likod upang ito'y kuminang tulad ng salamin sa araw, hinawakan ang kanyang espada sa isang kamay, ang bandila ng Castilla na may imahe ng Ina ng Diyos sa kabila, at humakbang sa tubig.

Si Nuñez de Balboa, isang dating rebelde at desperado, siya na ngayon ang pinakatapat na lingkod ng kanyang hari at matagumpay na nilalang. Pag-abot lamang ng mga alon sa kanyang balakang at lubos na siyang napaliligiran ng dambuhala at hindi kilalang tubig, doon lamang niya iwinagayway ang bandila sa lahat ng direksyon samantalang sumisigaw sa pinakamalakas na tinig: "Mabuhay ang matayog at makapangyarihang hari na Ferdinand at Juana ng Castilla, Leon, at Aragon, na sa kanilang ngalan at para sa kapakanan ng kamahal-mahalang korona ng Castilla, kinukuha ko ang tunay, pisikal at permanenteng pagmamay-ari sa lahat ng mga dagat at lupa at baybayin at daungan at islang ito. At kung may sinumang prinsipe o anumang kapitan, Kristiyano o pagano o anumang relihiyon o katayuan na magtangkang magmay-ari sa mga lupa at dagat na ito, sumusumpa akong ipagtatanggol ito sa ngalan ng mga hari ng Castilla, na nagmamay-ari rito, ngayon at magpakailanman, habang nananatili ang mundo at hanggang sa araw ng Huling Paghuhukom."

Inulit ng lahat ng Espanyol ang sumpa, at nilunod sa sandaling iyon ang kanilang mga salita ng malakas na pagragasa ng tubig. Binasa ng bawat isa ang bibig sa tubig-dagat, at muli itinala ng eskribo na si Andres de Valderrabano ang akto ng pagmamay-ari at winakasan ang dokumento ng mga salitang ito: "Ang 22 kalalakihan at ang eskribo na si Andres de Valderrabano ang mga unang Kristiyano na humakbang sa Mar del Sur, at hinawakan nilang lahat ang tubig at binasa ang kanilang mga bibig upang malaman na ito ay tubig-alat tulad ng ibang dagat. At nang malaman nilang ganito nga, nagpasalamat sila sa Diyos."

Tapos na ang kanyang dakilang tungkulin. Ngayon ay usapin na ng pagkuha ng makamundong pakinabang mula sa kanyang mga pagsisikap. Nakakuha ang mga Espanyol ng kaunting ginto mula sa ilang katutubo sa pamamagitan ng pagnanakaw o pakikipagpalitan. Subalit may panibagong sorpresang nag-aabang sa gitna ng kanilang tagumpay. Dinalhan sila ng mga Indian ng dakut-dakot na mga mamahaling perlas na marangyang nagkalat sa mga malalapit na isla. Kabilang dito ang Pelegrina, na ginawan ng awit nina Cervantes at Lope de Vega sapagkat pinapalamutian nito ang kamahal-mahalang korona ng Espanya at Inglatera bilang isa sa mga pinakamagandang perlas. Pinuno ng mga Espanyol ang lahat ng kanilang mga bulsa, lahat ng kanilang mga sako ng mga kayamanang ito na dito ay halos kabibe at buhangin lamang ang turing, at nang patuloy silang magtanong nang may pagnanasa tungkol sa kaisa-isahang bagay na pinakamahalaga sa kanila sa buong mundo, tungkol sa ginto, itinuro ng isa sa mga pinunong Indian ang timog kung saan sumasanib sa abot-tanaw ang hilera ng kabundukan. Doon, pahayag niya, matatagpuan ang lupa na may hindi masukat na kayamanan. Kumakain ang mga pinuno nito mula sa mga gintong sisidlan, at may mga malalaking hayop na apat ang paa—tinutukoy ng pinunong Indian dito ang mga llama—na nagdadala ng pinakamarangyang kargo sa mga kabang-yaman ng mga hari. At ibinigay niya ang pangalan ng bansa sa timog ng dagat at kabila ng mga bundok. Ang tunog nito ay Biru, melodiko at eksotiko.

Tumitig si Vasco Nuñez de Balboa sa malayo sa direksyong itinuturo ng nakamuwestrang kamay ng pinuno, kung saan naglalaho sa langit ang mapuputlang kabundukan. Ang malambot at kaakit-akit na salitang Biru ay agad na bumakat sa kanyang kaluluwa. Parang walang tigil na nagmamartilyo ang kanyang puso. Sa ikalawang pagkakataon sa kanyang buhay ay hindi inaasahang nakatanggap siya ng pangakong napakalaki. Ang unang mensahe, ang mensahe ni Comagre tungkol sa malapit na dagat, ay natupad. Nahanap niya ang baybay-dagat ng mga perlas at ang Mar del Sur; maaaring magtagumpay rin siya sa pangalawa, ang pagtuklas, ang pagsakop sa imperyong Inca, ang bansang ginto sa daigdig na ito.

Minsan lamang maggawad ang mga Diyos . . .

Patuloy na may pagnanasang tumitig si Nuñez de Balboa sa kalayuan. Parang gintong kampana ang salitang Biru, umaalingawngaw sa kanyang kaluluwa ang Peru. Subalit— masaklap na pagtalikod!—ngayon ay hindi na niya kayang makipagsapalaran sa higit pang eksplorasyon. Hindi maaaring makasakop ng imperyo nang may dalawa o tatlong dosenang pagal na tauhan. Kaya, balik muna sa Darien at sa ibang panahon, kasama ang maiipong puwersa, maaari niyang kunin ang bagong tuklas na daan tungo sa bagong Ophir. Subalit ang martsang ito pabalik ay napakahirap din. Kailangan na muling bakahin ng mga Espanyol ang daan sa kagubatan, muling mapangibabawan ang pag-atake ng mga katutubo. At hindi na ito tropang militar, kundi munting tropa ng kalalakihan na nangangatog na sa pagod, nilalagnat sa sakit—si Balboa mismo ay nasa bingit na ng kamatayan at buhat sa duyan ng mga Indian—na bumalik sa Darien noong ika-19 ng Enero 1514, matapos ang apat na buwan ng kalunus-lunos na paghihirap. Subalit gawa na ang isa sa mga pinakadakilang bagay sa kasaysayan. Tinupad ni Balboa ang kanyang pangako; yumaman ang bawat isang nakipagsapalarang sumama sa kanya sa kawalang katiyakan. Nag-uwi ang kanyang mga sundalo ng kayamanan mula sa baybayin ng dagat sa timog, na hindi kailanman nagawa ni Columbus at ng iba pang mga kongkistador, at nakatanggap din ng hati ang iba pang kolonista. Ang ikalimang bahagi ay itinabi para sa korona, at walang nagmasama sa ginawa ng matagumpay na lalaki nang sa hatian ng ganansiya ay pati ang kanyang aso na si Leoncico ay nakibahagi sa remunerasyon na para bang isa rin siyang mandirigma. Tumanggap ito ng 500 gintong piso bilang gantimpala para sa magiting na pagluray ng laman ng mga katutubo. Pagkatapos ng ganitong tagumpay, wala na ni isang tao sa kolonya na maaaring humamon sa kanyang awtoridad bilang gobernador. Ang adbenturista at rebelde ay itinanghal na parang diyos at may pagmamalaki niyang naipadala sa Espanya ang balita na naisagawa niya ang isang napakadakilang bagay para sa korona ng Castilla mula sa panahon ni Columbus. Sa matarik na pag-akyat, tumagos ang araw ng kanyang suwerte sa lahat ng mga ulap na mahabang panahong nagpabigat sa kanyang buhay. Ngayon ay nasa tugatog na ito.

Subalit sandali lang ang itinagal ng suwerte ni Balboa. Matapos ang ilang buwan, isang maaliwalas na araw ng Hunyo, nagsiksikan ang populasyon ng Darien sa tabing-dagat. May layag na sumulpot sa abot-tanaw, at maging ito ay parang himalang naligaw sa sulok na ito ng mundo. Subalit pagmasdan, may isa pa katabi nito, pangatlo, pang-apat, panlima, at sandali lamang ay sampu, hindi, labinlima, hindi, dalawampu, isang buong plota na naglalayag patungong dalampasigan. At agad na nalaman nila: dulot ang lahat nito ng liham ni Nuñez de Balboa, hindi ang mensahe ng kanyang tagumpay—ito ay hindi pa nakararating sa Espanya—subalit ang mas maagang ulat kung saan ipinasa niya sa unang pagkakataon ang sanaysay ng pinuno tungkol sa malapit na dagat sa timog at ang lupain ng ginto at humihingi ng hukbo ng isanlibong kalalakihan para sakupin ang mga lupaing iyon. Para sa ekspedisyong ito, hindi nag-atubili ang koronang Espanya na maghanda ng makapangyarihang plota. Subalit wala ni isang sandali na minabuti ng mga awtoridad ng Sevilla at Barcelona na ipangalaga ang napakahalagang gawaing ito sa isang adbenturistang masama ang reputasyon at rebelde tulad ni Vasco Nuñez de Balboa. Ang isang personal na gobernador, ang mayaman, maginoo, tinitingala, animnapung taong gulang, si Pedro Arias Davilla, na ang karaniwang tawag ay Pedro Arias, ay ipinadala sa wakas para magbigay ng kaayusan sa kolonya bilang gobernador ng hari, ipatupad ang batas para sa lahat ng mga nakaraang krimen, hanapin ang dagat sa timog, at sakupin ang ipinangakong lupa ng ginto.

Nakaiiritang kalagayan ang resulta nito para kay Pedro Arias. Sa isang banda, inatasan siya na panagutin ang rebeldeng si Nuñez de Balboa para sa kanyang dating pagpapatapon sa gobernador at, kung mapatunayang may-sala, ay kadenahan bilang bihag o patawan ng kamatayan. Sa kabilang banda, inatasan siya na tuklasin ang dagat sa timog. Subalit kadaraong pa lamang ng kanyang bangka sa lupa ay nalaman na niya na ang mismong Nuñez de Balboa na dapat lilitisin sa kanyang korte, ay nagawa na ang dakilang bagay sa sarili niyang inisyatiba, na nakagawa ang rebeldeng ito ng pinakamalaking serbisyo sa korona ng Espanya mula noong pagkatuklas sa Amerika. Siyempre hindi na niya maaaring ilagay ang ulo ng lalaking ito sa bloke ng eksekusyon na parang ordinaryong kriminal. Kailangan niya itong batiin nang magalang at bukal sa pusong bigyang-papuri. Subalit mula sa sandaling ito, talo na si Nuñez de Balboa. Hindi mapatatawad ni Pedro Arias ang kanyang karibal para sa sariling pagsasagawa sa isang bagay dapat na siya ang gumawa at magtitiyak sa kanyang walang hanggang katanyagan sa mga darating na panahon. Sa katunayan, upang hindi umalma ang mga kolonista nang hindi pa hinog ang panahon, kinailangan niyang itago ang kanyang pagkamuhi sa kanilang bayani. Iniurong ang kanyang imbestigasyon at naitatag pa nga ang huwad na kapayapaan, kung saan ibinigay ni Pedro Arias ang sarili niyang anak, na naiwan sa Espanya, para maging nobya ni Nuñez de Balboa. Subalit hindi naampat ang kanyang pagkamuhi at inggit kay Balboa. Umigting pa nga nang dumating mula sa Espanya, kung saan sa wakas ay nakarating na ang balita hinggil sa nagawa ni Balboa, ang isang dekreto na nagbibigay sa dating rebelde ng inagaw niyang titulo matapos ang kaganapan, na naghihirang din kay Balboa bilang gobernador, at inatasan si Pedro Arias na konsultahin siya sa lahat ng mahahalagang usapin. Masyadong maliit ang lupaing ito para sa dalawang gobernador. Kailangang bumigay ang isa, ang isa sa dalawa ay kailangang mamatay. Nadarama ni Vasco Nuñez de Balboa na may espadang nakatutok sa kanya, sapagkat nasa kamay ni Pedro Arias ang kapangyarihang militar at ang sistemang pambatas. Kaya sa ikalawang pagkakataon, tinangka niyang ulitin ang paglalakbay na maningning na nagtagumpay para sa kanya noong unang pagkakataon, ang paglalakbay tungo sa imortalidad. Humingi siya ng pahintulot mula kay Pedro Arias na maghanda ng ekspedisyon para pag-aralan ang baybayin ng dagat sa timog at sakupin ang mas malawak na lupain. Subalit ang lihim na balak ng matandang rebeldeng ito ay maging malaya sa anumang kontrol mula sa ibayong-dagat, ang magtayo ng sarili niyang plota, maging panginoon ng sarili niyang probinsiya at, kung maaari, sakupin ang maalamat na Biru, ang Ophir ng Bagong Mundo. May malisyang sumang-ayon si Pedro Arias. Kung mamatay si Balboa sa plano, mas mabuti. Kung magtagumpay siya sa kanyang ginawa ay mayroon pa namang panahon para tanggalin ang napakaambisyosong lalaking ito.

Sa gayon, sinimulan ni Nuñez de Balboa ang kanyang bagong paglalakbay tungo sa imortalidad. Marahil ang kanyang pangalawang pagsisikap ay mas ambisyoso kaysa sa nauna kahit na hindi ito nabigyan ng katumbas na karangalan sa kasaysayan, na pumupuri lamang sa matagumpay. Sa pagkakataong ito, maglalakbay si Balboa nang kasama hindi lamang ang kanyang mga tauhan, kundi kahoy, tabla, lubid, layag, angkla, mga winch, para sa apat na brigantino na itatawid sa kabundukan ng libu-libong katutubo. Sapagkat, sa sandaling naroon na ang kanyang plota, ay maaari na niyang kunin bilang pag-aari ang buong dalampasigan at sakupin ang mga isla ng perlas at Peru, ang maalamat na Peru.

Subalit ngayon, katunggali ng lalaking matapang ang kapalaran, at palagi siyang nakakaengkuwentro ng mga hadlang. Sa martsa sa loob ng basang kagubatan, kinain ng mga uod ang kahoy; bulok at hindi magamit ang mga tablang dumating. Hindi pinanghinaan ng loob, nagpaputol siya ng mga panibagong puno para gumawa ng mga bagong tabla. Ang kanyang lakas ay lumikha ng mga tunay na himala—mistulang tagumpay ang lahat; naitayo na ang mga brigantino, ang mga kauna-unahan sa Dagat Pasipiko. Nang biglang magdala ang isang buhawi ng dambuhalang rumaragasang tubig sa ilog kung saan ay handang naghihintay ang mga ito, ang kanyang mga bagong-gawang barko ay natangay at nawasak sa dagat. Ikatlong beses na kinailangan nilang magsimula muli, at ngayon sa wakas ay nagtagumpay sila sa paghahanda ng dalawang brigantino. Dalawa na lamang ang kailangan ni Balboa, tatlo na lamang, at maaari na siyang umalis at sakupin ang lupa na araw at gabi niyang pinangarap mula nang unang itinuro ng pinunong Indian ang timog sa kanyang nakamuwestrang kamay at narinig niya ang nakabibighaning salitang Biru sa unang pagkakataon. Kailangan lang niya na mapadalhan ng ilang matatapang na pinuno, humingi ng marami-raming dagdag na tauhan, at maitatatag na niya ang kanyang imperyo! Ilang buwan na lamang, kaunting suwerte pa dagdag sa kanyang likas na katapangan, at hindi si Pizarro na kinikilala ng kasaysayan ng daigdig bilang nagtagumpay sa mga Inca, ang sumakop sa Peru, kundi si Nuñez de Balboa. Subalit ang kapalaran kailanman ay hindi lubhang mapagbigay, maging sa kanyang mga paborito. Madalang magbigay ang mga diyos ng higit sa isang walang kamatayang tagumpay sa iisang mortal.

Pagkawasak

Pinaghandaan ni Nuñez de Balboa ang kanyang pakay nang may siglang-bakal. Subalit lumilikha ng panganib para sa kanya ang matapang niyang tagumpay mismo, sapagkat pinagmamasdan ng walang tiwalang mata ni Pedro Arias ang mga plano ng nakababa sa kanya nang may pagkabahala. Marahil sa pamamagitan ng pagkanulo ay nakatanggap siya ng balita hinggil sa ambisyosong pangarap ni Balboa ng dominasyon; marahil ay simpleng may inggit at takot siya sa pangalawang tagumpay ng matandang rebelde. Anu't anuman, bigla siyang nagpadala ng ibayong liham-pakikipagkaibigan kay Balboa na humihiling sa kanya sa bumalik sa Ada, isang bayan malapit sa Darien, para sa isang kumperensiya bago niya simulan ang martsa ng pananakop. Tinanggap ni Balboa ang imbitasyon na umaasang makakakuha kay Pedro Arias ng dagdag na tauhan bilang suporta, at agad siyang bumalik. Sa entrada ng siyudad, may maliit na tropa ng mga sundalong nagmartsa papalapit, na mistulang sasalubungin siya. Malugod siyang nagmadali papalapit para hagkan ang kanilang pinuno, ang kanyang katoto nang maraming taon, ang kanyang kasama sa pagtuklas sa dagat sa timog, ang kanyang matalik na kaibigang si Francisco Pizarro. Ngunit mabigat na ipinatong ni Francisco Pizarro ang kanyang kamay sa kanyang balikat at idineklara siyang bihag. Kahit si Pizarro ay uhaw para sa imortalidad, siya rin ay naghahangad na sakupin ang lupain ng ginto, at hindi naman masama kung mawala na sa eksena ang matandang ito na labis ang katapangan. Sinimulan ng Gobernador Pedro Arias ang paglilitis dulot ng hinihinalang rebelyon, mabilis at hindi makatarungan ang paghuhukom. Ilang araw pagkaraan ay humakbang si Vasco Nuñez de Balboa kasama ang mga pinakatapat sa kanya patungo sa pugutan ng ulo; kumislap ang espada ng berdugo at isa, isang segundo lamang ay nagdilim magpakailanman ang mga mata sa gumugulong na ulo, mga mata na pinakauna sa sangkatauhan na sabay na nakita ang dalawang karagatan na sumasaklaw sa ating daigdig.

ANG AKING KARERA BILANG PATNUGOT NG MAGASIN UKOL SA HAYOP*
(My Career as an Editor of an Animal Magazine)

Jaroslav Hašek

Ilang linggo lamang nagtatagal ang panahon ng mga ahas dagat sa arawang diyaryo, pero bilang patnugot ng magasin na *Animal World*, nasa akin ito buong taon. Sa paglipas ng mga taon, sunud-sunod na mga patnugot ng *Animal World* ang naglabas ng kung anu-anong mga bagay tungkol sa mga hayop, at nang panahong ako na ang patnugot, nalaman kong walang hayop sa mundo na hindi pa naisusulat sa *Animal World*.

Sa gayon napilitan akong mag-imbento ng mga hayop at mas hindi ito kasinghirap ng pagsusulat tungkol sa mga hayop na nadiskubre ilang taon nang nakalipas.

Ang pagtuklas sa Kahindik-hindik na Manlalaklak ang una kong tinahak, tinatawag na 'Ajajoro' ng mga naninirahan sa Fortunate Isles, isang hayop na tumitira sa dagat mula alas-diyes ng umaga hanggang alas-kuwatro ng hapon. Ginagamit nito ang natirang oras sa pagkain ng mga bata sa Fortunate Isles. Heto ang aking isinulat:

Hindi malaki ang hayop, pero ang pagkakilabot nito ay ginawa itong nakatatakot. Si Dr. Everich, ang siyentista, kilala sa ating mga mambabasa bilang kaibigan ng journal na ito, ay pinadalhan tayo ng kanyang paglalarawan ng Kahindik-hindik na Manlalaklak mula sa San Francisco.

"Base sa istruktura ng buto nito, nabibilang ito sa pamilya ng mga bayawak. Naniniwala akong ito ang tanging species na napreserba sa panahon natin mula pa noong panahon ng

*Isinalin ni Ellen Sicat

naglalakihang mga bayawak tulad ng Ichthyosaurus at iba pang mga higanteng hayop na antediluvian. Sa ilalim ng tiyan, sa ilalim ng baluting kalupkop, mayroon itong mga pumpon ng balahibo na ikinukuskos nito kapag nabulabog, lumilikha ng ingay na maririnig ng isang Inggles na dalawang milya ang layo.

"Nagawa kong makakuha ng specimen ng halimaw na ito kapalit ang pagkapinsala ng isang batang katutubo. Nang nailagay sa malaking hawlang kawayan, kinain nito ang buong hawla at kalahati ng kubong kinalagyan nito nang gabing iyon at tumakas sa looban, kung saan sa wakas binaril ito ng machine gun. Sa loob ng tiyan nito, nakita nila ang Major ng Civil Guard. Namatay sa gutom ang kaawa-awang lalaking nakulong sa loob ng mga pader na buto ng tiyan ng hayop, kung saan naisulat niya sa lapis, "Pakipasa ang aking huling pagbati sa aking kawawang asawa."

"Kakatwang napaka-popular ng laman ng halimaw na ito sa mga katutubo. Una kong natikman ang karne nito sa isla ng Kalalo. Ang lasa nito'y kahawig nang sa baboy. May malarosas na kulay ang karne kapag naluto. Napakalaki ng mga mata. Puno ng utak ang brain cavity. Kung paano dumarami ang hayop na ito, hindi ko pa natanto. Ipadadala ko ang litrato sa parehong sulat."

Hanggang doon ang kuwento ng ating kaibigan. Inimprenta namin ang litrato sa hiwalay na pahina. [Nagpagawa ako sa isang tao ng reproduksyon ng Ichthyosaurus.]

Mapalad itong panimula sa aking karera bilang patnugot. Kaagad kumuha ng dalawang taong suskripsiyon ang dalawang guro at nagsimula kong magustuhan ang trabaho ng paggawa ng mga hayop.

Dahil napakahirap gumawa palagi ng bagong mga hayop, tinungo ko ang mundo ng mga balyena sa sumunod na labas. Nadiskubre ko ang balyenang may asupreng tiyan, na gumagala sa mga dagat sa palibot ng New Greenland at pagkatapos, pandagdag pampagana lang, inumpisahan kong aliwin ang publiko sa mga nakahahalinang kuwento mula sa buhay sa kaharian ng mga hayop.

Ang hippopotamus, isinulat ko, ay gusto kung pinapalaki ng mga katutubo ang mga butas-ilong nito; madaling mahumaling ang mga langgam sa kariktan ng *La Traviata*. At kasabay nito, naglabas ako ng isang mahabang artikulo na ipinapaliwanag kung paano maiiwasang umaligid ang mga langaw sa mga kalabaw sa pagpahid ng turpentina sa mga ito.

Isa pang kakaibang kaalaman tungkol sa buhay ng mga hayop na nakikilala ng mga kuhol ang mga dulo ng compass at gumagapang pasilangan kapag umiihip ang hangin mula sa kanluran. Itinatayo ng mga anay ang kanilang mga pugad para nakaharap ang matalim nitong dulo sa Trade Winds kaya't dumadaan ito sa hangin, at lumikha iyon ng malaking kasaganaan sa kabuuan ng Hilagang Australia.

Labis na nahumaling ang isang guro ng agham sa mga kaalaman ito na naging suskritor siya ng *Animal World* at isinulat niya, sa isang liham na naglalahad ng pasyang siyentipikong ito, na ikakalat niya ang balita tungkol sa aming journal sa lahat-lahat dahil iminulat siya nito sa mga panibagong mundo ng mga hayop.

Pinasigasig ng tagumpay na ito, para sa sumunod na labas gumawa ako ng isang ubod makapukaw-matang artikulo na pinamagatang: "Isang Praktikal na Gabay sa Pag-aalaga ng mga Werewolves." Para sa unang buwan, isinulat ko na kailangang painumin ang mga werewolves ng dugo ng baka at kailangang itong ipagpatuloy hanggang sa ikaanim na buwan, kung kailan dapat palitan ng serbesa ang dugo ng baka. Naglalahi ang mga werewolves tuwing ikalawang taon, sa buwan ng Hulyo. Sa panahong naglalandi sila (o wolving), kailangang umiwas ka sa kanila, liban lamang kung handa kang madiligan ng likidong isa sa dalawampu't limang parteng purong alak at amoy anghit. Napakalambing ng mga werewolves, mabait at tapat na mga kasama at nagiging mapagbantay na watch-wolves, kaya sa bawat aspekto kaya nilang palitan ang mga aso, kung kanino may pambihira silang bentahe ng talino at pagtitimpi.

Dalawang lahi ng werewolf ang kilala: ang Siberian at

ang Manchurian. Kulay pilak ang balahibo ng naunang lahi, ginintuan ang balahibo ng huli.

Malaking tagumpay ang artikulong ito. Marahil isang linggo matapos itong mailabas, isang babaeng nakaitim ang sumulpot sa opisina, itinatanong kung mabibigyan namin siya ng isang pares ng batang Siberian werewolves.

Wala ako sa opisina noong oras na iyon at nang dinala siya ng clerk (na wala ni katiting na ideya kung ano ang werewolf) doon, kinausap niya ang assistant. Nagbebenta kami ng lahat ng uri ng mga hayop at ang assistant, na kakatiting ang nalalaman tungkol sa werewolves gaya ng clerk, sinabi: "Siyempre, Madam, mabibigyan ka namin ng magandang pares. Wala kaming stock dito dahil mga aso lang ang inaalagaan namin sa lokasyong ito, pero mayroon kaming kaunti sa aming nursery sa labas ng bansa. Mga apat na buwan ang tanda nila."

Sabi ng babae gusto niya ng anim na buwang werewolves.

"Oo naman, Madam," sabi ng matulunging assistant. "Mayroon din kaming anim na buwang werewolves, mas maganda sa mga apat na buwan."

"Mga Siberian ba sila?"

"Mga Siberian lang ang mayroon kami."

"Nangangagat ba sila?"

"Ay naku hindi, Madam, napakaamo ng aming mga werewolves. Para silang mga bata at sumusunod sila sa kanilang mga amo na parang maliliit na aso. Talagang kakaiba ito."

"Mahusay," sabi ng babaeng nagluluksa. "Nagustuhan ko talaga ang artikulo sa inyong magasin dahil napakahilig ko sa mga hayop. Nang ikinuwento ko ito sa aking ama, ang aking munting limang taong Karlicek nagpasiyang ayaw niya ng kahit ano kundi werewolf. Araw-araw paggising niya sa umaga umiiyak siya, "Mummy, gusto ko ng werewolf!" Nanggaling nga ako mula pa sa Olomouc papuntang Prague."

"Pagbuting-pagbuti ng panahon, Madam, ipadadala namin sa inyo ang mga werewolves on approval," sabi ng matulunging assistant. "Kung ibibigay mo sa akin ang inyong address."

Dalawang linggo ang lumipas at isang lalaki na may

mahabang puting bigote ang sumulpot sa opisina.

"Naparito ako para sa werewolves," maigting niyang sabi. "Inorder sila ng aking anak at hindi pa sila naipadadala. Labis na inaabangan ng lahat ng aming mga kaibigan ang pagdating nila. Gusto ko silang makita ngayon din."

"Hindi sila maaring ipadala sa ngayon," sabi ko sa aking pinakamapanuyong paraan. "Ipinagbawal ng Austrian authorities ang pag-angkat ng werewolves dahil hindi pa nare-renew ang Trade Agreement sa pagitan ng Austria at Russia. Sa oras na ma-renew ang Agreement, ipapaalam namin sa inyo."

Makalipas ng kaunting panahon, lumabas ako para maglakad-lakad sa isang parke sa Olomouc. Isang babaeng nakaitim ang umupo sa tabi ko. May magandang batang lalaki na nakakandong sa kanya, at pumapalahaw ito ng iyak. Pinakaba ako nito at habang naglalakad ako palayo narinig ko ang maliit na batang lalaki na paiyak na sinabi sa kanyang nanay: "Mummy, gusto ko ang werewolf ko; Mummy, kailan dadating ang werewolf ko?"

Nagmadali akong lumayo. Sa loob ng aking bulsa may sulat ako mula sa isang magsasaka sa Bohemia na ipinaalam na (alinsunod sa payong ibinigay sa *Animal World*) ipinahid niya sa mga langaw ang turpentina (nang mahuli niya ang mga ito), pero nilalangaw pa rin ang kanyang mga baka, kaya pupunta siya sa opisina para dalawin ako.

Medyo marami akong katulad na mga sulat sa aking bulsa, kasama ang isa mula sa isang guro na sumulat na gumugol siya ng labing-apat na araw sa pagmamatyag sa mga kuhol para malaman kung nakikilala nila ang mga dulo ng compass at ngayon daraan din siya para magiliw na bisitahin ako para malaman para sa kanyang sarili ang lahi ng kuhol na gayon nga.

Dahil nasa Olomouc ako nang makaharap ko ang maliit na batang lalaki na gusto ng werewolf, matatanto ninyo na lumisan na ako sa mga ekspertong ito sa natural history at tumungo sa Moravia, kung saan plano kong mag-umpisa ng isang bagong nature magazine kung saan magsusulat ako tungkol sa intellectual capacities ng centipede.

GUNITA SA UMAGA*
(Morning Phantasm)
Emanuel z Lešehradu

"Gunita, gunita, ano ang iyong nais?" - Verlaine

Noong estudyante ako, nanirahan ako sa Prague sa Mala Strana, malapit sa Castle Steps. Ang abuhing-buhok, mabait at medyo mapag-isang balo ng isang city clerk ang aking kasera. Hindi ko siya masyadong nakakahalubilo. Nakikita ko lamang siya sa umaga, kung kailan dinadalhan niya ako ng kape, at sa gabi, kung kailan ginagawa niya ang aking higaan. Ngunit isang araw, nang natanto kong naghihintay ako sa aking almusal na hindi darating, at hindi dumating ang matandang babae, nagpasiya akong dalawin siya.

Katabi nang sa akin ang kanyang kuwarto. Lumabas ako sa mapanglaw na pasilyo, huminto sa may pintuan ng kuwarto niya, at kumatok nang mahina. Maya-maya bumukas ang pinto at sa hamba nito lumabas ang isang bata at payat na anyo. Nakita kong isa siyang maganda at mayuming dalaga na nakasuot ng damit yari sa medyo berdeng tela na may dark brown na buhok at mahiyaing asul na mga mata.

Medyo nagulat ako.

Ang dalaga, nang napansin ang aking pagkagulat, malungkot na ngumiti at sinabi sa mahinang boses:

"Anong maitutulong ko sa inyo? May sakit si Tita."

"Ah, kaya pala," ang nahihiyang tugon ko.

Pagkatapos naalala ko na sa mga nagdaang araw mukhang

---

*Isinalin ni Ellen Sicat

maputla, mas payat kaysa dati at hindi kasindaldal ang matandang babae.

Ipinaliwanag ko sa dalaga ang dahilan ng aking pagbisita, at humingi ng paumanhin sa pag-istorbo sa kanya, at bumalik sa aking kuwarto.

Pamangkin ng matandang balo ang dalagang may dark brown na buhok at asul na mga mata. Mula noon, tumira siya kasama ng matandang babae para alagaan ito sa kanyang pagkakasakit. Sa kabuuan, hindi ko ito masyadong pinagtuunan ng pansin.

Kinabukasan, noong umaga, nagpunta siya sa aking kuwarto.

Halos pabulong niya akong binati, madalian, halos dumaplis lang sa akin. Ni hindi niya itinaas ang kanyang mga tingin.

Nang gabing iyon, gaya noon pagbalik ko sa aking paglalakad, pagod akong umupo. Maya-maya bumukas ang pinto at nakarinig ako ng ilang maliliit at mahihinang yabag. Ang pamangkin ng kasera ko iyon. Dala-dala niya ang lampara sa pag-aakalang wala pa ako. Nang hindi gumagalaw, pinanood ko siya, biglang nabighani sa kanyang kabataan, na bahagyang naaninag sa maasul at malamlam na liwanag ng silid. Huminto siya sa tabi ko, napakalapit na nadama ko ang kanyang damit sa aking mga tuhod.

"Magandang gabi," sabi ko.

Nagulantang siya. Pagkatapos nagsalita siya. "Ah, nasa bahay ka na pala? Hindi ko inakalang . . .

"Oo, kani-kanina lang ako nakabalik. Nagulat ba kita?"

"Hindi . . . hindi naman ganoon . . . pero . . .

"Hamo, siguro nama'y hindi ka natatakot sa akin? Wala kang dahilan para matakot. Bakit hindi ka muna umupo sandali?"

Mahinhin niya itong ginawa, nahihiya.

Tinanong ko siya kung nagugustuhan ba niya rito, kung saan siya nanggaling, kung anong gusto niyang basahin, kung paano niya nagawang magpakaabala buong araw. Matipid siyang nagsalita, paputol-putol.

Pagkatapos, nang huminto siya habang iginagala ang tingin

sa mga libro ko sa aking mesa, sinabi niya, "Pero naabala na kita. Kailangan mong mag-aral."

"Ay, hindi naman ako nagmamadali," kaagad kong sinabi, at nadamang may parang mainit at masarap na huminga sa aking kaluluwa.

Tumayo siya, binati akong halos hindi marinig, "Magandang gabi," at naglaho sa madilim na pasilyo.

Pagkaalis niya ginusto kong magtrabaho, pero balewala ang mga tangka kong pigilan ang naliligaw kong atensyon sa pag-aaral. Kataka-takang balisa ako, nalilito, na parang nawalan ng balanse. Pinuno ng pagdating ng dalaga ang aking pag-iisip na hindi ko kayang mag-isip nang iba pang bagay.

Kaya maaga kong pinatay ang lampara at natulog.

Pero hindi ko rin makuhang matulog. Bumaling-baling ako, nababalisa, biglaang nagsawa sa lahat ng bagay at hinahabol ng imahe ng kaakit-akit na dalagang may dark brown na buhok at forget-me-not na mga mata.

Nang maghahatinggabi na, pinukaw ang aking pansin ng isang di-maipaliwanag na ingay na nanggaling mula sa katabing kuwarto. May narinig akong parang kalampag, tapos isang malakas na iyak at mga paghagulgol, na sinundan ng mga luhang sinukluban. Dali-daling akong bumangon, isinuot lamang ang kinakailangang damit, at nagmamadaling lumabas. Bahagyang nakabukas ang pinto ng katabing kuwarto. Itinulak ko ito at, nakatayo sa pintuan, nakita ko, sa mapusyaw na liwanag ng ilaw sa gabi, ang dalagang matamlay na nakahukot sa kama. Nang napansin niya ako, ibinaling niya ang kanyang maputlang mukha sa akin.

"Anong nangyari? Lumalala ba ang karamdaman ng iyong tiyahin?" tanong ko sa kanya.

"Patay na si Tiya," sabi niya, ang boses niya kasingkirot ng nanginginig na kuwerdas ng biyolin. Maririnig mo rito ang pinipigilang pagtangis.

"Hamo, payapain mo ang sarili mo," pag-alo ko sa kanya, nakikiramay, hinawakan ang kanyang kamay. "May maitutulong ba ako?"

"Wala, salamat, walang kahit ano . . . bulong niya, na parang nasa panaginip, malungkot na iniyuko ang kanyang ulo sa humihikbi niyang dibdib.

Gayunpaman, nanatili akong kasama ang patay na matandang babae hanggang madaling araw, at dinamayan ang kanyang pamangkin, na madalas bumibigay sa nangangatal na sumpong ng pagtangis.

Noon lamang pagsikat ng araw ako umalis, at sa pagkakataong ito, salungat sa inaasahan, kaagad akong sinagian ng antok.

Paggising noong magtatanghali, dahan-dahan kong inalala ang mga naganap noong nakaraang araw. Dapat dalawin ko ang dalaga ang una kong naisip para ialok ang aking serbisyo kung kakailanganin niya ito.

Pero kalaunan, siya mismo ang dumalaw sa akin at pinasalamatan ako sa aking pagkikiramay, sa aking pagbabantay sa tabi ng patay, at sa lahat ng maaring nagawa ko para tulungan ang kanyang tiyahin.

Pagkatapos sinabi niyang kailangan kong lumipat, dahil inireserba ang kuwarto ng kanyang tiyahin sa isang kaanak ng may-ari.

Masyado siyang apektado sa pagkamatay ng matandang babae na halos hindi siya makakibo sa kaiiyak. Iniabot lamang niya sa akin ang kanyang kamay para magpaalam, tiningnan ako nang nasasaktan, nalulungkot, nagmamahal.

Lumipat ako pagkaraan siguro ng isang linggo nang hindi nagkaroon ng pagkataong mas makilala siya. Siyang, sobrang gandang kumilos, sobrang madamdamin, sobra sa lahat ng pinangarap ko, na hinahanap-hanap ko, at dahil doon, naging napakalapit niya sa akin.

Mula noon wala akong nakilalang babaeng katulad ng pamangkin ng matandang babae. Madalas akong makadama ng atraksiyon sa isang babae, baka sa iba nga pagmamahal, pero lagi itong lumilipad na parang mga ulap, paiba-iba, naglalaho at patuloy na nagbabago.

Pagkaraa'y sinubok kong hanapin ang kaanak ng aking dating kasera. Masigasig ko siyang hinanap, hinanap siya sa lahat ng dako. Pero hindi ko siya natagpuan. Para siyang naglaho, nalunod sa limot. Baka sakaling mahanap ko ang kaisa-isang bakas niya . . .

Madalas kong inaalala ang dalagang iyon. Lagi akong nakadarama ng mahapding panghihinayang sa kawalang iyon, sa habambuhay na naglahong gunita ng aking kabataan, sa aking pag-ibig, dalisay at hindi binigkas, sa magandang pagmamahal na maaaring tumugtog ng magandang awit.

Madalas binabalikan ko ang maliliit na tagpo ng aming napakaikling pagkakilala, na ngayon pagkatapos ng maraming taon parang malabo na, na parang natakpan ng makapal na hamog ng nakaraan. At sa kupas at hindi tiyak na larawan ng aking gunita, ngayon hindi ko kayang makilalang mabuti ang minahal na katangian ng dalaga na may dark brown na buhok at forget-me-not na mga mata.

ANG HULING PAGHUHUKOM*

(The Last Judgment)

Karel Čapek

Hinahabol ng maraming warrants at isang buong hukbo ng mga pulis at detektib, ang kilalang maraming napatay na si Kugler na nangako na hindi nila siya mahuhuli, at hindi nga – 'yun ay nang buhay. Ang pagbaril sa isang pulis na sinusubukan siyang arestuhin ang kanyang pinakahuling akto ng pagpatay. Namatay nga ang pulis, pero ito'y matapos mapuruhan ng halos pitong bala sa kabuuan si Kugler, siguradong nakamamatay ang tatlo rito. Sa lahat ng makakakita, sasabihing natakasan niya ang hustisya sa lupa.

Napakabilis ng pagdating ng kamatayan ni Kugler na wala siyang pagkakataong makadama ng anumang sakit. Nang lisanin ng kanyang kaluluwa ang kanyang katawan, maaaring nagulat ito sa kaibahan ng mundong sumunod, isang mundong labas sa space, madilim at tiyak na malungkot – pero hindi ito ganoon. Tinitingnan ng isang taong nakulong sa dalawang kontinente ang next life bilang panibagong kapaligiran lamang. Inaasahan ni Kugler na basta na lang siya papasok, na may dalang kaunting tapang, tulad nang ginawa rin niya sa ibang lugar.

Kinalaunan inabutan ng di-maiwasang Huling Paghuhukom si Kugler. Dahil parati na lamang nasa state of emergency ang langit, dinala siya sa isang espesyal na korte ng tatlong hukom at hindi, gaya ng marapat na ginawa sa kanyang huling inasal, sa harap ng mga hurado. Simple lang ang ayos ng courtroom, tulad din ng mga courtroom sa lupa, na may isang pagkakaiba: walang nakalaan para sa panunumpa ng mga saksi. Matatanda ang mga hukom at karapat-dapat na mga konsehal na may mga

*Isinalin ni Ellen Sicat

mahigpit at pagod na mga mukha. Medyo nakayayamot ang mga pormalidad: Kugler, Ferdinand; walang trabaho; ipinanganak sa ganitong araw at taon; namatay . . . Sa puntong ito ipinakita na hindi alam ni Kugler ang araw ng sariling kamatayan. Kaagad nitong natanto na makapipinsala sa kanya sa mga mata ng mga hukom ang kabiguan niyang makaalala, at tumigas ang kanyang loob.

"Ano sa tingin mo ang iyong pagkakasala?" tanong ng presiding judge.

"Wala," sutil na sagot ni Kugler.

"Ipasok ang witness," buntonghininga ng judge.

Sa harap ni Kugler dumating ang isang kakaibang ginoo, kapitapitagan, may balbas, at nakadamit ng asul na robe na may nagkalat na ginintuang mga bituin; sa kanyang pagpasok tumayo ang mga hukom, at maging si Kugler ay tumayo, nag-aatubili pero interesado. Bumalik lamang sa pagkakaupo ang mga hukom nang umupo ang matandang ginoo.

"Witness," umpisa ng presiding judge, "Diyos na Nakaaalam ng Lahat, ipinatawag Ka ng korteng ito para madinig ang Iyong testimonya sa kaso ni Kugler, Ferdinand. Dahil Ikaw ang Kataas-Taasang Katotohanan hindi Mo na kailangang manumpa. Hinihiling lamang namin, sa interes ng paglilitis, na Ikaw ay manatili sa paksang hinaharap at hindi sumanga-sanga sa mga bagay-bagay na walang kinalamang legal sa kaso. At ikaw, Kugler, huwag kang sumabat sa Witness. Alam Niya ang lahat, kaya walang silbi na ipagkaila ang kahit ano. At ngayon, Witness, kung pwede Ka nang magsimula."

Nang nasabi iyon, tinanggal ng presiding judge ang kanyang salamin at sumandal sa upuan sa tapat niya, halatang paghahanda sa mahabang talumpati ng saksi. Yumukyok at natulog ang pinakamatanda sa tatlong hukom. Binuksan ng nagtatalang anghel ang Libro ng Buhay.

Tumikhim ang saksi, ang Diyos, at nag-umpisa:

"Oo, Kugler, Ferdinand, Ferdinand Kugler, anak ng isang opisyal ng pabrika, ay isang masama, pasaway na bata mula noong mga pinakaunang araw pa niya. Mahal na mahal niya ang kanyang ina pero nahihiyang ipakita ito; iyon ang dahilan kung bakit siya magulo at suwail. Totoy, ginalit mo ang lahat. Natatandaan mo ba nang kinagat mo ang hinlalaki ng ama mo noong sinubukan ka niyang paluin dahil nagnakaw ka ng rosas sa hardin ng notaryo?"

"Ang rosas na iyon ay para kay Irma, ang anak ng tagakolekta ng buwis," pag-alala ni Kugler.

"Alam ko," sabi ng Diyos. "Pitong taong gulang si Irma noon. At alam mo ba kung anong nangyari sa kanya kalaunan?"

"Hindi, hindi ko alam."

"Nagpakasal siya; pinakasalan niya si Oskar, ang anak ng may-ari ng pabrika. Pero nakakuha siya ng venereal disease sa kanya at namatay sa miscarriage. Natatandaan mo ba si Rudy Zaruba?"

"Anong nangyari sa kanya?"

"Sumali siya navy at namatay sa Bombay. Kayong dalawa ang pinakasalbaheng mga batang lalake sa buong bayan. Si Kugler, Ferdinand ay isang magnanakaw bago ang ikasampu niyang taon at isang sanay na sinungaling. Masama ang barkada niya, halimbawa, ang lasinggerong pulubing si Dlabola, kung kanino niya ibinabahagi ang kanyang pagkain."

Ikinumpas ng presiding judge ang kanyang kamay na parang ipinahihiwatig na hindi kinakailangan ang impormasyong ito; pero si Kugler mismo ang nahihiyang nagtanong, "At . . . anong nangyari sa anak niyang babae?"

"Si Marka?" sabi ng Diyos. "Hinamak niya ang sarili nang sobra. Sa kanyang ikalabing-apat na taon ibinenta niya ang sarili; sa kanyang ikadalawampung taon namatay siya, naalala ka sa paghihirap sa kanyang kamatayan. Noong ikalabing-apat na taon mo halos lasinggero ka na rin mismo, at madalas kang lumayas sa bahay ninyo. Namatay ang iyong ama sa pighati at pag-aalala, at ang iyong ina ay halos lumuwa ang mga mata sa kaiiyak. Nagdala ka ng kahihiyan sa iyong tahanan, at ang iyong batang kapatid na babae, ang maganda mong kapatid na babae, si Marticka, ay hindi nakapag-asawa: walang binata ang nais umakyat ng ligaw sa bahay ng magnanakaw. Nakatira pa rin siyang mag-isa at naghihirap, gabi-gabi pagod sa katatahi at nahihiya sa maliit niyang kinikita mula sa mga taong naawa sa kanya."

"Anong nangyayari ngayon?"

"Ngayon mismong sandaling ito nasa Vlcak's siya, bumibili ng sinulid. Naaalala mo ba ang tindahan na iyon? Minsan, noong anim na taong gulang ka, bumili ka ng holen doon; at noong araw rin na iyon nawala mo ito at hindi na ito nakita kailanman. Natatandaan mo ba kung gaano ka kalungkot at galit noon, at kung paano ka nag-iiyak?"

"Saan ito gumulong?" sabik na tanong ni Kugler.

"Nahulog sa drain at tumuloy sa gutter. Sa katunayan, naroon pa rin ito, pagkatapos ng tatlumpung taon. Sa kasalukuyan, umuulan sa lupa, at nanginginig ang iyong holen sa bulwak ng malamig na tubig."

Napahiya, iniyuko ni Kugler ang ulo. Pero binalik ng presiding judge ang kanyang salamin sa tuktok ng kanyang ilong at mahinahong sinabi, "Witness, tayo'y obligadong tapusin ang kaso. Nagkasala ba ang akusado ng murder?"

Tumango ang Witness. "Pumatay siya ng siyam na tao. Ang una, pinatay niya sa kaguluhan, at habang nakabilanggo para rito, lubusan siyang napasama. Ang pangalawa ay isang salawahang kasintahan. Para roon, sinentensiyahan siya ng kamatayan, pero nakatakas siya. Ang pangatlo ay isang matandang lalaki, na ninakawan niya. Ang pang-apat ay isang bantay sa gabi."

"At namatay ba siya?" sigaw ni Kugler.

"Namatay siya matapos ng tatlong araw ng matinding sakit," sabi ng Diyos, "at anim na anak ang iniwan niya. Ang panlima at pang-anim na tao ay matandang mag-asawa; iniligpit niya sila ng palakol at wala halos nakitang pera, kahit na may nakatago silang higit sa dalawampung libo."

Napatalon si Kugler: "Saan? Sabihin mo sa akin!"

"Sa loob ng straw matress," sabi ng Diyos. "Sa loob ng sakong linen sa loob ng kutson. Doon nila itinago ang perang nakuha nila mula sa patubo at pagtitipid. Ang pampitong lalaking pinatay niya sa Amerika; isa siyang immigrant, isang probinsiyano, kaawa-awa noong kabataan."

"Nasa kutson pala," bulong ni Kugler sa pagkamangha.

"Oo," patuloy ng Witness. "Ang pangwalong tao ay isang napadaan lang nang sinusubukan ni Kugler takasan ang mga pulis. May periostitis si Kugler noon at nagdideliryo sa sakit. Totoy, hirap na hirap ka noon. Ang huli ay isang pulis na nakapatay kay Kugler, na pinatay ni Kugler nang siya mismo'y nag-aagaw-buhay na."

"At bakit nagkasala ng murder ang akusado?" tanong ng presiding judge.

"Sa parehong mga kadahilanan tulad nang iba," sagot ng Diyos. "Mula galit, kasakiman, sadya at nagkataon lamang, minsan nakatuwaan at minsan dahil kailangan. Mapagbigay siya at minsan tumutulong siya sa mga tao. Mabait siya sa mga kababaihan, mahilig siya sa mga hayop, at tinutupad niya ang pangako niya. Dapat ko bang sabihin ang mga mabuti niyang nagawa?"

"Salamat," sabi ng presiding judge, "hindi na iyon kailangan. May gusto bang sabihin ang akusado sa kanyang depensa?"

"Wala," sagot ni Kugler nang may tapat na kawalang bahala; pare-pareho lang ito sa kanya.

"Pag-iisipan ito ngayon ng korte," sabi ng presiding judge, at nagsilabasan ang mga konsehal. Nanatili sa korte ang Diyos at si Kugler.

"Sino sila?" tanong ni Kugler, itinuturo ng kanyang ulo ang tatlong palabas.

"Mga taong tulad mo," sabi ng Diyos. "Mga hukom sila noon sa lupa, kaya rito mga hukom din sila."

Nginatngat ni Kugler ang dulo ng kanyang mga daliri. "Akala ko'y . . . ang ibig kong sabihin, hindi naman ako nag-aalala tungkol doon o kung ano, pero . . . naisip ko na Ikaw ang maghuhukom, dahil . . . dahil . . .

"Dahil ako ang Diyos," pagtatapos ng kapitapitagang Ginoo. "Pero 'yun nga iyon, hindi mo ba nakikita? Dahil alam ko ang lahat, hindi ako maaaring maging hukom. Hindi iyon pupuwede. Siyanga pala, alam mo ba kung sinong nagsumbong sa iyo ngayon?"

"Hindi, hindi ko alam," gulat na sabi ni Kugler.

"Si Lucka, ang waitress. Ginawa niya ito dahil sa selos."

"*Excuse me,*" pangahas ni Kugler, lumakas ang loob, "pero nakalimutan Mong sabihin ang walang kuwentang si Teddy na binaril ko sa Chicago."

"Mali ka riyan," tutol ng Diyos. "Gumaling siya at buhay ngayon mismong sandaling ito. Alam kong isa siyang informer, pero gayunpaman mabuti siyang tao at talagang mapagmahal sa mga bata. Hindi mo dapat isipin na lubusang walang kuwenta ang sinuman ."

"Pero sa totoo lang, bakit hindi Mo . . . bakit hindi Ikaw mismo ang maghukom?" nag-iisip na tanong ni Kugler.

"Dahil alam ko ang lahat. Kung alam ng mga hukom ang lahat, ang lahat-lahat, hindi nila kayang maghukom din: maiintindihan nila ang lahat, at sasakit ang kanilang mga puso. Paano ko kakayaning husgahan ka? Ang mga hukom alam lamang ang iyong mga kasalanan; pero ako alam ko ang lahat tungkol sa iyo. Lahat, Kugler. At iyon ang dahilan kung bakit hindi kita puwedeng husgahan."

"Pero bakit yaong mga taong iyon pa rin ang mga hukom . . . maski rito sa langit?"

"Dahil bagay sa isa't isa ang mga tao. Nakikita mo naman, isa lamang akong saksi; mga tao ang magpapasiya ng hatol – maski sa langit. Maniwala ka sa akin, Kugler, ganito dapat ang mangyari. Ang hustisya ng tao ang tanging hustisyang nararapat sa tao."

Sa sandaling iyon, bumalik ang mga hukom mula sa kanilang deliberation. Sa matigas na tono, inanunsyo ng presiding judge: "Sa paulit-ulit na krimen ng first degree murder, manslaughter, robbery, illegal re-entry, concealment of weapons, at ang pagnanakaw ng rosas, si Kugler, Ferdinand ay sinisentensiyahan ng habambuhay na pagkakabilanggo sa impiyerno. Kaagad mag-uumpisa ang sentensiya. Next case, please. Nandito ba sa korte ang akusadong si Machat, Frantisek?"

ANG HOSIER AT ANG ANAK NIYANG DALAGA*

(The Hosier and His Daughter)

Steen Steensen Blicher

> *"Ang pinakamalaking dalamhati sa lupa, ang*
> *takot ko, ay iyong mawala ang minamahal mo."*

Minsan, kapag gumala ako nang malayo sa malawak na kasukalan na tanging ang kulay lupang heather lang ang nasa paligid ko at ang asul na kalangitan sa ibabaw ko . . . kapag naglalakad nang malayo sa mga tao at sa mga bakas ng gawain nila rito sa ibaba, na sa katunayan mga punso lamang na susunugin nang lubusan ng Panahon o kung sinong aligagang Tamberlaine . . . kapag masayang umaapak, sa may pakpak na mga paa, kasinsaya sa aking kalayaan tulad ng isang Bedouin na walang bahay, walang makipot na itinakdang bukid ang nakatali sa lugar, pero siyang nagma-may-ari, hawak lahat ng natatanaw niya, walang tinitirahan pero namumuhay kung saan niya ninanais . . . kapag nakasilip ng isang kubo sa himpapawid ang mata kong malayo ang nililibot, at sa gayon walang galang na ginambala sa magaan nitong paglipad . . . noon ko minsan hinihiling – patawarin ako ng Diyos sa panandaliang kaisipang ito, na wala lang ito kundi – na maglalaho itong tahanan ng tao! Dahil naninirahan din doon ang gulo at kalungkutan, pati na rin pag-aaway at agawan ng kung alin ang sa akin at alin ang sa iyo. Pero ang masayang disyertong ito ay kapwa akin at sa iyo; pag-aari ito ng bawat isa at ng hindi ninuman.

---

*Isinalin ni Ellen Sicat

May nagsabing isang mangungubat ang nagmungkahi na palaguin ang buong pamayanan—na ang mga puno itanim sa mga bukid ng mga may-ari ng mga kubo at sa kanilang mga pinatag na kanayunan. Ako mismo'y napaisip ng mas hindi makataong ideya: paano kung ito'y isa pa ring masukal na lugar na natatakpan ng heather—iyon ding nakalatag dito nang ilang siglo, hindi nagalaw, hindi dinumihan ng kamay ng tao! Pero, tulad nang sinabi ko, hindi ko seryosong ibig iyong sabihin. Dahil kung—pagod na pagod, nanghihina, at nagdurusa sa init at uhaw—naisip ko nang may makirot na pananabik ang kulandong ng Arabo at ang takure ng kape, pagkatapos pinasalamatan ko ang Diyos na ang isang kubong may bubong ng heather, gaano man ito kalayo, ay nagbibigay pag-asa ng lilim at pantawid-gutom.

Nasa gayon akong kalagayan ilang taon ang nakalipas, isang mainit at payapang araw ng Setyembre, malayo sa parehong kasukalan na, sa tingin ng Arabo, tinatawag kong akin. Wala ni katiting na ihip ng hangin ang gumulo sa nag-uubeng heather; manipis ang hangin at hinihila ako ng antok. Lumulutang ang malalayong burol na gumuguhit sa himpapawid na parang mga ulap sa palibot ng malawak na kapatagan, at aakalaing ang maraming kamangha-manghang hugis ng mga bahay, tore, kastilyo, tao at hayop, kahit lahat malabo at walang anyo na papalit-palit, na parang mga gunita ng panaginip. Sa isang sandali naging simbahan ang isang kubo, at iyon naman naging pyramid; dito isang mataas na tore ang umusbong, at doon isa ang bumulusok; naging kabayo ang ang isang tao, ang huli naman naging elepante; dito may umuugoy na bangka, at doon nakahimlay ang isang barkong nakaladlad ang mga layag.

Sandaling nalibang ang aking mata sa pagmumuni-muni sa ng mga kakatwang anyong ito—isang panorama na tanging ang mandaragat o tagadisyerto lang ang may pagkakataong malasap—kung kailan sa wakas, pagod at nauuhaw, nagsimula akong maghanap ng isang tunay na bahay sa maraming hindi tunay, labis na nanabik na ipagpalit lahat ng aking magagarang kastilyo ng diwata para lamang sa iisang pantaong tirahan. Sa kabuuan matagumpay ako—agad akong nakahanap ng tunay na bahay-bukid na walang matataas na tore, ang kaanyuan naging mas maliwanag at malinaw habang papalapit ako at, napaliligiran ng mga tumpok ng lupa, mukhang mas malaki kaysa sa katotohanan.

Estranghero sa akin ang mga taong nakatira roon. Payak ang kanilang mga kasuotan, simple ang mga gamit sa kusina; pero alam ko na madalas itinatago ng nakatira sa moorland ang mahahalagang metal sa isang hindi napintahang kahon o isang hindi pansining aparador sa dingding, at isang makapal na pitaka sa loob ng tinagpiang damit. Kaya sa pagpasok, lumiwanag ang mata ko sa panulukang puno ng mga medyas, tama ang akala ko na bahay ito ng isang mayamang hosier (dapat sabihin nang nakapanaklong na wala akong kilalang mahirap na gayon).

Isang matanda, abuhin ang buhok pero masigla pa ring lalaki ang tumayo mula sa mesa at iniabot sa akin ang kanyang kamay, sinabing, "Maligayang pagdating! Saan, kung maaaring itanong, nanggaling ang ginoong ito?"

Hindi maaaring magalit sa gayong kadirekta at magaspang na tanong. Kasinggiliw sa panauhin ang moorland dweller, pero mas matanong nang kaunti, kaysa sa Scottish laird, at hindi mo talaga siya masisi sa kagustuhang malaman kung sino ang bisita niya. Nang masabi ko sa kanya kung sino ako at kung saan ako nanggaling tinawag niya ang kanyang asawa, na kaagad akong hinainan ng lahat na puwedeng ibigay ng kabahayan, at malugod akong hinimok na kumain at uminom—kahit ginawang hindi kailangan ng aking gutom at uhaw ang kanyang mga alok.

Nasa kalagitnaan ako ng hapunan at ng isang politikal na pag-uusap sa aking punong-abala nang may pumasok na bata at napakagandang dalagang magbubukid, na walang dudang aakalain kong isang dalagang nakabalatkayong tumakas sa malulupit na mga magulang at nakasusuklam na pag-aasawa kung hindi lang ako kinumbinsi ng mapula niyang mga kamay at tunay na wikang magbubukid na walang naganap na gayong kalapastanganan. Magiliw siyang tumango, saglit na sumulyap sa ilalim ng mesa, at lumabas ng kuwarto, at bumalik nang halos kaagad-agad dala ang isang plato ng tinapay at gatas na inilapag niya sa sahig at sinabing, "Siguro'y gutom din ang inyong aso, ginoo."

Nagpasalamat ako sa kanyang pag-aasikaso, pero nauukol ang huli halos buung-buo sa malaki at gutom na gutom na aso, na kaagad inubos ang inihain at ngayo'y pinasasalamatan ang nagbigay sa kanyang sariling paraan ng pagkuskos sa dalaga; at nang kimi niyang itinaas ang kanyang kamay, nagkamaling akala si Chasseur sa galaw, at dumamba na napilitan ang dalagang umatras tungo sa panulukan—kung kailan sinaway ko ang aso at ipinaliwanag sa dalaga ang mabuting intensiyon nito. Hindi ko sana tatawagin ang pansin ng mambabasa sa ganitong kaliit na pangyayari kung hindi lang para banggitin na lahat ay bumabagay sa magaganda. Dahil sa lahat ng kanyang sinabi at ginawa, nagpakita ang dalagang magbubukid ng natural na kariktan na hindi maipagpapalagay na kaartehan, liban na lang kung tatawagin ang likas at di-sadyang ugali na gayon.

Nang nakalabas na siya ng kuwarto, tinanong ko ang lalaki at ang kanyang asawa kung anak nila ito. Sinabi nila oo, at idinagdag na siya ang kaisa-isa nilang anak.

"Hindi siya magtatagal sa inyo," sabi ko.

"Tulungan kami ng Diyos! Anong ibig mong sabihin doon?" tanong ng tatay, pero nakangising nasisiyahan sa sarili na nagsasabing alam na alam niya kung anong ibig kong sabihin.

"Naisip ko," sagot ko, "na hindi siya magkukulang sa mga manliligaw."

"H'm," angil niya. "Maaari ngang maraming manliligaw, pero kung malaki ang halaga nila, iyon ang dapat pag-usapan. Hindi sapat na manuyo na may dalang relong may tanikala at pipang pilak; higit pang kailangan sa pangangabayo kaysa pagsabi ng 'gee-up'! Tingnan mo nga naman," patuloy niya, itinukod ang sarili ng parehong kamao sa mesa at yumukod para dumungaw sa mababang bintana, "isa iyon siguro sa kanila na parating ngayon—isang batang pastol na kababangon lang mula sa heather—Ho! Ho! Isa sa mga lalaking naglakad-lakad na may dalang sakong may ilang dosenang pares ng medyas – ang ungas na aso! Aalukin ng kasal ang aming anak sa dalawang oxen at dalawa't kalahating baka – tingnan natin kung anong balak niya, ang pobre!"

Wala sa mga batikos na ito ang nakatuon sa akin, pero para sa bagong dating, kung kanino niya itinutok ang kanyang matalim na tingin nang lumabas ito sa heather papunta sa bahay. Napakalayo pa niya na may oras pa akong tanungin ang aking punong-abala tungkol sa binatang ito, at nalaman na anak siya ng kanilang pinakamalapit na kapitbahay—na, isipin mo, nakatira higit dalawang milya ang layo—at nagmamay-ari lang ang ama ng simpleng tirahan na kung saan may utang siya sa hosier na dalawandaan at anim na dolyar; na ang anak ilang taon nang nagbebenta ng mga yari sa lana at sa wakas naglakas-loob na mag-alok ng kasal sa magandang si Cecil, pero inayawan kaagad. Habang nakikinig ako sa kuwentong ito, pumasok mismo si Cecil sa kuwarto, at ang kanyang nag-aalalang titig, na palinga-linga mula sa kanyang ama papunta sa dayo sa labas, nagduda akong hindi siya sang-ayon sa pananaw ng matandang lalaki.

Pagkapasok na pagkapasok ng batang hosier sa isang pinto, lumabas siya sa isa, nang may mabilis pero malambing at nasasaktang sulyap.

Bumaling ang aking punong-abala sa bagong dating, kinapitan ang dulo ng mesa ng parehong kamay na parang kailangan niya ng tukod at sinagot ang bati ng binata na, "Sumaiyo ang kapayapaan!" at "Magandang araw!" ng isang maigting na "Maligayang pagdating."

Ang huli ay saglit na nanatiling nakatayo, pinaraan ang kanyang mga mata palibot ng kuwarto, at pagkatapos, naglabas ng pipa at lalagyan ng tabako mula sa kanyang bulsa sa likod, kinatok niya ang kanyang pipa sa katabing apuyan at pinuno muli ito. Lahat ito'y marahan at maingat na ginawa, habang nanatiling nakapirmi ang aking punong-abala sa kanyang kinalulugaran.

Napakagandang lalaki ng estranghero—isang tunay na anak ng ating lahing Nordic, na mabagal mag-uumpisang magtrabaho pero ginagawa ito nang may lakas at tibay—maputi ang buhok, may asul na mga mata at mapulang mga pisngi, ang pinong buhok sa kanyang baba ay hindi pa nagagalaw ng ahit kahit na siguro'y nagbente anyos na siya. Bilang isang maglalako, nakabihis siya sa mas maayos na damit kaysa sa ordinaryong magbubukid; at mas maayos pa kaysa sa mayamang hosier mismo, na naka-coat at maluwag na pantalon, tsalekong may pulang guhit-guhit at koton na panyolitong may mga asul na bulaklak—hindi siya di-karapat-dapat na manliligaw para sa magandang Cecilia. Dagdag dito, pinahanga niya ako sa kanyang magiliw at bukas na mukha, na saksi sa katapatan, tiyaga at tatag—isang katangi-tanging katangian ng pagiging Jutland.

Medyo matagal bago basagin ng alinman sa kanila ang katahimikan. Sa wakas, nahanap ng aking punong-abala ang kanyang dila, marahang nagtanong, malamig at walang pakialam, "At saan ka naman patungo ngayon, Esben?"

Sumagot ang huli, habang nagsindi at walang anumang inilabas ang kanyang pipa, "Hindi kalayuan ngayon, pero bukas pupunta ako ng Holstein."

Nagkaroon muli ng katahimikan, kung kailan sinuri ni Esben ang mga upuan, pinili ang isa at umupo. Samantala, pumasok ang ina at anak; tinanguan sila ng batang manlalako sa napakakalmado at panatag na hitsura na baka maniwala ako na talagang wala siyang pakialam sa magandang si Cecilia kung hindi ko nalaman na ang gayong marubdob na pagmamahal ay maaaring umapoy nang malakas kahit gaano pa kakalmado itong tingnan—na hindi ito apoy na sumisiklab at kumikinang, pero isang panatag at mainit na liwanag. Pabuntonghiningang umupo si Cecilia sa kabilang dulo ng mesa at masigasig na nagsimulang maggantsilyo, sa mahinang pagbikas ng "Maligayang pagdating, Esben!" naupo ang kanyang ina sa ruwedang pang-inog.

"Palagay ko pupunta ka para sa trabaho?"

"Baka ganoon nga," sagot ng kanyang bisita, "Susubukan kong tingnan kung anong kikitain sa katimugan. Pero ang aking pakiusap ngayon ay huwag kayo masyadong magmadali na ipakasal si Cecil bago ako makabalik at makita natin kung anong suwerteng inabot ko."

Namula si Cecil, pero patuloy na tumutok sa kanyang ginagawa.

Pinigil ng kanyang ina ang ruwedang pang-inog gamit ang isang kamay, at ipinatong ang isa sa kanyang kandungan at tinitigan nang maiigi ang nagsasalita. Pero, bumaling sa akin, sabi ng kanyang ama, "Nagbubunga ng paglimot ang pagkawala. Paano mo maaasahan si Cecil na hintayin ka? Maaari kang mawala nang matagal—baka hindi ka makabalik kailanman."

"Kung gayon magiging kamalian mo iyon, Michel Krænsen," galit na sagot ni Esben. "Pero heto lamang ang sasabihin ko: kapag pinilit ninyo si Cecil na magpakasal sa iba gagawan ninyo kapwa siya at ako ng malaking kamalian."

Sa gayon, tumayo siya, nakipagkamay sa dalawang matanda at dagling nagpaalam sa kanila. Sa kanyang nobya sinabi niya sa mas tahimik at malambot na tono, "Paalam, Cecil, at salamat sa lahat ng iyong kabaitan. Isipin mo akong mabuti—iyon ay kung maaari . . . Sumaiyo ang Diyos!—at sa inyong lahat. Paalam!"

Tumalikod at tumungo sa pintuan, ibinalik ang kanyang pipa, lalagyan ng tabako at kahon ng pansindi sa angkop na bulsa, pinulot ang kanyang patpat, at lumakad palayo nang hindi man lang lumilingon.

Ngumiti ang matandang lalaki tulad ng dati; bumuntonghininga ang kanyang maybahay, at pinaandar muli ang ruwedang pang-inog. Pero magkakasunod na luha ang pumatak sa mga pisngi ni Cecilia.

Sa puntong ito natukso akong masyado na balangkasin ang mga prinsipyo na dapat maging gabay ng mga magulang tungkol sa pag-aasawa ng kanilang mga anak. Maaari sanang ipinaalala ko sa kanila na hindi sapat ang kayamanan para sa masayang buhay mag-asawa, na dapat masunod ang itinitibok ng puso; na higit sa lahat, tinatawag tayo ng katalinuhan na mas pangalagaan ang dangal, sipag at kakayahan kaysa pera. Maari sanang pinintasan ko ang ama (dahil kahit papaano ang ina ay walang pinapanigan) sa kanyang kalupitan sa kanyang nag-iisang anak na babae. Pero masyado kong kilala ang mga magbubukid para pag-aksayahan ng salita ang sitwasyong ito; alam kong napakahalaga ng kayamanan sa uring iyon—at—nagtataka ako kung gaano ito kaiba sa ibang uri. Dagdag dito, pamilyar ako sa katatagan ng magbubukid, na halos katumbas ng katigasan ng ulo sa puntong ito; at sa ganitong mga kontrobersiya sa mga nakatataas sa kanya madalas siyang bibigay at magkunwaring sumang-ayon sa kanilang opinyon, na baka maniwala sila na nakumbinsi at kakampi nila ito, pero sa katunayan desidido siyang gawin ang gusto niya.

Bukod dito, mayroon pang dapat isaalang-alang na pumipigil sa akin na idutdot ang aking daliring hindi imbitado sa pagitan ng kutsilyo at pader, sa pagitan ng pinto at pintuan, sa pagitan ng martilyo at palihan: hindi ba ang kayamanan ang pinakanadaramang bagay sa lahat ng mabuting bagay sa mundo—sa mga iyon, nota bene, na ayon sa klasipikasyon ni Epitectus 'wala sa ating kapangyarihan'? Hindi ba sapat na pamalit ang pera sa lahat ng makamundong kaligayahan— isang hindi maaring mawalang pamalit sa pagkain at inumin, sa damit at bahay, sa paggalang at pagkakaibigan, at kung iisipin sa pag-ibig? At hindi nga ba kayamanan ang nagbibigay sa atin ng pinakamaraming kaligayahan, ng pinakamalaking kalayaan —na pumupuno sa karamihan ng ating kagustuhan? Hindi ba kadalasan maaaring kahirapan mismo ang batong wawasak sa kapwa pagkakaibigan at pagmamahal? Karaniwang kasabihan ang "Kapag pumasok ang kahirapan sa pintuan, lilipad ang pagmamahal palabas sa bintana." At anong sinasabi natin kapag naglaho ang unang pagkalango sa pag-ibig at tapos na ang pulo't gata? 'Di ba maaring maging habambuhay na magkasama si Amor at Hymen, pero mas ginusto nilang umanib kay Pluto?

Pagkaraang tingnan ang mundo sa kung ano ito—siguro'y mas makatwiran kaysa inaasahan o gusto ng iba mula sa panulat ng isang nobelista—pasasalamatan ng aking mga mambabasa ang aking hindi pagbabagong isip kung hindi ako makikisawsaw sa pagmamahalan nina Esben at Cecila; lalo na dahil sa panig ni Esben baka ito'y purong makatwirang haka-haka na hindi gaanong tumantiya sa ganda at pagtingin ng dalaga kaysa sa napupunong panulukan at mabigat na aparador sa dingding ng ama. At kahit na alam na alam ko na hindi lamang pawang malatulang imbensiyon ang dalisay na pagmamahal, natanto ko agad sa oras na iyon na mas madalas itong matagpuan sa loob ng libro kaysa sa labas ng mga ito.

Samakatuwid nang lisanin ng magandang Cecilia ang kuwarto—siguro para pribadong mailabas ang kanyang mga nadarama sa pagbaha ng mga luha—nabanggit ko lamang na sayang at hindi mas maayos ang kalagayan ng binata, dahil para naman siyang disenteng tao at gusto talaga ang dalaga. "Kung sana," idinagdag ko, makababalik siyang may pitakang puno ng pera . . .

" . . . at kung siyang nagmamay-ari nito," pailalim na dagdag ng matandang Michel, "talagang magiging ibang sitwasyon iyon."

Muli gumala ako sa dinisyerto ng tao at walang inaalalang kasukalan. Sa isang panig, sa malayung-malayo, nakikita ko pa rin si Esben at ang mga hibla ng usok na kumukulot mula sa kanyang pipa. Iyon, sa palagay ko, ang kanyang paraan para maipahiwatig ang kanyang kalungkutan at pagmamahal, pero paano naman ang kawawang si Cecilia? Sumulyap akong muli sa bahay ng mayamang hosier at sinabi sa sarili na kung hindi ito naroroon higit mas kaunting luha ang nasaksihan ng mundo.

Anim na taon ang lumipas bago ko muling nabisita ang bahaging iyon ng kasukalan. Isang araw nang Setyembre noon, at kasing-init at payapa noong huling pagkakataon. Itinulak ako ng uhaw na maghanap ng bahay, at kamalak-malak ang pinakamalapit ang sa hosier. Hanggang makilala ko ang malungkot na tirahan ni Michel Krænsen, hindi ko naisip ang magandang si Cecilia at ang kanyang nobyo, at ang kagustuhang malaman kung anong kinalabasan ng moorland idyll na itinulak akong kasinlakas ng aking uhaw. Sa ganitong mga pagkakataon, higit na gusto kong hintayin ang tunay na kuwento; binuo ko ang aking mga haka-haka, iniisip ko kung ano ang maaari at dapat, at pagkatapos sinusubukan tingnan kung hanggang saan tumutugma ang aking pananaw sa sitwasyon sa idinidikta ng tadhana. Pero karaniwan, talagang naiiba ang hula ko sa totoong mga kaganapan—gayon din sa kasong ito. Inilarawan ko sa isip ko sina Esben at Cecilia na mag-asawa, ang babae na may kargang sanggol, ang lolo na may ilang maliliit na bata nakakandong sa kanya, ang batang manlalako mismo na isang masigla at matagumpay na tagapamahala ng ngayo'y umuunlad na kalakalan ng medyas. Pero iba ang kinahinatnan ng mga bagay-bagay.

Nang pumasok ako sa loob, nakarinig ako ng mahinang boses ng babae na kumakanta na sa unang akala ko'y isang oyayi. Pero napakalungkot ng tono na ang matataas na pangarap ko kaagad bumulusok sa lupa. Tumayo ako roong nakikinig; isang pananaghoy ang kanta tungkol sa walang pag-asang pag-ibig. Kahit simple ang pagkakahiwatig, tunay ito at nakaaantig, pero natatandaan ko lamang ang koro na inuulit sa dulo ng bawat taludtod:

"Ang pinakamalaking dalamhati sa lupa, ang takot ko, ay iyong mawala ang minamahal mo."

Puno ng madidilim na pangitain, binuksan ko ang pinto ng salas.

Isang matabang may edad na babaeng magbubukid na naghihimay ng lana ang kaagad pumukaw ng aking pansin, pero hindi siya ang kumakanta. Nakatalikod ang kumakanta sa akin; umuugoy siyang pabalik-balik, ginagalaw ang kanyang mga kamay na parang gumagawa ng sinulid. Tumayo ang una at binati ako, pero umabante ako para makita ang mukha ng isa pang babae.

Si Cecilia iyon—maputla pero maganda pa rin, naisip ko, hanggang tumingala siya at tumingin sa akin. Pero kabaliwan ang naaninag sa kanyang mapusyaw na namamanaag na mga mata, sa parang maysakit na ngiti sa kanyang mukha. Napansin ko rin na wala siyang ruwedang pang-inog, na ang guni-guni niyang inaapakan ay gawa sa parehong bagay tulad ng punyal ni Macbeth.

Itinigil niya kapwa ang pagkanta at ang pagsisinulid sa hangin, at sabik akong tinanong, "Taga-Holstein ka ba? Nakita mo ba si Esben? Malapit na ba siyang dumating?"

Natanto ko kung anong kalagayan, at kaagad sumagot, "Oo, hindi siya magtatagal pa; pinararating niya sa iyo ang kanyang pagbati."

"Kung gayon dapat akong lumabas at salubungin siya!" masaya niyang iyak, napalundag mula sa kanyang maliit na upuang dayami at lumukso papunta sa pintuan.

"Sandali lang, Cecil," sabi ng isang babae, ibinaba ang kanyang mga karton. "Hayaan mong samahan kita." Dito kinindatan niya ako, umiling—hindi na kailangan ang kanyang ikinilos.

"Ate!" sigaw niya, sa direksiyon ng pinto ng kusina. "May taong narito. Kailangan mong sumama, dahil kailangan na nating lumabas ngayon." Hinabol niya ang baliw na babae, na nakalabas na sa bakuran.

Pumasok ang matandang babae. Hindi ko siya nakilala, pero ipinagpalagay, na sa katunayan tama, na siya siguro ang ina ng hindi masayang dalaga. Ginapi rin siya ng kalungkutan at katandaan. Hindi rin niya ako natandaan mula sa huli kong bisita, pero matapos ng "Maligayang pagdating! Maupo ka," tinanong niya ang kinagawiang tanong, "Saan, kung maaaring itanong, nanggaling ang ginoong ito?"

Sinabi ko sa kanya, ipinaaalala ang katulad na panahon na naroon ako ilang tao na ang nakalipas.

"Maawaing diyos!" iyak niya, pumalakpak. "Ikaw ba 'yan? Umupo ka sa may mesa habang kinukunan kita ng makakain— siguro'y nauuhaw ka rin?" Nang hindi hinihintay ang kasagutan, nagmadali siyang pumunta sa paminggalan at bumalik nang halos kaagad-kaagad dala ang makakain at maiinom.

Talagang sabik akong malaman ang tungkol sa pobreng Cecilia, pero isang pangitain ng bagay na ubod ng lungkot ang pumigil sa aking pagtatanong at hinadlangan akong hayagang tanungin kung anong kapwa gusto at kinatatakutan kong marinig.

"Wala ba sa bahay ang iyong asawa?" ang una kong nasabi.

"Ang aking asawa . . . sabi niya. "Matagal na siyang kinuha ng Ating Panginoon. Oo, tama, magtatatlong taon na mula

Michaelmas nang nabalo ako . . . Isa pang hiwa? Kumain ka lang, kahit na alam kong pagkain lang ito ng magsasaka."

"Hindi na, salamat," sagot ko. "Mas nauuhaw ako kaysa nagugutom . . ." Kung gayon pumanaw na ang iyong asawa? Siguro'y napakalaking kawalan noon—binigyan ka ng labis na kalungkutan . . ."

"Aba'y oo," hikbi niya, napupuno ng luha ang kanyang mga mata. "Pero hindi iyon ang lahat . . . Diyos ko! Siguro'y nakita mo na ang aming anak?"

"Oo," sagot ko, "parang medyo kakaiba siya . . ."

" . . . Tunay na nasiraan na siya ng ulo," iyak niya, humagulgol. "Kinailangan naming umupa ng tao para lang bantayan siya, at kaunti lang ang kaya niyang gawin bukod doon. Dapat sana'y magsisinulid at maggagantsilyo siya nang kaunti, pero kaunti lang ang nagagawa niya, dahil kailangan niyang sundan ang bata mga labing-anim na beses sa isang araw tuwing naiisip niya si Esben . . ."

" . . . Nasaan si Esben?" sabad ko.

"Sa Kaharian ng Diyos," sagot niya. "Kung gayon hindi mo ba nabalitaan? Kaawaan kami, napakalungkot na kamatayan ang pinagdusahan niya; walang sinumang nakaaalam nang gayong kasamaan . . . Huwag kang masyadong mahiya. Kanin at inumin mo ang gusto mo . . . Oo, totoo, marami na akong dinanas mula noong huli kang nandito. At mahirap ang panahon ngayon, ang kalakalan ng medyas ay bagay ng nakaraan, at kailangan naming umupa ng mga estranghero para asikasuhin ang lahat."

Dahil nadama kong higit sa kanyang pagdadalamhati sa nakaraan kasama ng pag-aalala sa kasalukuyan ang kaya niyang isalaysay tungkol sa mga paghihirap niya, pinakiusapan ko siyang magpatuloy. Maluwag sa loob niyang pinagbigyan ang aking hiling at naglahad ng kuwento na—liban sa ilang walang kaugnayang pangungusap—susubukin kong ilahad sa simple at walang sining na paraan ng nagsasalaysay:

"Kami at si Kjeld Esbensen . . ." umpisa niya, matapos makahila ng upuan palapit sa mesa, umupo Rito at inihanda ang kanyang ginagantsilyo, " . . . ay magkapitbahay magmula nang dumating ako sa sakahan. Naging mabuting magkaibigan ang Esben ni Kjeld at ang aming si Cecil bago pa may nakaalam nito. Hindi masyadong nasiyahan ang aking asawa rito at ako man, dahil kakaunti ang nasa pangalan ni Esben at ang kanyang ama'y walang kahit ano, inisip naming mas isipin ang aming anak kaysa gawing pamantayan ang gayong klaseng binata. Oo nga't gumagala siyang may dalang ilang medyas at kumikita ng isang shilling o dalawa, pero hanggang saan ang mararating noon? Pagkatapos umakyat sila ng ligaw. Inayawan sila ng asawa ko— na hindi nakagugulat—at umalis si Esben papuntang Holstein. Napansin naming wala sa wisyo si Cecil, pero hindi namin ito ikinabahala. 'Siguradong makakalimutan niya siya,' sabi ng asawa ko, 'kapag dumating ang tamang lalaki.' At hindi nagtagal bago si Mads Egulund . . . hindi ko alam kung kilala mo siya, nakatira siya ilang milya ang layo rito . . . nanligaw na bayad nang buo ang sakahan at may tatlong libo't anim na dolyar na kumikita ng interes. Sapat na iyon. Kaagad pumayag si Michel, pero si Cecil— tulungan kami ng Diyos, sabi niya hindi! Pagkatapos nagalit ang aking asawa at pinagsabihan siya. Sa tingin ko masyado siyang mahigpit, pero parating gusto ng asawa kong nasusunod siya, kaya siya at ang tatay ni Mads nagpunta sa pastor at pinabasa ang mga patalastas ng kasal. Maayos naman noong unang dalawang Linggo, pero nang itinanong niya sa ikatlong pagkakataon, 'May nakaalam ba kung may hahadlang?' tumayo si Cecil at umiyak, 'Ako—ang mga patalastas nabasa na nang tatlong beses para sa amin ni Esben sa Paraiso.' Sinubukan ko siyang patahimikin, pero huli na. Narinig ito ng lahat ng nandoon sa simbahan at nakatitig sa aming bangko—lahat kami'y napahiya. Hindi ko nga lubos naisip na nawala siya sa katinuan; pero bago pa man makababa ang pastor sa pulpito, nag-umpisa na namang siyang dumaldal tungkol kay Esben at sa Paraiso, tungkol sa trahe de boda at ang kamang pangkasal, at kung anu-ano pa— wala ni isang may katuturan. Kinailangan naming ilabas siya ng simbahan. Pinagsabihan siya ng kawawang Michel, at sinabing binibiro kami nito. Sumpa ko, hindi iyon biro—talagang seryoso siya! Baliw siya noon, at baliw pa rin ngayon."

Dito hinayaang malaglag ng nagsasalaysay ang medyas na ginagantsilyo sa kandungan niya, kinalas ang bola ng lana sa kanyang kaliwang balikat, inikot ito ng ilang beses, at sinuri ito sa lahat ng anggulo. Pero nasa ibang lugar ang utak niya; pagkaraan ng ilang minuto itinaas niya ang bola katapat ng kanyang mga mata, sinabit itong muli sa kawit nito, at nag-umpisang galawin ang kanyang mga gantsilyo nang napakabilis, na parang pupuslit ang sinulid ng kanyang nakalulungot na kuwento.

"Ang tanging nasabi niya ay patay na siya at pumunta sa Paraiso, kung saan pakakasalan niya si Esben pagkamatay na pagkamatay nito, at sinasabi niya ito kapwa araw at gabi. Natanto ng aking kawawang Michel kung anong dahilan ng lahat, 'Gawa ito ng Diyos,' sabi niya. 'Walang makalalaban sa Kanyang kagustuhan.' Pero dinibdib pa rin niya ito, at alam ng Diyos kung ilang oras akong nakahigang gising sa kama na umiiyak habang ang iba'y tulog na. Paminsan sa tingin ko baka mas mabuti kung nakasal ang dalawang bata. 'Baka nga ganoon,' sabi ng aking asawa, 'Pero hindi ito nakatakda.'"

"Sa unang ilang buwan, napakagulo niya at nahirapan kami sa kanya. Kalaunan kumalma siya nang kaunti, hindi halos kumikibo, pero laging nagbubuntonghininga at umiiyak. Ayaw niya gumawa ng kahit anong trabaho, dahil 'Sa Langit,' sabi niya, 'araw ng pahinga ang bawat araw.'"

"Kalahating taon ang lumipas nang ganoon, at halos dalawang beses ang haba nito mula nang umalis si Esben patungo sa katimugan, walang sinumang nakarinig ng tungkol sa kanya mula noon, mabuti man o masama. Tapos isang araw, gaya ng tayo ngayong nakaupo rito—ang kawawa kong si Michel, kami ni Cecil—pumasok si Esben sa pintuan. Dumiretso siya rito bago muna umuwi, kaya hindi niya alam ang kalagayan namin hanggang tiningnan niya ang dalaga at nakitang may mali sa kanya."

"'Natagalan ka,' sabi niya. 'Higit isang taon nang gawa ang kamang pangkasal. Pero sabihin mo muna sa akin: patay ka ba o buhay?'"

"'Diyos ko, Cecil!' sabi niya. 'Siguro nama'y nakikita mo na buhay ako!'"

"'Sayang,' sabi niya, 'kasi hindi ka makapapasok sa pintuan ng Paraiso. Subukan mong humiga at mamatay nang madali sa iyong abot-kaya, kasi si Mads Egelund ay nag-aabang sa pagkakataong mauna roon.'"

"'Hindi maganda ito,' sabi niya. 'Michel, Michel, labis mo kaming ipinahamak. May halagang limang libong dolyar na ako ngayon—namatay ang aking Tiyong binata sa Holstein, at ako ang tagapagmana niya.'"

"'Anong sinasabi mo?' sabi ng aking asawa. 'Sayang at hindi namin nalaman noon. Pero maghintay ka, baka gumaling muli ang dalaga.'"

"Umiling si Esben, lumapit sa aming anak at kinuha ang kamay nito. 'Cecil,' sabi niya, 'magsalita ka nang maayos ngayon. Kapwa tayong buhay, at kung magiging makatwiran ka papayag ang mga magulang mo na ikasal tayo.'"

"Pero nilaylay niya ang kanyang mga kamay sa kanyang likuran at umiyak, 'Pumunta ka roon ngayon! Anong gagawin ko sa iyo? Isa kang tao, at ako'y anghel ng Diyos.'"

"Dito, tumalikod siya at nag-umpisang mapait na umiyak. 'Patawarin ka sana ng Diyos, Michel Krænsen!' sabi niya. 'Tingnan mo kung anong ginawa mo sa aming dalawang kawawang tao!'"

"'Kumalma ka, ngayon din!' sabi ng aking asawa, 'maaring magbago ang mga bagay-bagay para sa mabuti. Dito ka tumuloy sa amin ngayong gabi, at tingnan natin kung anong sasabihin niya bukas.'"

"Gabi noon at may dumating na malakas na bagyong may dalang kulog at kidlat, pinakamalalang nakita ko . . . na para bang magugunaw ang mundo. Nagpasiya si Esben na sa amin magpalipas ng gabi, at pagkahinang-pagkahina ng bagyo, at nawala na ang panganib ng sunog, humiga siya sa salas. Kaming natira ay nagsihiga na rin, pero matagal ko siyang narinig mula sa dingding kung paano siya bumubuntonghininga at umiiyak;

sa tingin ko rin nagdasal siya sa Diyos sa langit. Sa wakas, nakatulog ako. Si Cecil natulog sa panulukan, katapat mismo nang sa akin at kay Michel."

"Siguro mga isang oras iyon pagkahatinggabi nang nagising ako. Tahimik noon sa labas at umaaninag ang buwan sa bintana. Nakahiga akong iniisip lahat ng kamalasang dumapo sa amin; at hindi ko man lang nahulaan kung anong sasabihin ko sa iyo ngayon."

"Biglang naisip ko na napakatahimik sa sulok ni Cecil; halos hindi marinig ang kanyang paghinga. Wala rin akong narinig na kahit ano mula kay Esben. May pakiramdam akong may mali, kaya gumapang ako mula sa aking sariling kama papunta sa kama ni Cecil. Sumilip ako, kinakapa siya ng aking kamay; pero wala siya roon. Tapos hindi talaga ako mapakali, tumakbo sa kusina at nagsindi ng kandila, at umakyat na dala ito sa salas. O maawaing Diyos sa langit, anong nakita ko? Nakaupo siya sa kama ni Esben, ang ulo nito nakapatong sa kandungan niya. Pero nang tingnan ko nang mabuti, simputla ng patay ang mukha ni Esben, at ang kubrekama pula sa dugo. Humiyaw ako at sumalampak sa sahig, pero kinawayan ako ni Cecil, ang isang kamay tinatapik ang pisngi ni Esben. 'Shh, shh,' sabi niya, 'nahihimbing ang mahal ko ngayon. Kapag nailibing ko na ang kanyang katawan, dadalhin ng mga anghel ang kanyang kaluluwa sa Paraiso, at doon magaganap ang aming kasal na magara at puno ng kasiyahan.' Ah Diyos ko, hiniwa niya ang leeg nito—ang duguang patalim ay nasa sahig sa tabi ng kama!"

Dito itinakip ng malungkot na balo ang kanyang mga kamay sa kanyang mukha at mapait na umiyak habang nakabaluktot sa kilabot at kirot ang kanyang dibdib. Sa wakas, napatahan niya ang sarili at nagpatuloy:

"Labis ang kalungkutan at dalamhati kapwa rito at sa bahay ni Esben, pero hindi na puwedeng bawiin ang nagawa na. Nang iniuwi si Esben ulan ng kariton sa kanyang mga magulang (akala nila'y ligtas at maayos siya sa Holstein), labis ang hiyawan at tilian, na aakalain mong bumagsak ang buong bahay. Mabuti siyang tao, nagkamit siya ng maraming pera at kayamanan, pero napakalungkot ng kanyang pagkamatay sa kanyang murang edad—at sa kamay pa ng kanyang nobya. Hindi rin ito makayang makalimutan kailanman ng kawawang Michel; hindi na siya babalik sa dati kailanman. Ilang buwan matapos noon humiga siya sa kanyang kama at pagkatapos kinuha siya ng Ating Panginoon sa akin."

"Sa mismong araw na inilibing siya, natulog nang malalim si Cecil; sa katunayan, natulog siya nang tatlong araw at gabi nang tuloy-tuloy. Nang magising siya bumalik ang kanyang katinuan. Nakaupo ako sa tabi ng kanyang kama, inaasahang tatawagin siyang umuwi ng Ating Panginoon, pero bigla siyang bumuntonghininga nang malalim, bumaling para tingnan ako, at nagtanong, 'Anong nangyari? Saan ako nagpunta? Nagkaroon ako ng kakaibang panaginip—na parang nasa langit ako, at kasama ko si Esben. Diyos ko, ina, nasaan si Esben? May balita ba kayo sa kanya mula nang umalis siyang papuntang Holstein?' Halos hindi ko alam kung anong sasabihin. 'Hindi,' sabi ko, 'wala pa kaming nababalitaan tungkol sa kanya.' Bumuntonghininga siya!—'Nasaan si ama?' tanong niya. 'Nasa mabuti ang ama mo,' sagot ko. 'Kinuha siya ng Diyos para sa Kanya.' Pagkatapos umiyak siya. 'Ina, hayaan ninyo akong makita siya,' sabi niya. 'Hindi mo maaaring gawin iyon, anak,' sagot ko, 'dahil nasa lupa na siya.' 'Tulungan tayo ng Diyos,' sabi niya. 'Kung gayon, gaano katagal na akong tulog?' Natanto ko noon na siya mismo ay hindi alam ang naging kalagayan niya. 'Kung ginising mo ako, ina,' muli siyang nagsalita, 'ginawan mo ako ng mali. Napakahimbing ng aking tulog at napakaganda ng mga panaginip; gabi-gabi akong dinadalaw ni Esben na nakasuot ng matingkad na puting kasuotan at kuwintas ng pulang mga perlas sa kanyang leeg!'"

Dito muling bumagsak sa malulungkot na alaala ang matandang babae at bumuga ng mga malalalim at taos-pusong buntonghininga bago ipinagpatuloy ang kanyang kuwento.

"Bumalik muli ang katinuan sa kawawang bata, pero alam ng Diyos kung mas mabuti siyang gayon. Hindi siya kailanman masaya pero laging tahimik, nagsasalita lamang kapag kinausap at nilibang ang sarili sa trabaho. Hindi mabuti at hindi rin masama ang lagay niya."

"Kalauna'y nabalitaan ng mga kapitbahay ang tungkol dito, at matapos ang tatlong buwan, nagpunta si Mads Egelund para alukin siya ng kasal sa pangalawang pagkataon. Pero ayaw niya itong harapin, sa kahit anong kadahilanan. Mula roon natanto nito na talagang hindi siya gusto nito, naging bastos siya at mahilig gumawa ng kalokohan. Ako at aking mga kaanak at lahat ng mga napunta rito ay laging sobrang pinagkakaingatan na huwag magsasalita ng kahit ano tungkol sa kung paano pinatay mismo ng baliw na dalaga ang kawawang si Esben; at sa palagay siguro niya patay na o ikinasal na sa katimugan. Pero isang araw, noong nandito si Mads, pinipilit si Cecil na tanggapin siya, at sumagot itong mas gugustuhin pa niyang mamatay kaysa pakasalan siya, sinabi niya nang diretsahan na hindi rin siya interesadong magpakasal sa taong ginilitan sa leeg ang kanyang unang nobyo; at doon sinabi rito kung ano ang talagang nangyari. Nasa kusina ako at narinig ko ang kaunting sinabi niya. Binitiwan ko ang aking hawak-hawak, tumakbong papasok at sinigawan siya, 'Mads, Mads, patawarin ka sana ng Diyos! Anong ginagawa mo?' Pero huli na. Nakaupo siya sa bangko, simputla ng pininturahang puting pader, nanlalaki ang nakatitig na mga mata. 'Anong ginawa ko?' sabi ng lalaki. 'Wala akong sinasabi kundi katotohanan; mas mabuting malaman niya kaysa gawin siyang tanga, at hayaan siyang maghintay buong buhay niya para sa taong patay na. Paalam! Salamat!'"

"Umalis siya; pero sinumpong uli si Cecil, at sa tingin ko'y hindi na manunumbalik ang kanyang wisyo sa buhay na ito. Nakita mo sa iyong sarili kung paano siya. Tuwing hindi siya tulog kinakanta niya iyong kantang iyon na siya mismo ang gumawa nang umalis si Esben papuntang Holstein, at nagkukunwaring umiikot sa kanyang kubrekamang pangkasal. Sa lahat ng ibang bagay, tahimik siya, salamat sa Diyos, at hindi mananakit ng kahit langaw. Pero hindi pa rin namin siya iwawala sa aming paningin. Kaawaan siya ng Diyos at sana'y malapit na kaming tawaging umuwi!"

Habang binibigkas niya itong mga huling salita, pumasok ang malungkot na dalaga kasama ang kanyang katulong. "Hindi," sabi niya, "walang senyales niya ngayong araw, pero siguradong darating siya bukas. Kailangan kong magmadali, kung gusto kong matapos ang mga kubrekamang ito." Dali-dali siyang umupo sa maliit niyang bangkong dayami at, mabilis na ginalaw-galaw ang kanyang mga kamay at paa, nagsimula siyang kumantang muli. Bawat beses isang mahaba at malalim na pinanggalingang buntonghininga ang nanguna sa koro. "Ang pinakamalaking dalamhati sa lupa, ang takot ko, ay iyong malayo sa kanyang minamahal mo." Pagkatapos, ang kanyang magandang maputlang mukha bababa sa kanyang dibdib, at sandaling ipapahinga ang kanyang mga paa't kamay; pero dagli siyang umupong diretso muli, nagsimulang kumanta ng isa pang taludtod, at pinaandar muli ang kanyang ruwedang pang-inog.

Puno ng malulungkot na mga kaisipan, gumala akong pauwi; kinuha ng kaluluwa ko ang kulay ng disyerto. Ang imahe ni Cecilia at ang kanyang nakapanghihilakbot na kapalaran ay nanatiling tumatakbo sa aking isipan. Sa bawat malayong fata morgana parang nakikinita ko ang anak ng hosier—kung paano siyang umupong nagsisinulid at umuugoy at inihahagis ang kanyang mga braso. Sa malungkot na siyudad ng ginintuang plover, sa iisang tono, malungkot na mga awit ng malungkot na wood lark, narinig ko lamang ang malungkot pero totoo at malalim na nadaramang salita ng ilang libong nasugatang mga puso:

"Ang pinakamalaking dalamhati sa lupa, ang takot ko, ay iyong malayo sa kanyang minamahal mo."

ANG HORLA*
(The Horla)
Guy de Maupassant

8 Mayo. Napakagandang araw! Ginugol ko ang buong umagang nakahiga sa damuhan sa harap ng aking bahay, sa ilalim ng malaking puno ng platanus na buung-buong nilalatagan, tinatakpan at sinisilungan ang damuhan. Mahal ko ang bayang ito, at gusto kong naninirahan dito dahil narito ang aking mga ugat, ang malalalim at maseselang ugat na nagkakabit sa isang tao sa lupa kung saan ipinanganak at namatay ang kanyang mga ninuno, at ikinakabit siya sa kung ano ang kanyang dapat isipin at ano ang dapat kainin; sa mga kaugalian at pati na mga pagkain; sa mga lokal na kasabihan at himig ng magbubukid; sa mga amoy ng lupa, ng mga kanayunan, ng mismong hangin.

Mahal ko ang aking bahay, dito ako isinilang. Mula sa aking mga bintana, natatanaw ko ang Seine na umaagos sa kabuuang haba ng aking hardin, sa likod ng kalsada, halos nasa likod kong bakuran, ang malaki at malawak na Seine, na tumatagos mula sa Rouen hanggang sa Le Havre, puno ng mga dumadaang bangka.

Sa kaliwa, sa gawi roon, ang Rouen, ang malawak na bubungang asul na siyudad, sa ilalim ng matatayog na kulumpon ng mga Gothic na mga tore ng kampana. Hindi ito mabilang, makitid o malapad, nilulukuban ng bakal na torre ng katedral, at puno ng mga kampanang tumutunog sa asul na hangin ng maaliwalas na mga umaga, inihahatid ako tungo sa kanilang malamyos, malayong ugong ng bakal, ang kanilang tansong himig inihahatid ng hangin sa akin, ngayon mas malakas,

---
*Isinalin ni Ellen Sicat

ngayon mas mahina, naaayon kung nagigising o inaantok na ang hangin.

Gaano kaganda ng umagang ito!

Bandang alas-onse, isang mahabang parada ng mga barko, hinihila ng isang lantsa, mataba tulad ng isang langaw, dumaraing sa hirap at sumusuka ng makapal na usok, ang nakapilang dumaan sa aking tarangkahan.

Pagkaraan ng dalawang skuner ng Ingles, ang kanilang mga pulang bandila pumapagaspas sa langit, dumaan ang kamangha-manghang tatlong palong Brazilian, puting-puti, may nakahahangang linis at kinang. Sinaluduhan ko ito, hindi ko alam kung bakit, napasaya ako nang lubos nang makita ang barkong ito.

11 Mayo. Ilang araw na akong sinisinat. Masama ang pakiramdam ko, o mas tamang sabihing nalulungkot ako.

Saan nanggagaling ang ganitong mga kapangyarihan na binabago ang ating kasiyahan sa kalungkutan at ang ating pagtitiwala sa pagkabalisa? Puwede mong sabihin na ang hangin, ang hindi nakikitang hangin, ay tigib ng mga hindi nalalamang kapangyarihan, kung saan nagmumula ang hiwaga ng anumang pinagdurusahan natin. Nagising akong puno ng galak, na may mga awit na nag-uumapaw sa aking lalamunan. Bakit? Bumaba ako sa tubig; at bigla, pagkaraan ng maikling paglalakad, bumalik akong malungkot, na parang may malaking kamalasang naghihintay sa akin sa bahay. Bakit? Dapyo ba ito ng lamig, na humaplos sa aking balat, na naapektuhan ang aking nerbiyos at pinadilim ang aking kaluluwa? Dahil kaya ito sa hugis ng mga ulap, o sa kulay ng liwanag ng araw, ang kulay ng mga bagay, masyadong pa palit-palit, na pagdaan sa aking paningin, ginambala ang aking mga iniisip? Paano natin malalaman? Lahat nang nakapalibot sa atin, lahat ng ating nakikita nang hindi tinitingnan, lahat ng ating nakakabangga na hindi nakikilala, lahat ng ating hinihipo na hindi nararamdaman, lahat ng ating nakakatagpo na hindi naiintindihan, lahat ng bagay na mayroon sa atin, sa ating kalooban, at mula sa kanila, sa ating mga iniisip, sa ating puso mismo, mabilis, nakagugulat, at hindi maipaliwanag ang mga epekto.

Gaano katalinghaga itong hiwagang hindi nakikita? Hindi ito maarok ng ating mapupurol na pandama, ng ating mga matang hindi alam kung paano makita ang masyadong maliit o ang masyadong malaki, ang masyadong malapit o ang masyadong malayo, ang mga naninirahan sa isang bituin o ang mga naninirahan sa isang patak ng tubig . . . sa ating mga tainga na nililinlang tayo, dahil inihahatid nito sa atin ang mga paggalaw ng hangin bilang tumutugtog na mga tono. Sila ang mga engkanto na nagmimilagrong pinapalitan ang ganitong galaw ng tunog, at sa paghuhunos na ito, isinilang ang musika, na ginagawang kanta ang piping pagkabalisa ng kalikasan . . . sa ating pang-amoy, na mas mahina kaysa nang sa aso . . . sa ating panlasa, na hindi gaanong matantiya ang edad ng isang alak.

Kung mayroon lang sana tayong ibang bahagi na makagagawa ng iba pang mga milagro para sa atin, gaano karaming bagay ang ating matutuklasan sa ating paligid!

16 Mayo. Maysakit ako, walang duda – at pakiramdam ko napakalusog ko noong isang buwan! May lagnat ako, malubhang lagnat, o manapa'y lagnat ng hapong isipan, na ginagawang kasinsakit ng aking kaluluwa ang katawan ko. Parati akong may nakakatakot na kutob na may parating na panganib, itong pangamba sa isang kamalasang daranasin, o ng nalalapit na kamatayan, itong kutob na baka simula ng isang sakit na hindi pa kilala, na tumutubo sa dugo o sa laman.

18 Mayo. Nanggaling na ako sa aking doktor dahil hindi na ako makatulog. Nakita niyang mabilis ang aking pulso, dilat ang aking mga mata, nangangatal, pero walang kahit anong nakatatakot na sintomas. Kailangan ko parating maligo at uminom ng potassium bromide.

25 Mayo. Walang pagbabago. Talagang kaiba ang aking kondisyon. Habang pagabi, sinusukuban ako ng isang hindi mawaring takot, na parang may itinatagong panganib sa akin ang gabi. Mabilis akong naghapunan, pagkaraan sinubukan kong magbasa; pero hindi ko naiintindihan ang mga salita, bahagya ko nang makita ang mga titik. Pagkaraan, pabalik-balik akong naglakad sa sala, sa ilalim ng nalilito at hindi mapigilang takot, ang takot na matulog at ang takot sa aking higaan.

Noong bandang alas-diyes, nagpunta ako sa aking silid. Pagkapasok na pagkapasok ko, dalawang beses kong ipinihit ang susi at kinasa ang mga kandado. Takot ako . . . sa ano? Wala akong kahit anong kinatakutan liban sa ngayon . . . Binuksan ko ang aking mga aparador, sinilip ang ilalim ng kama, nakiramdam . . . nakiramdam . . . sa ano? Kakatwa ba na ang isang karaniwang karamdaman ay maaaring isang karamdaman ng sirkulasyon, isang naipit na ugat, kaunting pagkabara, gabutil na ligalig sa ganap na hindi perpekto at maselang paggalaw ng ating buhay na kaanyuhan, kayang gawing malungkot ang pinakamasayang tao, at gawing duwag ang pinakamatapang? Pagkaraan nahiga na ako, at hinintay ang antok na parang naghihintay ng isang berdugo. Hinintay ko ito nang may takot sa pagdating nito; at kumakabog ang aking puso, nanginginig ang mga binti; at nangangatog ang buong katawan sa init ng mga kumot, hanggang sa bigla akong nakatulog, tulad ng paglunod sa sarili, tumalon sa kailaliman ng hindi umaagos na tubig. Hindi ko ito naramdamang dumating, na gaya nang dati, itong taksil na tulog, nakatago sa tabi ko, naghihintay sa akin, nakaabang na hawakan ako sa ulo, ipikit ang aking mga mata, at gapiin ako.

Natulog ako – mahaba – dalawa o tatlong oras – pagkaraan, nanaginip – hindi – isang bangungot na pinigilan ako. Alam kong nakahiga ako at natutulog . . . ramdam ko at alam ko . . . at naramdaman ko rin na may lumalapit sa akin, tinitingnan ako, hinahawakan ako, umaakyat sa aking kama, lumuhod sa aking dibdib, hinawakan ang leeg ko at pinipiga . . . pinipiga . . . sa abot ng kanyang lakas, para sakalin ako.

At nanlaban ako sa sarili, nakagapos sa napakasamang kawalan ng lakas na pinaparalisa tayo sa ating panaginip. Gusto kong sumigaw – hindi ko kaya. Gusto kong gumalaw – hindi ko magawa. Sinubok ko, labis na pinilit ko, hinabol ang hininga, na ibaling, itapon ang nilalang na itong dumadagan sa akin at sinasakal ako – hindi ko kaya!

At bigla, nagising ako, puno ng takot, naliligo sa pawis. Nagsindi ako ng kandila. Nag-iisa ako.

Pagkaraan ng krisis na ito, na nangyayari gabi-gabi, sa wakas nakatulog ako, payapa, hanggang madaling-araw.

2 Hunyo. Lalong lumala ang aking kondisyon. Ano ang mayroon ako? Walang bisa ang bromide; walang nagawa ang paliligo. Ngayong hapon, upang pagurin ang sarili (na hapo naman na), nagpunta ako sa gubat ng Roumare para maglakad. Una, akala ko ang sariwang hangin, mahinay at matamis, puno ng halimuyak ng damo at mga dahon, ay pupunuin ang aking mga ugat ng bagong dugo, ng bagong lakas ang aking puso. Tinahak ko ang malapad na daan na gamit namin sa pangangaso, pagkatapos lumiko papunta sa La Bouille sa isang makitid na daan sa pagitan ng dalawang hilera ng pambihirang matatayog na mga puno na ang makapal, luntian, at halos itim na bubong ang nagsilbing pagitan ko at ng langit.

Bigla, nangatog ako, pero hindi dahil sa lamig – isang kakaibang pangangatog sa takot.

Binilisan ko ang hakbang, hindi mapalagay na nag-iisa sa kakahuyan, natatakot nang walang dahilan, katangahan dahil talagang nag-iisa ako. Bigla, pakiramdam ko may sumusunod sa akin, nasa likod ko lang, masyadong malapit, napakalapit, malapit na puwede akong hawakan.

Bigla ako bumaling. Nag-iisa ako. Sa likuran ko ang nakita ko lang ay ang tuwid, malapad na daan, walang katao-tao, mataas, nakakatakot na walang katao-tao; at sa kabilang direksiyon ay lumampas din ito sa abot-tanaw, gayon din, nakakatakot.

Ipinikit ko ang mga mata. Bakit? At nagsimula akong umikot sa isang sakong, mabilis, parang isang trumpo. Halos madapa ako; binuksan kong muli ang mata ko; nagsasayaw ang mga puno; lumulutang ang lupa; kailangan kong maupo. At pagkaraan, hindi ko na alam kung paano ako nakarating doon!

Kataka-takang ideya! Kataka-taka! Kataka-takang ideya! Hindi ko na alam. Umalis ako gamit ang daan na nasa aking kanan, at bumalik ako sa daang nagdala sa akin sa gitna ng gubat.

3 Hunyo. Napakasama ng gabi. Aalis ako nang ilang linggo. Siguradong maaayos ako ng isang maikling paglalakbay.

2 Hulyo. Nakabalik na ako. Gumaling na ako. Masaya rin ang aking pamamasyal. Binisita ko ang Mont Saint-Michel, na ngayon ko lang nakita.

Kamangha-manghang tanawin, kung pagdating mo, na tulad ko, sa Avranches, na pagabi na! Ang siyudad ay nasa bundok; at dinala ako sa isang pampublikong hardin, sa gilid ng siyudad. Napabulalas ako sa pagkamangha. Tumambad sa akin ang isang malawak na look, kasinlayo ng abot ng mata, sa pagitan ng dalawang baybayin na magkalayo sa isa't isa, nawawala sa kalayuang balot ng hamog; at sa gitna nitong napakalaking dilaw na look, sa ilalim ng malinaw na ginintuang langit, doon lumitaw, maitim at matulis, isang kaibang bundok, sa gitna ng buhanginan. Kalulubog lang ng araw, at sa nag-aapoy pang kalangitan namumukod ang balangkas nitong kahanga-hangang bato, nasa tuktok nito ang isang kagila-gilalas na monumento.

Nang madaling araw, pinuntahan ko ito. Mababa ang dagat, tulad noong nakaraang gabi, at minasdan ko ang nakagugulat na abadiya na lumitaw sa harap ko habang papalapit ako rito. Pagkaraan ng ilang oras na paglalakad, narating ko ang malaking bundok ng mga bato na tinutukuran ng maliit na siyudad na sinusukuban ng malaking simbahan. Pagkaraang akyatin ang makitid, matarik na kalsada, pinasok ko ang pinakamagandang Gothic na tahanang itinayo sa lupa para sa Diyos, kasinlaki ng siyudad, puno ng mababang kamara, naiipit sa pagitan ng mga hanay ng arko, at matataas na galeriya na tinutukuran ng mahihinang haligi. Pinasok ko itong higanteng granite na hiyas, magaan tulad ng puntas, nababalutan ng mga tore at mga payat na tugatog, kung saan nakatayo ang paikot na hagdanan, at itinapon sa asul na langit ng araw, at sa madilim na langit ng gabi, ang kanilang kaibang mga ulong nangangalisag sa mga chimera, mga demonyo, kamangha-manghang mga hayop, malahalimaw na mga bulaklak, pinagkakabit sa isa't isa ng mga payat at pinong nililok na mga arko.

Nang nasa tuktok ako, sabi ko sa monghe na kasama ko, "Father, siguro ang saya mo na narito kayo!"

Sagot niya, "Masyadong mahangin, Monsieur"; at nag-usap kami habang minamasdan ang pagtaas ng dagat, habang dumadaloy ito sa buhangin at binabalot ito ng baluting bakal.

At kinuwentuhan ako ng monghe, lahat ng mga lumang kuwento ng lugar na ito, mga alamat, palaging mas mga alamat.

Isa sa mga ito ang nakatawag ng aking pansin. Sinasabi ng mga tagaroon, na naninirahan sa bundok, na sa gabi nakaririnig sila sa mga buhangin ng mga boses. Sabi nila nakaririnig sila ng dalawang kambing na humahalinghing, ang isa malakas ang boses, ang isa mahina. Pinipilit ng mga nangungutya na ang mga iyon ay tawag ng mga ibong-dagat, na kung minsan katunog ng paghalinghing, at minsan panaghoy ng tao; pero ang mga mangingisda sa gabi ay sumusumpang, gumagala sa mga tambak ng buhangin, sa pagitan ng dalawang katihan, sa palibot ng maliit na bayang itinapon nang napakalayo sa mundo, nakikita nila ang isang matandang pastol, nababalutan ng balabal, hindi kailanman nakita ang kanyang ulo; at ang nanguna, lumalakad sa harap nila, ang isang lalaking kambing na may mukha ng lalaki, at isang babaeng kambing na may mukha ng babae, kapwa may mahabang puting buhok, walang tigil na nag-uusap, nagtatalo sa hindi kilalang wika, pagkatapos biglang hihinto para humahalinghing sa abot-kaya nila.

Sabi ko sa monghe, "Naniniwala ka rito?"

Bumulong siya, "Hindi ko alam."

Sabi ko, "Kung may ibang nilalang bukod sa atin na nabubuhay sa mundo, bakit hindi natin sila nakasalubong sa matagal na panahon? Bakit ikaw mismo hindi pa sila nakita? Bakit ako mismo hindi pa sila nakita?"

Sagot niya, "Nakikita ba natin ang ikaisandaang libong parte ng kung ano ang nabubuhay? Tingnan mo, narito ang hangin, na pinakamalakas na puwersa sa kalikasan, na nakapagpapatumba ng mga tao, sumisira ng mga gusali, binubunot ang mga puno, hinahampas ang mga dagat sa mga bundok ng tubig, winawasak ang mga talampas, at inihahagis ang mga malalaking barko sa mga bahura; narito ang hangin na pumapatay, pumipito, umuungol, sumisigaw – nakita mo na ba ito, at kaya mo ba itong makita? Gayunman, narito ito."

Naumid ako sa napakapayak na paliwanag. Marunong ang taong ito, o baka isang tanga. Hindi ko ito kayang matiyak; pero naumid ako. Kung ano ang sinabi niya noon, lagi kong naiisip.

3 Hulyo. Hindi maganda ang tulog ko; talagang mayroon sigurong nakahahawang lagnat dito dahil may ganito ring sakit ang aking kutsero. Nang bumalik ako kahapon, napansin ko ang kakaiba niyang pamumutla. Tinanong ko siya:

"Maysakit ka ba, Jean?"

"Hindi ako makapagpahinga, Monsieur; inuubos ng mga gabi ko ang araw ko." Mula nang umalis ang Monsieur, ito ay kumakapit sa aking parang sumpa.

Ang ibang katulong ay maayos naman, gayunman, ako ay natatakot na mabinat.

4 Hulyo. Walang duda, nahawa na naman ako. Bumabalik ang mga dati kong mga bangungot. Kagabi, naramdaman kong may nakadagan sa akin, ang bibig niya nasa akin, iniinom ang aking buhay sa pamamagitan ng aking mga labi. Oo, sinisipsip niya ito mula sa aking lalamunan, tulad ng linta. Pagkaraan, tumayo siya, busog, at nagising ako, masyadong sugatan, wasak at upos na hindi na ako makagalaw. Kung magpapatuloy pa ito nang ilan pang mga araw, siguradong muli akong aalis.

5 Hulyo. Nawala na ba ako sa katinuan? Masyadong kataka-taka ang nakita ko kagabi na umiikot ang ulo ko kapag iniisip ito!

At tulad nang ginagawa ko ngayon sa bawat gabi, ikinandado ko ang aking pinto; pagkaraan, dahil nauuhaw ako, umiinom ako ng kalahating baso ng tubig, at hindi sinasadyang napansin ko na puno ang carafe ko hanggang sa kristal na tapon nito.

Pagkaraan nahiga na ako, at natulog sa isa sa aking mga nakatatakot na panaginip, mula sa kung saan pagkaraan ng dalawang oras, sinaklot ako ng isa pang mas nakatatakot na pagkagulat.

Isipin mo ang isang taong natutulog, na pinapatay, at nagising na may nakaturok na kutsilyo sa kanyang baga, na may kalansing ng kamatayan, na puno ng dugo, na hindi na kayang makahinga, na mamamatay, at hindi niya maintindihan kung bakit – ganoon ang pakiramdam.

Nang sa wakas mahimasmasan ako, nauhaw uli ako. Nagsindi ako ng kandila at pumunta sa mesa kung saan naroon ang aking carafe. Itinaas ko ito at sinalinan ang aking baso. Walang pumatak. Wala itong laman! Wala itong kalaman-laman! Noong una, labis akong naguluhan; pagkaraan, bigla na lamang akong nakaramdam ng matinding emosyon na kinailangan kong maupo, o mas tamang sabihing, sumalampak sa upuan. Pagkaraan, tumayo akong muli para tingnan ang palibot ko. Pagkatapos muli akong naupo, tigib ng pagkagulat at takot, sa harap ng malinaw na kristal! Tinitigan ko ito, pilit na iniintindi. Nanginginig ang mga kamay ko! May uminom siguro ng tubig. Sino? Ako? Baka ako. Ako lang ang puwede. Kung ako ay naglalakad sa pagtulog at hindi namamalayang nabubuhay sa ganitong dalawang mahiwagang buhay, maghihinala tayo na may dalawang nilalang sa loob natin, o may isang banyagang nilalang, hindi nakikilala o hindi nakikita, na nagpapagalaw sa ating nakabilanggong katawan sa sandaling pumurol na ang ating kaluluwa; at sinusunod ng ating katawan itong nilalang na ito tulad ng ating sarili, o sinusunod ito nang mas higit pa sa ating sarili.

Sino ang makaiintindi ng aking nakasusuklam na takot? Sino ang makaiintindi ng damdamin ng isang tao na may tamang pag-iisip, gising, makatwiran, na tumitingin sa bote ng carafe, natatakot na nawala ang kaunting tubig habang siya ay natutulog? Nanatili ako roon hanggang umaga na hindi nangahas bumalik sa kama.

6 Hulyo. Nababaliw ako. Muli, may uminom kagabi ng lahat ng laman ng aking carafe – o mas tamang sabihing, ako ang uminom nito.

Pero ako nga ba? Ako ba? Sino kaya? Sino? O Diyos ko! Nababaliw na ba ako? Sino ang magliligtas sa akin?

10 Hulyo. Katatapos ko lang gumawa ng ilang nakagugulat na eksperimento.

Walang duda. Baliw ako! Gayunpaman...

Noong Hulyo 6, bago ako natulog, naglagay ako sa aking mesa ng kaunting alak, kaunting gatas, kaunting tubig, kaunting tinapay, at ilang presa.

May uminom – ako ang uminom – ng lahat ng tubig, at kaunting gatas. Hindi nila ginalaw ang alak, o ang tinapay, o ang mga presa.

Noong Hulyo 7, inulit ko uli ang pagsubok, at ganoon din ang resulta.

Noong Hulyo 8, hindi ko isinama ang tubig at gatas. Wala silang ginalaw.

At noong Hulyo 9, inilagay ko sa mesa ko ang tubig at gatas lamang, maingat na binalot ang mga carafe ng mga piraso ng puting muslin, at tinalian ang mga tapon. Pagkaraan, kinuskos ko ng grapayt ang aking mga labi, balbas at mga kamay at saka natulog.

Hinila ako ng hindi nakikitang antok, na agad sinundan ng naalimpungatang paggising. Hindi ako gumalaw nang anuman; walang lukot ang mga kumot ko. Nagmadali akong nagpunta sa aking mesa. Hindi nadumihan ang mga piraso ng telang nakabalot sa bote. Kinalas ko ang mga tali, nanginginig sa takot. May uminom ng lahat ng tubig! At lahat ng gatas! Diyos ko...

Pupunta ako kaagad sa Paris.

12 Hulyo. Paris. Baka nasira na ang ulo ko noong nakaraang mga araw. Pinaglaruan siguro ako ng pagod kong isipan, liban na lang kung ako nga ay isang naglalakad nang tulog, o nagdaan sa mga ganoong karanasan, na nakita na pero hindi pa naipapaliwanag, na tinatawag na "pahiwatig." Sa anu't anuman, malapit-lapit na sa kabaliwan ang takot ko, pero ang dalawampu't apat na oras na pagtigil ko sa Paris ay sapat na para maibalik ang aking katinuan.

Kahapon, pagkaraan ng ilang pamimili at ilang pagdalaw, na inilagay ang aking timpla sa sariwa't pampasiglang hangin. Tinapos ko ang aking gabi sa Théatre-Français. Nagtatanghal sila ng dula ni Alexandre Dumas, ang nakababata, at ang mabilis at matulis na siste nito ang kumumpleto sa paggaling ko. Tunay na mapanganib ang pag-iisa para sa isang matalinong pag-iisip. Kailangan natin mapaligiran ng mga taong nag-iisip at nagsasalita. Kung matagal tayong nag-iisa, tinatauhan natin ng mga multo ang kawalan.

Dumaan sa mga kalsada, bumalik akong masayang-masaya sa hotel. Habang nakikipagbanggaan ng mga balikat sa mga tao, naisip ko, nang walang kabalintunaan, ang mga nakaraang kong mga takot at hinala, nang ako ay naniwala, oo, naniwala sa isang hindi nakikitang nilalang na naninirahan sa ilalim ng aking bubong. Gaano kahina ang ating ulo, gaano kadaling mabahala, gaano kabilis madala sa sandaling may datnan na maliit na katotohanang hindi maipaliwanag!

Sa halip na sabihin ang mga simpleng salita: "Hindi ko maintindihan dahil malabo sa akin ang dahilan," agad tayong nag-iisip ng mga nakakatakot na mga kababalaghan at higit sa karaniwan na kapangyarihan.

14 Hulyo. Bastille Day. Naglakad-lakad ako sa mga kalye. Natuwa ako sa mga paputok at mga bandila tulad ng isang bata. Pero kahangalan, ang maging masaya nang nakatakda, sa araw na iniatas ng gobyerno. Isang kawan ng mga bobo ang mga tao, kung minsan, matiyagang tanga at minsan mabagsik na nag-aalsa. Sasabihin sila, "Magsaya kayo." Magsasaya sila. Sasabihin sila, "Makipag-away ka sa iyong kapitbahay." Makikipag-away sila. Sasabihin sila, "Iboto ang Emperador." Iboboto nila ang Emperador. Pagkatapos sasabihin sila: "Iboto ang Republika." At iboboto nila ang Republika.

Mga gago rin ang mga nagpapatakbo nito; pero sa halip na sundin ang mga tao, sinusunod nila ang mga prinsipyo, na maari lamang maging walang kabuluhan, walang kapangyarihan at mali dahil sa katotohanang prinsipyo ang mga ito, ibig sabihin, mga ideya na inisip na tiyak at hindi nababago, sa mundong ito kung saan hindi tayo nakasisiguro sa kahit ano, sapagkat isang ilusyon ang liwanag, dahil isang ilusyon ang tunog.

16 Hulyo. Nakakita ako ng ilang bagay kahapon na sobrang nagpaligalig sa akin.

Kumakain ako sa bahay ng aking pinsan, si Madame Sablé, na ang asawa ay ang hepe ng 76th Chasseurs sa Limoges. Naroon ako bilang bisita kasama ang dalawang babae, ang isa ay nakapangasawa ng doktor, si Dr. Parent, na ginugugol ang marami niyang oras sa pag-aaral ng mga nervous illnesses at mga higit sa karaniwang sintomas na idinudulot ng mga eksperimento sa panahong ito patungkol sa hipnotismo at suhestiyon.

Maligoy niyang isinalaysay sa amin ang mga hindi maipaliwanag na resulta na nakuha ng mga doktor na Ingles sa Nancy School.

Para sa akin ang mga bagay na binanggit niya ay masyadong kakaiba at inamin ko sa kanya na hindi ko siya pinaniniwalaan nang kahit katiting.

"Kami," siniguro niya, "ay nasa bingit ng pagtuklas ng isa sa pinakamahalagang lihim ng kalikasan, ibig kong sabihing isa sa mga pinakamahalagang lihim sa mundong ito, dahil siguradong ang kalikasan ay mas mahalaga pa, naroon sa itaas, sa mga bituin. Simula nang mag-isip ang tao, simula nang matuto siyang magsalita at isulat ang kanyang iniisip, nakadama siya ng hiwagang hindi maarok ng kanyang mapurol at kulang-kulang na mga pandama, at sinubok niya, gamit ang kanyang talino, na pagtakpan ang kawalang kakayahan ng kanyang mga pandama. Nang mapurol pa ang talinong ito, nabuhay ang pagdalaw na ito ng mga hindi nakikitang kababalaghan sa mga nakatatakot na anyo ng pinakakaraniwang klase. Kaya isinilang ang mga popular na paniniwala sa talulikas, mga alamat ng naglalakbay na mga kaluluwa, mga engkanto, mga duwende, mga multo. Sasabihin ko rin pati na ang alamat ng Diyos, dahil ang ating mga konsepto ng manlilikha, mula sa anumang relihiyon na dumating sa atin, ay tunay na pinakakaraniwang mga imbensiyon, ang pinakabobo, ang mga pinakahindi katanggap-tanggap na nagmula sa mga takot na utak ng mga nilalang. Wala nang mas totoo pa sa sinabing ito ni Voltaire: "Inihawig ng Diyos ang tao sa kanya pero ibinalik ng tao ang pabor."

"Pero makaraan ang higit isang siglo nagkaroon ng pagpaparamdam ng isang bagay na bago. Si Mesmer at ang ilan pa ay inilagay tayo sa hindi inaasahang landas, at totoong narito na tayo, lalo na nitong huling apat o limang taon sa nakagugulat na mga resulta.

Ngumiti ang pinsan ko, hindi rin siya naniniwala. Sabi ni Dr. Parent sa kanya.

"Gusto mong subukan kong patulugin ka, Madame?"

"Oo, gusto ko iyon."

Naupo ang pinsan ko sa isang silyon at nagsimula si Dr. Parent na titigan siya, hinihipnotismo siya. Bigla akong nakadama ng kaunting pag-aalala; kumakabog ang aking puso at nanikip ang aking lalamunan. Nakita kong bumibigat ang mga mata ni Madame Sablé, tumikom ang bibig, at humihingal.

Pagkaraan ng sampung minuto, tulog na siya.

"Magpunta ka sa likod niya," sabi sa akin ng doktor.

Kaya umupo ako sa likod ni Madame Sablé. Inilagay ng doktor sa kamay ni Madame Sablé ang isang tarheta at sinabi sa kanya, "Narito ang salamin. Ano ang nakikita mo rito?"

Sumagot siya. "Nakikita ko ang pinsan ko."

"Ano ang ginagawa niya?"

"Pinipilipit niya ang kanyang bigote."

"At ngayon?"

"May inilalabas siyang litrato sa kanyang bulsa."

"Ano ang nakikita sa litrato?"

"Siya."

Tama! At kabibigay lang sa akin ng litrato, noong gabing iyon, sa hotel.

"Paano siya ipinakikita sa litrato?"

"Nakatayo siya, hawak sa kamay ang sombrero."

Kung gayon nakita niya sa tarheta na ito, sa puting karton na ito, tulad nang makikita niya sa salamin.

Natakot ang mga dalaga at sinabi, "Tama iyan! Tama na! Tama na!"

Pero iniutos ng doktor, "Gigising ka bukas nang alas-otso, pagkatapos hahanapin mo ang iyong pinsan sa kanyang hotel, at makikiusap ka sa kanya na pahiramin ka ng limang libong francs, na hinihingi sa iyo ng asawa mo, at kailangang makuha niya sa iyo para sa susunod niyang biyahe."

Pagkaraan ginising ng doktor ang aking pinsan.

Nang pabalik na ako sa hotel, inisip ko ang naganap na kataka-takang panayam, at bigla akong nagambala ng mga pagdududa – hindi tungkol sa hindi matatawaran at walang dudang kabutihang-loob ng aking pinsan na mula pagkabata ay itinuring kong kapatid, pero ang posibleng panloloko ng doktor. Baka kasabay ng kanyang tarheta may itinago siyang salamin sa kanyang kamay na ipinakita sa natutulog kong pinsan? Kilalang nagagawa ng mga propesyonal na salamangkero ang mas higit pang kababalaghan.

Bumalik na ako at natulog.

Ngayong umaga, bandang alas-otso y medya, ginising ako ng aking kamarero, na nagsabi:

"Narito si Madame Sablé, na gustong makausap si Monsieur ngayon din."

Mabilis akong nagbihis at pinapasok siya.

Naupo siya, sobrang aburido, nakababa ang mga mata at nang hindi itinataas ang kanyang belo, sinabi sa akin:

"Mahal kong pinsan, mayroon akong hihilingin sa iyo."

"Ano iyon, pinsan?"

"Nahihiya akong sabihin sa iyo, pero kailangan. Kailangang-kailangan ko ng limang libong francs."

"Talaga? Ikaw?"

"Oo, ako, a hindi, ang aking asawa ang nag-utos sa aking kunin iyon."

Masyado akong nagulat na nautal sa aking isasagot. Naisip kong baka pinaglalaruan nila ako ni Dr. Parent, kung ito ay panlolokong pinaghandaan at mahusay na ginampanan.

Pero nang masusi ko siyang pinagmasdan, nawala lahat ng aking agam-agam. Nanginginig siya sa kahihiyan, masyadong masakit sa kanyang gawin ito, at napansing kong mangiyak-ngiyak na siya.

Alam kong napakayaman niya, at nagpatuloy ako:

"Pero hindi ba may nakahandang limang libong francs ang asawa mo? Isipin mo? Sigurado ka ba na iniutos niyang mangutang sa akin?"

Ilang sandali siyang nag-atubili, na para bang masyado siyang nahihirapang makaalala, pagkatapos sumagot:

"Oo . . . oo . . . sigurado ako."

"Sumulat siya sa iyo?"

Muli siyang natigilan, nag-isip. Nakita kong nahihirapan siyang mag-isip. Hindi niya alam. Ang alam lang niya, kailangan niyang humiram ng limang libong francs sa akin para sa kanyang asawa. Kaya sinubukan niyang magsinungaling.

"Oo, sumulat siya sa akin."

"Kailan? Hindi mo ito nabanggit sa akin kahapon."

"Natanggap ko lang ngayong umaga ang sulat niya."

"Puwede mo bang ipakita sa akin?"

"Hindi . . . hindi . . . hindi . . . may laman itong mga pribadong bagay . . . masyadong personal . . . ako . . . sinunog ko ito."

"Kung gayon, may mga utang ang asawa mo?"

Muli siyang natigilan, pagkaraan bumulong:

"Hindi ko alam."

Diniretsa ko siya: "Ang totoo, hindi kita agad mabibigyan ng limang libong francs, mahal kong pinsan."

Bumulalas siya na parang dumadaing.

"Oh, nakikiusap ako sa iyo, nakikiusap ako, gumawa ka ng paraan . . .

Naging balisa siya, magkasalikop-kamay na parang nagdarasal sa akin! Narinig kong nagbago ang tono ng kanyang boses. Umiyak siya at nautal, nagdurusa, nasa ilalim ng hindi masusuway na utos na tinanggap niya.

"Oh! Nakikiusap ako . . . kung alam mo lang kung gaano ako nagdurusa . . . kailangan ko ang pera ngayong araw."

Naawa ako sa kanya.

"Makukuha mo ito ngayong hapon, isinusumpa ko."

Napasigaw siya: "Oh! Salamat! Salamat! Ang bait mo talaga."

Nagpatuloy ako: "Natatandaan mo ba ang nangyari kahapon sa bahay mo?"

"Oo."

"Natatandaan mo bang pinatulog ka ni Dr. Parent?"

"Oo."

"Puwes, inutusan ka niyang puntahan mo ako ngayong umaga at mangutang ng limang libong francs mula sa akin, at sinusunod mo ngayon ang utos niya."

Nag-isip siya nang ilang sandali at sumagot:

"Pero ang asawa ko ang may gusto noon."

Sinubok kong kumbinsihin siya nang may isang oras, pero hindi ako nagtagumpay.

Nang makaalis siya, pumunta ako sa doktor. Paalis na siya; at nakangiting nakinig siya sa akin. Pagkaraan, sinabi niya:

"Naniniwala ka na ngayon?"

"Oo, napilitan ako."

"Puntahan natin ang pinsan mo."

Nagpapahinga ang pinsan ko sa chaise lounge, pagod na pagod. Kinuha ng doktor ang kanyang pulso, tiningnan siya nang matagal, pagkaraan itinaas ang kanyang kamay sa ibabaw ng mata ng pinsan ko. Dahan-dahang pumikit ang mga mata nito sa ilalim ng hindi mapigilang puwersa ng mala-batubalaning lakas.

Nang makatulog ang pinsan ko:

"Hindi na kailangan ng asawa mo ang limang libong francs. Kalilimutan mo na nagmakaawa ka sa pinsan mo na pautangin ka. Kung magsasalita siya tungkol dito, hindi mo maiintindihan."

Pagkaraan, ginising niya ito. Inilabas ko ang pitaka ko mula sa aking bulsa.

"Eto, mahal kong pinsan, ang hinihingi mo sa akin kaninang umaga."

Labis na nagulat ang pinsan ko na hindi na ako sumubok pang magpumilit. Pinilit kong ipaalala sa kanya, pero matigas niyang itinanggi ang lahat, akala binibiro ko siya, at nang bandang huli, halos galit na.

***

Kaya ayun. Kababalik ko lang. Hindi ako makakain ng tanghalian. Masyadong nakababahala sa akin ang karanasang ito.

19 Hulyo. Kinakantiyawan ako ng maraming taong pinagsabihan ko ng nangyari. Hindi ko na alam ang dapat isipin. Isang matalino ang nagsabi, "Baka nga!"

21 Hulyo. Lumabas ako para kumain sa Bougival; pagkaraan, ginugol ko ang gabi sa isang sayawan sa rowing club. Tila depende ang lahat ayon sa lugar at paligid. Para maniwala sa talulikas sa Ile de la Grenouillère ay sukdulan ng katangahan . . . pero sa tuktok ng Mont Saint-Michel? O sa India? Nakapanlulumong nasa ilalim tayo ng mga bagay sa ating paligid. Babalik na ako sa aking bahay sa susunod na linggo.

30 Hulyo. Mula kahapon pa akong nakabalik sa bahay ko. Maayos ang lahat.

2 Agosto. Walang bago. Ang ganda ng panahon. Ginugol ko ang aking mga araw na minamasdan ang agos ng Seine.

4 Agosto. Mga away ng mga kasambahay. Sinasabi nila na may nagbabasag ng mga baso sa platera kung gabi. Sinisisi ng kamarero ang kusinera, na sinisisi naman ang labandera, na sinisisi ang dalawa. Sino ang may sala? Sa huli, sino ang makapagsasabi?

6 *Agosto.* Ngayon, hindi ako baliw. Nakita ko . . . nakita ko . . . nakita ko! Hindi na ako magdududa – Nakita ko! Nanlalamig pa rin ako hanggang sa dulo ng mga daliri . . . Natatakot pa ako hanggang sa kaibuturan ng aking mga buto . . . Nakita ko!

Naglalakad ako noong alas-dos, kainitan, sa aking sariling hardin ng rosas . . . sa hilera ng mga rosas ng taglagas, na nagsisimulang mamulaklak.

Habang nakatigil ako para tingnan ang isang Géant des Batailles, na may tatlong maririkit na bulaklak, malinaw kong nakita, medyo malapit sa akin, na yumukong mag-isa ang sanga ng isa sa mga rosas, na parang may hindi nakikitang kamay na binabaluktot ito, pagkatapos pinutol, na parang pinigtal ito ng mga kamay na iyon. Pagkatapos umangat ang bulaklak, sinusundan ang kurba ng braso na mailalarawan kung dinadala ito sa bibig, at nanatili itong nakasampay sa malinaw na hangin, nag-iisa, hindi gumagalaw, isang nakatatakot na pulang hugis na tatlong piye ang layo mula sa aking mga mata.

Naguguluhan, inihagis ko ang sarili rito para hawakan ito. Wala akong nakita, naglaho ito. Tapos sinukluban ako ng matinding galit sa aking sarili; dahil ang isang makatuwiran, seryosong lalaki ay hindi papayagan ang sarili sa gayong kahibangan.

 Pero kahibangan nga ba ito? Bumaling ako para hanapin ang sanga, at madali ko itong nakita sa palumpong, kababali lang, sa pagitan ng dalawa pang rosas na nanatili sa sanga.

Pagkaraan, bumalik ako sa aking bahay, naguguluhan ang kaluluwa; dahil tiyak ko ngayon, kasintiyak ng pagpapalit ng araw at gabi, na may nabubuhay malapit sa akin na isang hindi nakikitang nilalang, na umiinom ng gatas at tubig, na kayang salingin ang mga bagay, hawakan ang mga ito, at kayang pagpalitin ang kinalalagyan ng mga ito. Siya ay pinagpala, kung gayon, may katauhan, kahit hindi ito natutukoy ng ating mga pandama, at buhay siya, tulad ko, sa aking bubong . . .

7 Agosto. Payapa akong nakatulog. Ininom ko ang tubig mula sa aking carafe, pero hindi man lang nagambala ang aking pagtulog.

Inisip ko kung baliw ba ako. Habang naglalakad ako ngayon lang sa katirikan ng araw, sa may ilog, umuukilkil sa akin ang mga pagdududa sa sariling katinuan, hindi mga malabong pagdududa tulad nang mayroon ako dati, pero tiyak, walang pasubaling pagdududa. Nakakita na ako ng mga baliw. Nakakita ako ng ilan na nanatiling matalino, matino, at nakauunawa sa lahat ng bagay sa buhay, maliban sa isang punto. Nagsasalita sila tungkol sa lahat ng bagay nang malinaw, matatas at malalim, at bigla, dahil ang kanilang mga iniisip ay bumabangga sa kanilang nakaharang na kabaliwan, ang daloy ng kanilang iniisip ay nababasag, kumakalat at lumulubog sa nakakikilabot at galit na karagatan, puno ng lumulundag na alon, ulap at unos na tinatawag natin na "dementia".

Walang pasubali, aakalain kong baliw ako, baliw na baliw, kung hindi lang alam ko ang aking kondisyon, kung hindi ko lang ito kilala nang lubusan, kung hindi ko lang ito sinuri sa pamamagitan ng mas malawak at matinong pag-aaral. Kaya ako sa totoo lang ay isang makatwirang taong dumadanas ng mga deliryo. Isang hindi kilalang paghihirap ang ginawa sa aking utak, isa sa mga sakit na pinipilit pag-aralan at ipaliwanag ng mga physiologist ngayon. Ang sakit na ito ay gumawa ng malalim na hati sa aking utak, sa ayos at katwiran ng aking mga iniisip. Nangyayari ang katulad na phenomena sa mga panaginip, na ipinaparada tayo sa pinakahindi kapani-paniwalang phantasmagoria nang hindi tayo nagugulat, sapagkat natutulog ang nagsusuring aparato, ang kakayanang magpigil, habang gising at gumagana ang kakayahang magsapantaha. Posible kayang naparalisa ang isa sa hindi maramdamanang titik sa cerebral keyboard sa loob ko? Pagkaraan ng isang aksidente, maaaring mawala ang alaala ng tao, mga pangngalang pantangi o pandiwa o mga numero, o kahit petsa. Napatunayan na ngayon ang pinanggalingan ng lahat ng mga parte ng pag-iisip. Kaya ano ang kataka-taka kung sa totoo'y sandaling manhid ang kakayahan kong pigilan ang ilang hindi makatotohanang deliryo?

Iniisip ko ang lahat ng mga ito habang sinusundan ang gilid ng tubig. Pinapahiran ng araw ng liwanag ang ilog, ginagawang maganda ang lupa, pinupuno ang tingin ko ng pagmamahal sa buhay, sa mga layang-layang, na ang liksi ay ligaya sa aking mga mata, sa mga damo sa dalampasigan na ang kaluskos ay galak sa aking mga tainga.

Gayunman, unti-unti, tumagos sa akin ang 'di mawaring pagkabahala. Isang lakas, sa tingin ko, isang mahiwagang lakas na minamanhid ako, pinipigilan ako, hinahadlangan akong magpatuloy, ang tumatawag sa akin pabalik. Naramdaman ko ang makirot na pangangailangang magbalik na umuukilkil sa iyo kung naiwan mo sa bahay ang maysakit na minamahal, at bigla kang kinutubang lumala ang kanyang karamdaman.

Kaya nagbalik ako, sa kabila nang natitiyak kong makikita ko sa aking bahay ang masamang balita, sulat o telegrama. Wala akong dinatnan, gayunpaman, lalo akong nagtaka at nag-aalala kaysa kung nagkaroon akong muli ng hindi kapanipaniwalang pangitain.

8 *Agosto*. Nakakatakot ang gabi ko kahapon. Hindi na ito nagparamdam, pero dama ko itong malapit sa akin, minamanmanan ako, binabantayan ako, sinasapian ako, isinasailalim ako, lalong nakakikilabot sa kanyang pagtatago kaysa pagpapakita ng palatandaan ng kanyang hindi nakikita at palagiang anyo sa pamamagitan ng supernatural phenomena.

Gayunman, nakatulog ako.

9 *Agosto*. Wala, pero natatakot ako.

10 *Agosto*. Wala. Ano ang mangyayari bukas?

11 *Agosto*. Wala pa rin. Hindi ko na kayang manatili sa bahay na may takot at ganitong pag-iisip sa aking kaluluwa. Aalis ako.

12 Agosto. Alas-diyes ng gabi. Buong araw gusto kong umalis, pero hindi puwede. Gusto kong gawin itong paraan ng paglaya na masyadong madali, masyadong simple – ang pag-alis – sumakay sa aking karwahe at pumunta sa Rouen – pero hindi ko kaya. Bakit?

13 Agosto. Kung tinamaan ka ng ilang sakit, parang nasira lahat ng bahagi ng pisikal na anyo, naupos ang lahat ng lakas, nanlambot lahat ng kalamnan. Parang naging kasinlambot ng laman ang mga buto, at likido ang laman tulad ng tubig. Ganoon mismo ang aking dinaranas sa aking pagkatao sa kaiba at masakit na paraan. Nawala lahat ng aking lakas, lahat ng tapang, lahat ng pagpipigil, kahit lahat ng lakas para isakatuparan ang nais ko. Hindi na ako puwedeng maghangad ng anuman; pero may isang naghahangad para sa akin; at sumusunod ako.

14 Agosto. Nawawala ako. May umangkin sa aking kaluluwa at namayani rito. May pumipigil sa lahat ng aking mga kilos, lahat ng galaw, lahat ng iniisip. Balewala ang kaloobang ko, balewala kundi isang alilang tagamasid, takot sa lahat ng ginagawa ko. Gusto kong umalis. Hindi ko magawa. Ayaw niya, kaya nananatili ako, takot, nanginginig, sa silyon kung saan inutusan ako nitong umupo. Gusto ko lamang tumayo, umalis, para lang maniwalang ako pa rin ang hari ng aking sarili. Hindi ko kaya. Nakapako ako sa aking upuan; napagkit sa sahig ang upuan ko, kaya't walang lakas na magbabakas sa amin.

Pagkaraan biglang kailangan, kailangan kong pumunta sa likod ng aking hardin para mamitas ng mga presa at kainin ito. At pumunta ako. Nanguha ako ng mga presa at kinain ito. O Diyos ko! Diyos ko! Mayroon bang Diyos? Kung mayroon, pawalan mo ako, iligtas mo ako! Tulungan mo ako! Patawarin mo ako! Maawa ka sa akin! Maawa! Iligtas ako! Iligtas mo ako sa pagdurusang ito – ang pagpapapahirap na ito – ang katatakutang ito!

15 Agosto. Siguro ganito sinapian at pinagharian ang aking pinsan, nang manghiram siya sa akin ng limang libong francs. Nasa ilalim siya ng kaibang kapangyarihang pumasok sa kanya, tulad ng ibang kaluluwa, tulad ng naninipsip at dominanteng kaluluwa. Malapit na bang magunaw ang mundo?

Pero itong namamayani sa akin, ano ito, itong hindi makitang bagay? Itong hindi makilalang bagay, itong dayo mula sa lahi ng talulikas?

Buhay nga ang mga hindi nakikitang nilalang! Pero bakit hindi sila hayagang lumantad noong simula pa ng mundo, tulad nang ginagawa nila sa akin? Wala pa akong nabasang katulad ng nangyayari sa aking bahay. Kung puwede ko lang itong iwan. Kung puwede lang akong lumabas, tumakas at hindi na bumalik, maliligtas ako. Pero hindi ko kaya.

16 Agosto. Nakuha kong makatakas ngayong araw nang dalawang oras, tulad ng isang bilanggo na nakitang hindi sinasadyang naiwang bukas ang pinto ng kanyang piitan. Pakiramdam ko kaagad malaya ako, at malayo siya sa akin. Iniutos kong mabilis na ihanda ang karwahe, at narating ko ang Rouen. Anong saya na mautusan ang isang tao na sumusunod: "Punta tayo sa Rouen!"

Pinahinto ko siya sa harap ng aklatan, at hiniling ko sa kanila ang mahalagang isinulat ni Dr. Herman Herestauss tungkol sa mga hindi kilalang naninirahan sa mga sinauna at kasalukuyang mundo.

Pagkaraan, habang umaakyat ako sa aking karwahe, gusto kong sabihin, "Sa istasyon ng tren!" pero ako ay sumigaw – hindi nagsalita, pero sumigaw – sa napakalakas na salita na napabalik ang isang dumaraan. "Sa bahay!" at sakbibi ng hinagpis, natumba ako sa kutson ng aking karwahe. Nakita niya ako at muli akong hinuli.

17 Agosto. Pambihirang gabi! Pambihirang gabi! Gayunman, pakiramdam ko dapat akong magsaya. Nagbasa ako hanggang ala-una ng umaga. Si Herman Herestauss, doctor of philosopy and theogony, ay sumulat ng kasaysayan at mga patotoo sa lahat ng hindi nakikitang nilalang na gumagala sa palibot ng mga tao, o ating napapanaginipan. Inilarawan niya ang kanilang mga pinagmulan, ang kanilang mga tirahan, ang kanilang mga kapangyarihan. Pero wala ni isa sa kanila ang katulad ng gumugulo sa akin. Puwede nating idahilan na simula nang magsimulang mag-isip ang tao, mayroon na siyang kutob at takot sa isang bagong nilalang, mas malakas sa kanya, na sumunod sa kanya sa mundong ito, at iyon, nararamdaman niyang malapit sa kanya pero hindi kayang mahulaan ang ugali ng panginoong ito, nilikha niya, sa kanyang takot, ang buong pambihirang populasyon ng mga mahiwagang nilalang, malalabong multong nagmula sa takot.

Pagkaraang magbasa hanggang ala-una ng umaga, naupo ako malapit sa bukas na bintana para malamigan ang aking noo at isipan ng hangin ng gabi.

Maganda at mainit sa labas. Gaano ko kagusto noon ang ganitong gabi!

Walang buwan. Nanginginig na kumukutitap ang mga bituin sa pusod ng maitim na kalangitan. Sino ang nananahan sa mga mundong iyon? Anong hugis, anong mga buhay na nilalang, anong mga hayop, anong mga halaman ang naroon? Anong mas alam kaysa sa atin ng mga nakadadamang nilalang sa mga malalayong mundong iyon? Anong mas kaya nilang gawin kaysa sa atin? Anong nakikita nila na wala tayo kahit katiting na hinuha? Darating ang araw o iba pa, hindi kaya isa sa kanila, tatawid sa kalawakan, lilitaw sa ating mundo para sakupin tayo, tulad nang matagal na lumipas na panahong tinawid ng Normans ang karagatan para supilin ang mga mas mahinang tao?

Masyado tayong mahina, masyadong walang magawa, masyadong ignorante, masyadong maliit, tayo at iba pa, dito sa umiinog na butil ng putik na may halong isang patak ng tubig.

Naidlip ako, nagninilay nang gayon, sa malamig na hangin ng gabi.

Pero pagkaraang makatulog ng may apatnapung minuto, muli kong iminulat ang aking mga mata nang hindi gumagalaw, nagising ng nalilito, kaibang damdamin. Noong una wala akong nakita; pagkatapos biglang parang lumipat nang mag-isa ang pahina ng librong naiwan kong bukas sa aking mesa. Ni katiting na hangin ang nakapasok sa aking bintana. Nagulat ako, at naghintay ako. Pagkaraan siguro ng apat na minuto, nakita ko, oo, nakita ko sa sarili kong mga mata, ang pag-angat ng isa pang pahina at paglapat sa nauna, na parang may daliring naglipat nito. Walang tao sa aking silyon, parang walang tao; pero alam kong nandoon siya, nakaupo sa aking lugar, at siya ay nagbabasa. Galit akong lumundag, lundag ng isang nagwawalang hayop na lalapain ang kanyang amo. Tinawid ko ang aking kuwarto para sakmalin siya, sakalin siya, patayin siya! . . . Pero bago ko siya abutan, tumumba ang upuan ko, na parang may tumakas sa harap ko . . . tumumba-tumba ang mesa ko, nahulog ang lampara ko at namatay, at sumara ang bintana na parang ang nabiglang magnanakaw ay nagmamadaling tumakas sa dilim, hawak-hawak ang mga pansara.

Kung gayon, tumakas siya. Natakot siya. Siya, natakot sa akin!

Pagkatapos . . . pagkatapos . . . bukas . . . o sa susunod na araw . . . o balang araw . . . kaya ko na siyang hawakan sa aking mga kamao at idukdok siya sa lupa! Hindi ba't ang mga aso, kung minsan, kinakagat at sinasakal ang kanilang mga amo?

18 Agosto. Maghapon akong nag-iisip. Oo, susundin ko siya, susundin ang kanyang mga kapritso, ibibigay lahat ng gusto niya, magiging mapagkumbaba, masunurin, duwag. Mas malakas siya. Pero darating ang araw...

19 Agosto. Alam ko . . . alam ko . . . alam ko ang lahat! Kababasa ko lamang nito sa Revue du Monde Scientifique:

Nakarating sa amin ang isang medyo kakaibang balita mula sa Rio de Janeiro. Isang pagkabaliw, isang epidemya ng pagkabaliw, tulad ng mga nakahahawang dementia na umatake sa populasyon ng Europa noong Middle Ages, ang kumalat ngayon sa probinsiya ng Saõ Paulo. Ang mga mamamayan, takot na takot, ay nililisan ang kanilang mga bahay, iniiwan ang kanilang mga bayan, iniiwan ang kanilang mga pananim, sinasabing hinahabol sila, sinasapian, pinamumunuan na parang taong hayop ng mga hindi nakikita pero nadaramang mga nilalang, mga klase ng bampira, na kumakain ng kanilang bahay habang natutulog sila, at umiinom ng tubig at gatas pero tila hindi ginagalaw ang ibang pagkain.

Nagpunta si Prof. Don Pedro Henriquez, kasama ang maraming nakapag-aral na mga doktor, sa probinsiya ng Saõ Paulo, para pag-aralan doon mismo sa lugar ang mga pinagmulan at mga palatandaan ng ganitong nakagugulat na pagkabaliw, at para magmungkahi sa Emperador ng sa palagay niyang mga pinakamabisang hakbang para maibalik ang katinuan ng mga nagdedeliryong mamamayan.

At ngayon, natandaan ko na ito, naalala ko ang magandang tatlong palong Brazilian na dumaan sa bintana ko habang binabagtas nito ang Seine noong ika-8 ng Mayo. At naisip ko noon na napakaganda nito, puting-puti, napakasaya! Naroon ang nilalang, nanggaling sa ibaba noon, kung saan ipinanganak ang kanyang lahi. At nakita niya ako! Nakita niya rin ang aking puting bahay. At lumundag siya mula sa barko tungo sa pampang. O Diyos ko!

Ngayon alam ko na. Nahulaan ko. Tapos na ang paghahari ng tao.

Dumating na siya. Siya, ng mga sinaunang kinatatakutan, na kinatatakutan ng mga primitibong tribo. Siya na itinataboy ng mga nag-aalalang pari. Siya na tinatawag ng mga salamangkero sa madidilim na mga gabi nang hindi siya kailanman nakikita. Siya kung kanino ipinapalagay ng mga pangitain ng mga dalubhasang gumagala sa mundo ang lahat ng malahalimaw o magandang hitsura ng mga lamang lupa, espiritu, dyini, engkanto, duwende. Pagkaraan ng mga payak na kaisipan tungkol sa primitibong katatakutan, ang mas matatalinong tao ay nagkaroon ng mas malinaw na saligimsim sa kanya. Nahulaan ni Mesmer na buhay siya, at sampung taon na ngayon nang matuklasan ng mga doktor, sa tamang paraan, ang kalikasan ng kanyang kapangyarihan bago siya mismo ay magamit ito. Nilaro nila itong bagong sandata ng bagong Panginoon, ang pamamayani ng mahiwagang kalooban sa kaluluwa ng tao, na ginagawang alipin. Tinawag nila itong "magnetism", "hypnotism", "suggestion" . . . Anong alam ko? Nasaksihan ko ang paglilibang nila sa kanilang mga sarili sa nakakatakot na kapangyarihan na ito na parang mga lokong bata. Tayo ay isinumpa. Ang sangkatauhan ay isinumpa. Dumating na siya, ang . . . ang . . . ano ang pangalan niya . . . ang . . . parang isinisigaw niya ang kanyang pangalan sa akin at hindi ko ito marinig . . . ang . . . oo . . . isinisigaw niya ito . . . pinipilit kong marinig . . . hindi ko kaya . . . ulit . . . ang . . . Horla . . . narinig ko . . . ang Horla . . . ito siya . . . ang Horla . . . dumating na siya!

Ngayon, ang buwitre ay kinain ang kalapati, ang lobo kinain ang tupa; ang leon nilapa ang kalabaw na may matutulis na sungay; ang tao pinatay ang leon gamit ang palaso, gamit ang espada, gamit ang pulbura; pero ang Horla ay gagawin sa tao kung ano ang ginawa natin sa kabayo at sa baka: kanyang pag-aari, kanyang alipin at kanyang pagkain, sa simpleng kapangyarihan ng kanyang kalooban. Narito na tayo sa ating kasawian.

Pero nagrerebelde kung minsan ang hayop at pinapatay ang nagpaamo sa kanya . . . ako man ay gustong gawin ito . . . kaya ko . . . pero kailangang makilala ko siya, mahipo siya, makita siya! Sinasabi ng mga scholars na ang mga mata ng hayop, iba sa atin, ay hindi makita ang kaibahan ng mga bagay tulad nang kaya ng ating mga mata . . . At ang aking mga mata ay hindi makita ang kaibahan nitong bagong dating na nagpapahirap sa akin.

Bakit? Ngayon naalala ko ang sinabi ng monghe mula sa Mont Saint-Michel: "Nakikita ba natin ang ikaisandaang libong parte ng kung ano ang nabubuhay? Tingnan, narito ang hangin, na siyang pinakamalakas na puwersa sa kalikasan, pinababagsak ang tao, naninira ng mga gusali, hinuhugot ang mga puno, pinapalo ang dagat pataas na maging mga bundok ng tubig, winawasak ang mga talampas, at inihahagis ang malalaking barko sa mga bahura; narito ang hangin na pumapatay, pumipito, dumadaing, umuungol – nakita mo ba ito kailanman, at kaya mo ba itong makita? Gayunman, narito ito."

At nag-isip pa ako: Masyadong mahina ang mata ko, masyadong malabo na hindi ko maaninaw ang mga bagay kung kasinlinaw nila ang salamin! . . . Kung hinaharangan ako ng tagusang salamin, itutumba ako nito, tulad ng isang ibong nabali ang leeg sa salamin ng bintana pagpasok sa kuwarto. Isanlibo pang ibang mga bagay ang dumadaya sa ating paningin at inililigaw ito. Ano ang kataka-taka sa ating walang kaalaman kung paano maunawaan ang isang bagong katawan, isang kayang tagusan ng liwanag?

Isang bagong nilalang? Bakit hindi? Tiyak na darating ito. Bakit kailangang tayo ay maging huling tao? Kung hindi natin siya makilala, tulad nang pagkilala natin sa mga naunang nilalang sa atin, ito ay dahil mas perpekto ang kanyang kalikasan, ang kanyang katawan mas pino at mas tiyak kaysa sa atin, na masyadong mahina, masyadong padaskul-daskol nabuo, pinabibigat ng mga laman na laging pagod, palaging sagad, tulad ng makinaryang napakamabusisi – ang ating katawan, na nabubuhay na parang halaman, tulad ng hayop, hirap na kumakain ng hangin, damo at karne, isang makinang hayop na pain sa mga sakit, mga kapangitan, pagkabulok, pagkahingal, hindi matatag, payak at kaiba, walang muwang, marupok ang pagkagawa, magaspang at maselang bagay, isang magaspang na balangkas ng isang nilalang na maaaring maging matalino at mahusay.

Ilan lang tayo sa mundong ito, napakakaunting species sa pagitan ng mga talaba at mga tao. Bakit hindi isa pang nilalang, ngayong tapos na ang kapanahunan kung kailan naglitawan sa masinop na pagkakasunod ang lahat ng iba't ibang uri ng species?

Bakit hindi isa pa? At bakit hindi iba pang mga puno na may malalaki, maririkit na mga bulaklak, na pinababango ang buong mga rehiyon? Bakit hindi iba pang mga elemento bukod sa apoy, hangin, lupa at tubig? – Apat sila, aapat lang, ang mga pansamantalang magulang ng mga nilalang! Sayang naman!

Bakit hindi apatnapung elemento, o apat na raan, o apat na libo? Napakakaunti, napakakuripot, napakakawawa ng lahat ng bagay! Maramot na ibinigay, tigang na inimbento, mabigat ang pagkagawa! Tingnan mo ang elepante, ang hippotamus – ang ganda! Ang camel, ang elegante!

Pero sasabihin mo, e ang paruparo? Isang bulaklak na lumilipad! Napanaginipan ko ang isa na kasinlaki ng isandaang sansinukob, na may mga pakpak na ang hugis, ganda, kulay at galaw ay hindi ko kayang ilarawan. Pero nakikita ko ito ... palipat-lipat ito sa mga bituin, pinanariwa, at pinagiginhawa sila nang may himig at magaang hininga ng kanyang paglalakbay! ... At masaya at nakaaakit itong pinanonood ng mga tao sa pagdaan nito sa itaas.

***

Ano ang nangyayari sa akin? Siya ba ito, ang Horla, na ginagambala ako, pinag-iisip ako ng mga kabaliwan! Nasa loob ko siya, naging aking kaluluwa! Papatayin ko siya.

19 Agosto. Papatayin ko siya. Nakita ko na siya! Kagabi naupo ako sa aking mesa at nagkunwaring seryosong nagsusulat. Batid kong pupunta siya at aaligid sa akin, medyo malapit, sobrang lapit na kaya ko siyang mahawakan, masakmal . . . At pagkaraan . . . pagkaraan, magkakaroon ako ng lakas ng isang nasukol. Magkakaroon ako ng mga kamay, mga tuhod, dibdib, noo, mga ngipin para sakalin siya, durugin siya, kagatin siya, lurayin siya.

Inabangan ko siya gamit ang lahat ng aking gising na gising na mga pandama.

Sinindihan kong pareho ang mga lampara, kasama ang walong mga kandila sa aking mantelpiece na parang sa ganitong liwanag mailalantad ko siya.

Sa tapat ko, ang aking kama, isang lumang kama na gawa sa oak at may apat na poste; sa kanan, ang aking dupungan; sa kaliwa, ang aking pinto, na maingat kong isinara pagkaraang matagal ko itong iniwang bukas para papasukin siya; sa likod ko, isang napakataas na aparador na may salamin, na gamit ko araw-araw para magbihis at mag-ahit, at kung saan naging ugali ko nang tingnan ang sarili, mula ulo hanggang paa, tuwing daraan ako sa harap nito.

Nagkukunwa lang akong nagsusulat para linlangin siya, dahil siya rin ay nagmamanman sa akin; at bigla, naramdaman ko, sigurado ako, na nagbabasa siya sa ibabaw ng aking balikat, na naroon siya, dinadaplisan ang aking tainga.

Tumayo ako nang nakabuka ang mga kamay, mabilis na umikot na halos matumba ako. At? Malinaw ang lahat tulad ng sa kasagsagan ng araw, pero hindi ko makita ang sarili sa salamin – ito ay walang laman, malinaw, malalim, puno ng liwanag! Wala ang imahe ko roon . . . gayong nakaharap ako mismo roon! Nakikita ko ang malaking malinaw na salamin mula itaas hanggang ibaba. Tiningnan ko ito ng takot na mga mata, pero hindi ko sinubukang lapitan. Hindi ko sinubukang gumawa ng anumang kilos, batid na naroon siya, pero makatatakas siyang muli sa akin, siyang hindi matukoy ang katawan na nilamon ang aking repleksiyon.

Natakot ako. Pagkaraan, bigla kong nakita ang sarili sa dagim, sa kalaliman ng salamin, sa loob ng dagim na parang kumot ng tubig. Sa pakiwari ko, ang tubig na ito ay kumikinang mula kaliwa pakanan, marahan, ginagawang mas malinaw ang aking imahe bawat segundo. Tulad ito ng pagtatapos ng isang eclipse. Tila walang tiyak na balangkas kung anuman ang tumatakip sa akin, kundi isa lamang malabong aninaw, unti-unting lumilinaw.

Sa wakas, maliwanag kong nang nakita ang sarili, tulad nang ginagawa ko araw-araw kapag tumitingin sa sarili.

Nakita ko siya! Ang kilabot nito'y nanatili sa akin, at pinanginginig pa rin ako.

20 Agosto. Paano ko siya mapapatay kung hindi ko siya mahipo? Lason? Pero makikita niyang tinitimpla ko iyon sa tubig; bukod doon, may bisa ba ang ating mga lason sa hindi namamalayang

katawan? Hindi . . . hindi . . . hindi nila kaya . . . Paano kung
gayon?

21 Agosto. May tinawag akong liyabero mula sa Rouen, at
nagpagawa ng mga bakal na pansara para sa aking kuwarto,
katulad ng nasa ilang mga mansyon sa Paris, sa ground floor,
dahil sa takot sa magnanakaw. Gagawan din niya ako ng pinto
na ganoon ding materyal. Binayaan kong isipin niyang isa akong
duwag, pero wala akong pakialam!

***

10 Setyembre. Rouen, Hôtel Continental. Nangyari
na . . . nangyari na . . . pero patay na ba siya? Balisa ang kaluluwa
ko sa aking nakita.

Kahapon, pagkaraang maikabit ng liyabero ang mga bakal na
pansara at pinto, binayaan kong nakabukas ang lahat hanggang
hatinggabi, kahit lumamig na.

Sa isang iglap, naramdaman kong naroon siya, at galak,
saklot ako ng baliw na galak. Dahan-dahan akong bumangon
at matagal akong naglakad pabalik-balik para hindi niya
mahulaang may kaibang nangyayari. Pagkatapos, hinubad ko
ang aking mga sapatos at walang anumang isinuot ang aking
mga tsinelas; pagkaraan isinara ko ang mga bakal na pansara
at tahimik na nagpunta sa pinto, isinara rin ito nang dalawang
beses na ikot ng kandado. Pagkatapos nagpunta ako muli sa
bintana, ikinandado ito at inilagay ang susi sa aking bulsa.

Sa isang iglap, alam kong nababalisa na siya malapit sa akin,
na siya naman ang natatakot, na inuutusan niya akong buksan
ang bintana. Muntikan na akong bumigay. Hindi ako bumigay.
Sa halip, nang nakasandal sa pinto, bahagya ko lang binuksan
ito, tama lang para makalabas ako, patalikod dahil masyado
akong matangkad, abot na ng ulo ko ang lintel. Sigurado akong
hindi siya nakatakas, pinagsarhan ko siya nang nag-iisa, nag-
iisa! Sa wakas! Nasukol ko siya! Pagkatapos tumakbo akong
pababa. Kinuha ko ang parehong lampara sa aking salas, na

nasa ilalim ng aking kuwarto, at isinaboy ang lahat ng langis sa alpombra, sa muwebles, sa lahat-lahat. Pagkaraan sinindihan ko ito at tumakbong palabas, pagkaraang marahang isinara ang malaking pinto sa harap at ikinandado iyon nang dalawang ikot.

Tumakbo ako sa likod ng aking hardin para magtago sa kumpon ng mga puno ng laurel. Ang tagal mangyari! Ang tagal mangyari! Madilim ang lahat, tahimik, hindi gumagalaw; wala ni hininga ng hangin, walang ni isang bituin, wala maliban sa mga bundok ng mga ulap na hindi makita, pero namimigat, masyadong namimigat, sa aking kaluluwa.

Pinanood ko ang aking bahay at naghintay. Ang tagal naman! Nag-aalala na akong baka pinatay ng apoy ang sarili, o kaya pinatay niya ang apoy. Siya, nang ang isa sa mga bintana sa ground floor ay bumigay mula sa puwersa ng apoy, at ang apoy, ang malakas na pula at dilaw na apoy, mataas, malambot, humahaplos, umaakyat sa palibot ng puting dingding at hinalikan ito hanggang makarating sa bubong. Ang lagablab gumapang sa mga puno, sa mga sanga, sa mga dahon, at pati na rin sa kilabot, kilabot ng takot! Nagising ang mga ibon; nagsimulang kumahol ang isang aso; parang magbubukang-liwayway ang hitsura nito. Kaagad na nabasag ang dalawa pang bintana, at nakita ko na ang buong ibaba ng aking bahay ay wala nang natira kundi nakatatakot na impiyerno. Pero isang tili, isang nakapangingilabot, malakas, nakaririnding tili, tili ng babae, ang pumunit sa gabi, at dalawang bintana sa garret ang bumukas. Nakalimutan ko ang aking mga kasambahay! Nakita ko ang kanilang takot na mga mukha at ang kumakaway nilang mga kamay.

Pagkaraan, sinukluban ng pangingilabot, nagsimula akong tumakbo patungo sa kanayunan, sumisigaw: "Tulong! Tulong! Sunog! Sunog!" Nakasalubong ko ang ilang mga taong papunta na at sumama akong pabalik sa kanila, para tingnan.

Wala na ang bahay ngayon maliban sa nakatatakot at malaking sunog, malahiganteng apoy, iniilawan ang buong nakapalibot na kalupaan, isang apoy kung saan nasusunog ang mga tao, at kung saan nasusunog din siya – siya, siya na aking bilanggo, ang bagong nilalang, ang bagong amo, ang Horla!

Biglang bumagsak ang buong bubong sa pagitan ng mga dingding, at sumirit ang bulkan ng apoy sa kalangitan. Sa lahat ng mga bintanang nakadungaw sa hurno, nakikita ko ang mata ng apoy, at inisip ko siya na naroon, dito sa loob ng hurno, patay...

Patay? Baka hindi . . . Paano ang kanyang katawan? Hindi ba't ang kanyang katawan, na tumatagos ang sikat ng araw, hindi napapatay ng lahat ng paraang pumapatay sa sarili nating mga katawan?

Paano kung hindi siya patay? . . . Baka tanging panahon lang ang nasusunod sa hindi nakikita at nakakikilabot na nilalang. Bakit dapat matakot ang ganitong katawan na tagusan, itong hindi makilalang katawan, itong espiritung katawan, sa mga sakit, sugat, kahinaan, at maagang pagkawasak?

Maagang pagkawasak? Doon lamang nagmumula lahat ng katatakutan ng sangkatauhan. Pagkaraan ng sangkatauhan, ang Horla. Pagkaraan ng ating lahi na puwedeng mamatay anumang araw, anumang oras o anumang minuto, sa anumang dami ng aksidente, dumating ang isang iyon, na mamamatay lang sa kanyang araw, sa kanyang oras, sa kanyang minuto, kung kailan narating niya ang hangganan ng kanyang buhay!

Hindi . . . hindi . . . siyempre hindi . . . siyempre hindi siya patay . . . Kung gayon – ito'y ako, kailangan kong patayin ang sarili ko!

– Mayo 1887

BUHAY-TAO*
(Ein Menschenleben)
Erich Kästner

Mula't mula pa kinailangan na niyang magtrabaho.

Tuwing umaga . . . naroroon ang kalye, hungkag at pipi, may hangover. Nagbagsakan ang mga yabag, paggewang-gewang sa mabatong daan. Sa ibayo, nakasampay ang kulay-abo, humihikab ang mga bintana sa kililing ng mga orasan. (Ayan at bumangon na rin sila. Pikit-mata at blangko ang mga mukha.) . . . Nagyelo na ang mga puno sa parke. Tumitindig ang balahibo ng isang ibon. Walang ganang umawit. At doon sa itaas, maputlang palutang-lutang ang buwan sa isang langit na walang konsuwelo, na walang katapusan . . . May container van na kumalampag sa malubak na tulay. Mukha itong ataol. At may munting asong nakatindig sa van. Kumakahol, nagagalit. Pero sa totoo lang, natatakot lamang siya.

At bigla na lang naririyan na ang pabrika. Nilulon siya. Kasama ang libong iba pa.

Tuwing gabi, lakad pauwi. Naninigas ang tuhod. Mabigat ang tasang latang na nakabitin sa kanyang kamay.—Nagyelo na ang mga puno sa parke. May sirang laruang nakabaon sa tambakan ng buhangin. Sa bangkô may dalawang aleng umupo't nagdaldalan.—Nilunod ng anino ang mga daan. Lumagitik habang hinihilang pababa ang mga shutter ng display windows. Tinawag na sa bahay ang natitirang mga bata . . . Sa isang hotel, may nag-ingay na Orchestrion. May dala-dalang beer ang isang waitress sa kalye.

---

*Isina-Filipino ni Ramón C. Sunico mula sa Aleman

Araw-araw. Labas-pasok. Kung minsan may niyebe. Kung minsan makukulay ang mga puno. Parang palumpon ng pinitas na bulaklak. Pero lagi na lang nakakapaso ng mata. At lagi niyang nagmamadaling nilalampasan. Walang pinanonood. Taon-taon. Labas-pasok. Tuwing Linggo lang ang pahinga. Doon uupo sa may durungawan. Nilingon ang araw. —At halos napangiti siya, nung sigawan siya ni Misis nang kalikutin niya ang kanyang lumang biyulin. Dahil ikinatuwa na rin niya ito. Hindi naman gaanong magaling ang pagtugtog niya. Matitigas at mabibigat na ang kanyang mga kamay. Pero napakaganda ng tunog nito para sa kanya. Paulit-ulit niyang tinutugtog ang dalawang kantang natutunan niya nung bata pa siya. Ay, kung alam lang nila kung paano ikuwento ang lahat! Hindi ito ang narinig ng misis niya. Dahil talaga namang ang sama niyang magbiyulin. Pero napapangiti pa rin siya . . .

Parang mga dahon mula sa puno ang paglagas ng mga dekada. At palagi na lang, pabrika. At palagi na lang 'yung iisang Linggo—may kumpil 'yung bata. May aleng namatay. Walang nagbabago. . . . Nagkukulay-abo ang buhok. Nagpakasal ang babae. Walang nagbabago. Nagtrabaho siya. Binayaran siya. Tulad ng dati. . . . Linggo, tugtugin ang kanyang biyulin. Sisigaw si Misis. Tulad ng dati. . . .

Ngunit, isang araw, pinaalis siya sa pabrika. Gustuhin man nila, talagang hindi na siya kailangan. —At sa unang pagkakataon, umupo siya sa bangkô ng parke. Sa pagitan ng dalawang ale. Sumikat ang araw. Iyak-tawa ang mga bata. At narinig niya ito na para bang nasa kabila ng isang malapad na pader. At tinamaan siya ng bato! Umalis siya. Umuwi . . .

Nagtitili ang anak niyang babae: "Papaano ka na mabubuhay ngayon!" Napasipol sa sarili ang kanyang manugang. At dumura sa basurahan. — Nang tinawag siya: "Tayo na. Kailangan pa rin nating kumain!" doon pa rin siya nakaupo sa may bintana. Pinagmasdan ang kalye sa ibaba. Sa gitna, may tindahan ng karne. . . . Isang araw, kinipkip niya ang kanyang biyulin sa loob ng kanyang jacket. Walang dapat makakita nito. At napangiti pa rin siya. . . . Pagkatapos umakyat sa hagdan. Sa isang malayong distrito ng lungsod.

Sumandal siya sa isang mamasa-masang dingding. At tumugtog siya. "Mula sa Aking Pagkabata" ang paborito niyang piyesa. Ito yung una niyang nasaulo. Animnapung taon na ang nakalipas. Kaya pa rin niya. At nanginig ang kanyang kamay. Kinabahan siya. . . . Tunog matinis at mataray ang kanyang biyulin sa loob ng maruming pasilyo. Sari-saring pinto ang ipinipinid. Dumungaw ang ilang bata sa mga palapag. Nakikiusyoso. At nanginginig pa rin ang kanyang kamay.

Paminsan-minsan may nag-aabot sa kanya ng mangkok na may sabaw. O kapirasong tinapay. Sa diyaryo binalot. O kakatok sa pinto ang isang bata. Unti-unting lalapit. Aabutan siya ng barya. Kung minsan umaangal sila. Tulad ng sa bahay. Kaya malungkot niyang ibinabalik sa jacket ang kanyang biyulin. Dahan-dahang papanaog. At sa iba aakyat. Pupuwesto sa ibang pasilyo. Hagdan. Pasilyo. Hanggang dumilim . . . Paminsan-minsan uupo sa parke. At giginawin. At pati na rin kapag maaraw. — Iniuuwi niya ang pera sa bahay. Kahit paano nabayaran niya ang upa!

Hindi nakabubuti sa kanya ang tumugtog ng mga awit pambata araw-araw. Inisip niya ang kanyang ina. Nung huling dumalaw ito sa bahay. Galing sa paglalaba para sa ibang tao. Siya ang nagregalo ng biyulin. Nanay niya . . .

Dumadalas na ang pag-upo niya sa parke. Sa isip niya, muli na siyang maliit na bata . . . Ayaw na niyang tumuloy pa. Mula umaga hanggang gabi, nakaupo siya sa bangkô. Kilala na siya ng lahat. Tapos uwi ulit sa bahay. Hindi na tinatanong kung may dala siyang pera. Hindi na tinatanong kung nagugutom siya.

Isang tanghali, bigla na lang siyang tumindig mula sa bangkô. Umuwi. Galing siya sa trabaho. Gusto niyang kumain. Nakakandado ang kabinet ng pagkain. — Umupo na lang ulit sa may bintana. At umiyak. Hindi masakit itong pag-iyak.— Tapos, nagbilang siya ng pera. Alam na naman niya, kulang-kulang sa 500 Mark ang mayroon siya. Isang Mark. Dalawang Mark. Limang Mark. May isandaang Mark pa nga. Naaalala pa niya: iniabot ito sa kanya ng isang dalagang blond ang buhok. Mahinhin, sobra. Iniwan ang pera sa mesa. Sa gilid ng diyaryo, isinulat niya, parang nahihirapan, "Pambayad sa upa, Tatay." Pinaglalaruan ng araw ang kurtina. At sa mga bintanang nakadungaw sa kalye, namumukadkad ang mga geranium.—At doon sa kanyang silid-tulugan siya nagbigti. Sa pinto . . .

Kuwento ito ng nanay ko sa akin. Pumuwesto rin sa may hagdanan namin. Nagbiyulin. "Mula sa Aking Pagkabata!". . . Kilala siya ng lahat.

SULLEN HORSE: ANG ALAMAT NG HORTOBÁGY[*]
(Sullen Horse: A Legend of the Hortobágy)
Zsigmond Móricz

Bukang-liwayway. Malakas na niliglig ang tatlumpung libong akre sa likod ng Hortobágy. Mayroong mahinang ingit sa timog, na nangyayari kung naghihikab ang mga kabayo at nababasag ang mga buto sa mga mukha nito. Lumutang paitaas at kumalat sa lahat ng dako ang mga banayad na hibla ng hamog. Itinaas ng mga kabayo sa kawan ang kanilang mga ulo mula sa lupa at humalinghing sa mga naglalahong bituin.

Nakalugmok sa lupa ang lahat ng mga batang tagapangalaga ng mga kabayo o horseherd kung saan nahiga silang parang mga kumpol ng lupa, isa rito, isa roon; bumagsak sila sa lupa kasunod ng mga kabayo at ngayon, mahinang naghihilik balot ng kanilang mga sheepskin coats. Magdamag nilang pinanginain sa damuhan ang mga kabayo at hindi nila napansin ang bukang-liwayway.

Nakatayong hindi gumagalaw ang anyo ng tao, isang matandang lalaki na nasa bingit ng pag-uulyanin, at ang pinakamatandang punong tagapangalaga ng mga hayop, si András Erszény, ang Sullen Horse, ito ang tawag sa kanya sa puszta. Nakahawak ang kanyang dalawang kamay sa mahabang tuwid na patpat. Itinukod niya ang sarili rito, samantalang naroon lamang pandekorasyon ang mayamang napalalamutiang latigong nakapaikot sa kanyang leeg at nakalaylay sa ibabaw ng kanyang balikat. Nakatitig siya sa silangan, ang kanyang mga mata, umikot paitaas, nakatitig sa walang hanggan.

[*]Isina-Ingggles ni George F. Cushing. Isina-Filipino ni Ellen Sicat.

Sa loob ng tatlumpu't apat na taon mula nang dumating siya sa puszta, walang umagang hindi siya tumitig nang diretso sa araw. Pinapupunta sa labas ang kawan sa ikaapat ng Abril, at pinalalabas sa katapusan ng Oktubre. Habang nasa labas ito, binabantayan niya gabi-gabi. Ni minsan hindi pa siya natulog sa gabi o madaling araw kung pinawawalan nila ang kawan at pinatatakbo papuntang bayan, nananatili siya sa labas ng puszta. Hindi siya naaakit sa lupang sinilangan, ayaw niyang makita ang kanyang bahay at kanyang asawa. Hindi niya nais makita ang kanyang asawa. Siya ay matigas at ganoon na siya sa loob ng tatlumpu't apat na taon.

- 2 -

Sa likod ng kulungan ng tupa, sa lumiliwanag na umaga, nagkakalikot nang kung ano ang batang tagapangalaga ng hayop. Tingnan! Bisikleta. Mayroon itong nayuping pedal, at inaayos niya ito. Itinaob niya ang laman ng kanyang lalagyan ng gamit sa damuhan – isandaang klase ng kung anu-ano na maayos na nakalatag sa talyer. Kinuha niya ang maliit na pares ng bigting at ginamit niya ito, pagkatapos minartilyo niya nang maingat na pukpok. Masyado siyang nakatutok sa ginagawa, pinakikinggan ang ingay ng pagpupukpok, na hindi niya namalayang nasa likuran niya ang kanyang ama, ang punong tagapangalaga, si Sárkány, nakasakay sa kanyang kabayo.

"Anong kalokohan ito?"

Nagulantang sa takot ang bata. Gusto sana niyang gawin ito kahapon, pero inutusan siyang tulungan ang tagabantay at maraming paglilinis para sa tagsibol. Hindi na niya ito nagawa. Madilim na nang inihanda ang hapunan. Hindi na siya halos makapaghintay na dumating ang umaga, at bumangon, lumabas sa kubol ng mga kagamitan, at maingat na nagtrabaho.

Ngayon, takot niyang tiningnan ang ama. Tumayo siyang parang inahing itinatago ang mga inakay sa kanyang katawan. Inilabas din niya ang radyo sa damuhan at inilatag nang maayos ang lahat ng parte nito. Gusto niya ring kumpunihin ito.

Kaunting oras lang naman ang kailangan, pero sa puszta, walang libreng oras para sa sariling gawain ang batang tagapangalaga.

"Lintek ka!" mapagmataas na sigaw ni Sárkány, ang punong tagapangalaga, at halos pasirkuhin ang bata. Namumula ang kanyang mukha. "Hindi ba sinabi ko sa iyo?"

Sinabi niya rito. Alam ng bata na sinabihan siya na sa sandaling hawakan niyang muli ang demonyong bisikleta, wawasakin ito ng kanyang ama. Pero hindi siya naniwala na gagawin ito ng matanda, kung anuman ang kanyang sinabi.

Pero sinumpong ng matinding galit ang tagapangalagang si Sárkány. Sakay ng kabayo, wala sa tamang-isip, sinagasaan niya ang bisikleta at dinapurak ito.

"Kunin ka ng demonyo! Sinubok mo pang lokohin ako."

Nanginginig ang bata habang minamasdan ang malaking sapatos ng kabayo na dinadapurak nang husto ang mabusising pagkakaayos ng mga rayos ng gulong ng bisikleta at sinisipa ang mga gamit at kung anu-ano sa lahat ng direksiyon. Ito ang katapusan ng radyo, nadurog ito sa ilalim ng sapatos ng kabayo.

"Kung hindi ka magiging horseherd, ikaw ay isa't kalahating gago!" bulyaw ng matandang lalaki, hinablot ang kanyang anak at niliglig ito. Pagkaraan, inihagis niya ito sa mga nadurog na parang lumang basahan.

"Hindi ko papayagang gawin mong maruming kalat ang Hortobágy!" humihingal at umiihip siya, pagkaraan iniwan niya ang anak.

Nakatayong hindi makapagsalita ang bata, namumula ang kanyang mukha, hindi na siya isang bata para lunukin ang gayong insulto, labing-anim na taon na siya.

Gumapang palabas ang tagabantay mula sa tubuhan na nakapalibot sa kulungan ng tupa. Matanda na siya, walang asawa at medyo mahina ang ulo. Nanghilakbot siya sa nangyari. Gumapang siya sa kanyang tiyan at dinampot ang isa sa mga gamit na sinipa, pagkaraan pinuntahan niya ang bisikleta, yumuko rito at tinapik ito na parang batang babaeng napalo. Tinapik niya ito, hinimas-himas, at kinindatan ang batang lalaki, "Rock-a-bye, rock-a-bye . . .

Mula sa malayo, narinig ang boses ng kanyang ama. "Hoy, ikaw . . .

Nagulat ang bata. Hinawakan niya ang ulo sa pagitan ng dalawang kamay. Naghintay siya, hindi gustong gumalaw. Hinihintay niyang maulit ang sigaw ng dalawa o tatlong beses, pagkatapos tumakbong galit na galit, nakayuko ang ulo, hinilang pababa ang malaki niyang sombrero sa kanyang mga mata, tungo sa boses para katagpuin ang isang mamatay-tao.

Naiwan doon ang ungas at pinaswitan nang sunud-sunod na mga halik ang bisikleta.

- 3 -

Gumising din ang nayon. Nakatayo ang maliliit na bahay sa puting liwanag ng bukang-liwayway.

Pinawalan ang mga kabayo. Tumakbo sila sa pagitan ng mga bahay, unti-unting dumarami ang kanilang bilang, na wala silang kasamang ni isang tao. Alam nilang lahat ang kanilang ruta. Papunta sila sa puszta.

Pinanonood ng mga bata ang kanilang pag-alis. At kahit sa mga bintana, tanging mga bata ang nanonood sa kanila. Lumakad ang matatanda para mag-ani. Naiwan sa mga bata ang nayon.

O mahimalang mundo ng umaga sa puszta. Para sa mga hayop ang umaga. Kumikilos ang mga baka sa ibabaw ng patag na lupa nang nag-iisa o pulutong, pagkaraa'y sumasama sa malaking mga kawan. Sumasama ang mga batang tupa, gayon din ang tupa, biglang itinataas ang kanilang ulo sa pampang ng maliit na bambang at umuunga sa kalangitan. Parang lilipad sa himpapawid ang baka sa itaas ng anim na talampakang punso.

Sumugod pasulong ang mga babaeng tupang Hungarian; matatalim ang kanilang sungay at mahaba't nakalaylay ang kanilang balahibo. Wala silang mahanap na lugar para sa sarili sa malawak na puszta at nagkakabanggaan sa isa't isa. Lumilipad na pumuputak ang mga ganza at sinasakop ang buong pastulan. Umiigik ang mga baboy. Hinuhukay nila ang lupa. Nabuhay ang puszta.

Kinambatan ni tagapangalagang Sárkány ang kanyang anak na siyang humahataw ng kanyang mahabang latigo. Tumakbong paikot nang mabilis ang kawan ng mga kabayo, natutuwa sa kanilang kalayaan. Minsan pang hinilang pababa ng bata ang kanyang sombrero sa ibabaw ng kanyang mga mata.

"Nasa iyo ang katangian ng isang horseherd," sumbat ng kanyang ama. "Nasa iyo ang dugo ng Sárkány. Sárkány ang ama mo, Sárkány ang lolo mo, at Sárkány lahat ng ninuno mo . . . Binungkal nila ang Hortobágy at iilan na lang ang mga tagapangalaga ng kabayo . . . Malapit nang magwakas ang kanilang kapanahunan. Pero may laging lugar para sa Sárkány sa Hortobágy . . .

Tumitig ang bata sa kawalan. Dumating ang isa pang batang tagapangalaga, si Pista, bilog ang mukha, may pagkatangang bata.

"Iiwan ko ba sa kanya ang kawan? Kay Pista Czibere? Samantalang narito ka? Hindi siya tagapangalaga ng kabayo, isa lamang tagapangalaga ng baboy sa mga tagapangalaga ng kabayo . . .

Pero ayaw magpaawat ng bata. Sa kanyang puso walang kaginhawahan. Isang uri ng mabangis at mapait na galit ang nagngingitngit sa kanya.

Nakatayong magkatabi ang mag-ama, tulad ng dalawang istatwa. Sa paligid nila, nanginginain ang kawan ng mga kabayo. Biglang gumalaw ang kawan nito, at palundag silang sumampa sa kabayo. Nangangabayong inipon nila ang mga ito. Nagningning ang puszta at nangislap ang mga ulap ng matitingkad na batik ng ube at gintong ilaw.

Muli silang nagkita sakay ng kanilang mga kabayo. Lumihis ang ama para sumama sa anak.

"Jancsi, anak, hindi ba lumundag sa saya ang puso mo? Ikaw ang aking mahal na anak. Hahanapan ko ng asawa si Juliska. Natititipuhan ko ang anak ni Péter Bundi para sa kanya. Gagawin ko siyang maybahay ng magsasaka. Pero ikaw, gusto kong kasama ko para matamasa ang kadakilaan ng pangangalaga ng kabayo. Sige na anak, huwag ka nang magalit kundi hahatawin kita ng latigo sa leeg."

Hindi mauto ang bata. Nagbabaga ang mga mata niya, pero bumaling siya para hindi makita ng kanyang ama.

"At bisikleta lang ang gusto mo, kawawang maliit na uod! Hindi pa nga maliwanag at hayun, nakasakay na sa bisikleta. Sabi ko na sa iyo, pero ayaw mong tantanan."

Nangabayong palayo ang bata, palibot sa kawan ng mga kabayo. Kamalak-malak, katabi niya ang kanyang ama.

"Ngayon ang araw ng Bridge Fair. Ngayon ang paglabas ng iyong ina. Magdadala sila ng pagkain. Naroon din si Bundi, naroon din ako, aayusin namin ang kasal ng kapatid mo. Pagkatapos tayong dalawa na lang. Lahi tayo ng horseherd . . . Itaas mo ang iyong ulo!"

Napatigil siya ng paghihikab ng isang kabayo. Naghikab itong parang tao, ibinubukas ang bibig nang mahaba at malapad.

Minsan pa, inabutan ng ama ang kanyang anak.

"Makinig ka! Huwag mo akong subukan! O kakausapin kita tulad nang pagkausap ko sa isang guya! Dadalhin kita sa Sullen Horse, kukunin ka niya. Matutuhan mo kung ano ang ano."

- 4 -

Umaga na.

Nagtindigan ang mga kawan ng baka. Nag-iinat mag-isa ang mga baka. Nagising na ang pastol sa balon at nagsimulang sumalok ng tubig. Sumikat ang araw sa balon, ang mga sinag nito napuputol sa pagsalok. Uminom mula sa timba ang pastol.

Wala nang tao ngayon sa nayon. Lumabas na lahat ng hayop para manginain, maliban sa guya na naiwan sa bahay. At ang tatlong taong gulang na bata. May hawak siyang latigo. Natakot niya ang maliit na baka na tumalon at natakot ang bata, na tumakbong walang sapin sa paa at nakasuot lamang ng pantaas, nabitawan nito ang latigo.

Ipinaubaya ni Sárkány ang kawan ng kabayo sa pangangalaga ng mga batang herdsmen. Kinambatan niya ang kanyang anak at magkasabay silang nangabayo sa walang katao-taong kapatagan. Iniwan nila ang mga kawan ng baka at tupa. At baboy. Narating nila ang Sullen Horse.

"Ama, dinala ko ang anak ko sa iyo."

Tumango ang Sullen Horse. Tiningnan niya ang bata. Tumingin sa ibaba. Hindi siya makikipag-usap dito.

"Nagloloko siya. Gusto niyang mag-ikot sakay ng bisikleta. Hindi siya nahihiya sa kanyang sarili. Gusto kong kunin mo siya at pagalingin mo para sa akin. Wala siyang galang sa kanyang ama."

Tumango ang Sullen Horse.

Isang batang herdsman ang dumating.

"Sir, manganganak na ang sorrel!"

Kinambatan ni Sullen Horse ang bata.

"Isama mo siya." Sa mga salitang ito, nangabayo na sila at dumating kung saan nanganganak ang kabayo. Naroon na ang mga pastol para tumulong."

Nakahiga na sa damuhan ang maliit na kabayo. Gumagawa ang puszta ng sarili nitong bunga. May bagong buhay na kikislot sa ilalim ng araw.

Pinakawalan ng herdsman ang mga paa ng bagong silang na kabayo mula sa inunan. Nakatingin ang isang kabayo habang nanganganak ang babaeng kabayo. Nakahigang humihingal ang babaeng kabayo. Tinawag ni Sárkány ang kanyang anak.

"Herdsman, ipakita mo kung sino ka!"

Isa pang bata ang dumating.

"May isa pang nanganak."

Nangabayo sila sa direksiyong iyon.

Mag-isang kinumpleto ng pangalawang kabayo ang banal na gawain ng kalikasan. Nakahiga ito sa damuhan katabi ang bagong-silang na kabayo na tila isang bangkay sa inunan, tulad ng isda sa lambat.

Kumislot ang maliit na kabayo at napunit ang inunan. Tiningnan ng kabayo ang kanyang anak. Dalawang kabayo ang dumating at inamoy ang bagong silang. Iyon ang buhay sa puszta.

- 5 -

Dumadaan ang mga kariton ng mga magbubukid, na hila-hila ng mga kabayo. Pupunta sila sa Bridge Fair.

Nangabayo ang horseherd kasama ng mga kabayo. Pupunta rin siya sa perya. Parating ang karitong may dalang pagkain, sakay ang kanyang asawa at anak na babae.

Nagpahinga si Jancsi kasama ang mga kabataang horseherds, hinigaan ang kanilang mga balabal. Napakalungkot niya tulad ng batang kinapong baka.

Dumating ang batang horseherd sakay ng kabayo, lumundag mula rito at pinuntahan sila.

"Maganda ang araw."

Kung may umusal ng salita, para itong tunog ng kampana. Sa puszta, hindi nagsasalita ang mga tao. Dito, tahimik lang sila. Bihira ang salita.

"Ano ang nangyari?"

"Darating ang babae."

"Anong babae?"

"Mrs. András Erszény. Ang asawa ng Sullen Horse."

Walang nakakibo. Hindi ito kapanipaniwala.

"Darating siya?"

"Oo."

"Tatlumpu't apat. Pero darating siya ngayon. Malapit na siyang mamatay at ang sabi gusto niyang makipag-ayos sa kanyang asawa."

"Makipag-ayos?"

"Dahil matindi ang away nila noon."

Kahit si Jancsi kinurot ang kanyang tainga.

"Ano ang pinag-awayan?"

"Bata pa noon ang Sullen Horse. At pag-aari niya ang sariling kawan. Napangasawa niya ang anak ng may-ari ng kawan. Napakapangit nito pero napakayaman. At sa handaan ng kasal, pinatugtog niya sa kanila 'Hindi ang kanyang ganda ang minahal ko, mahirap na bata lang ako, pero ang kanyang yaman.' Pagkatapos umingos ang batang maybahay at ang sumunod, niloko nito si Sárkány."

Nagtawanan sila. Sa ilalim ng bukas na kalangitan, nagtawanan silang parang naroon sila sa walang hanggang kalaliman. Inalingawngaw ng mga ulap ang kanilang tawanan.

"Iyon ang ikinagalit nang husto ng matanda. Pumunta siya sa puszta at sa loob ng tatlumpu't apat na taon hindi siya tumuntong sa Debrecen."

Tumawa muli sila. Yumanig ang lupa sa kanilang tawanan.

"At darating siya ngayon?"

"Oo."

Hindi tumawa si Jancsi. Mas mahaba pa sa biyolin ang kanyang mukha. Hinarot nila siya.

"Anong nangyari sa kanya?"

Sinubok nilang isali ang bagong dating na bata sa usapan.

"Iniiyakan niya ang kanyang bisikleta."

"Hindi ako magaling na horseherd."

"Kung gayon, magiging ano ka?"

"Tsuper."

Tahimik. Tumahimik lahat. Isang anino ang sumukob sa kanila. Tinakbo ng anino ang kahabaan ng puszta. May bumulabog sa mga kabayo at nagdambahan ang mga ito. Matindi ang ingay ng dumadambang mga paa sa puszta. Nilundag ng mga batang herdsman ang kanilang mga kabayo at hinabol ang mga nagwawalang kabayo, hinanap ang mga ito at dinala ang mga ito sa malaking balon kung saan sila kumukuha ng tubig. Napuno ang mahabang labangan. Nagkulumpon ang mga kabayo sa labangan at uminom. Isinubok ang mga timba, ang tumaas-babang tubig sa labangan at parang mga batang mag-aaral ang mga kabayo – mababait na mag-aaral.

"Nasaan si Jancsi?"

Luminga sila, hinahanap ito. Nawala si Jancsi.

"Habulin siya. Papatayin siya ng Sullen Horse."

Puno ang puszta ng tumatakbong mga anyo. Lahat gumagalaw at dumadamba.

Papunta sa eskuwela ang mga bata sa puszta. Nasa labas kahit ang paaralan, nakalapag ang mga eskritoryo sa ilalim ng kalangitan. May guro na naroon, payat na guro. Pinakakanta sila.

Dumating si Jancsi.

"Sir!"

"Ano ang gusto mo, bata?"

"Gusto kong maging tsuper."

"Isang tsuper?"

Gulat na tumingin sa anak ng puszta.

"Mabuti iyang desisyon."

Yumuko ang batang horseherd.

"Papatayin ako ng ama ko."

"Matutuwa iyong marinig ito."

"Hindi. Winasak niya ang aking bisikleta – wala namang sira iyon maliban sa nabaliko ang pedal nito. At halos sira na rin ang aking radyo. Binigyan ako ng anak ng mekaniko ng isa noong mga crystal sets . . ."

At ipinaliwanag niya. At ginulat niya ang guro sa mga teknikal na tawag na ginamit niya.

- 6 -

Ang mga maybahay nasa puszta.

Sa isang matandang iginagalang na kaugalian, pinagbabawalan ang kababaihan na lumabas sa Hortobágy. Ang buong tatlumpung akre na pastulan ay pag-aari ng may isandaang herdsman na naninirahan doon. Isandaang banat sa trabahong herdsman. Umiikot sila roon, magkakatabing namumuhay, ang kanilang lupain sinusukat ng mata. Wala man lang puno o punso na inihagis para hatiin ang mga puszta kina Máta at Zám. Ang mga pastol lang ang may alam kung nasaan ang Pentezug, gayunman, sa loob ng ilandaang taon, walang halos away, alam niya ang kanyang lupa na naroon sa lugar kung saan maganda ang tubo ng thyme.

Gayunman, ngayong araw, ang mga maybahay ang nagdala ng pagkain sa kariton. Sumakay sila sa kariton sa Debrecen o Nádudvar o Újváros, at doon sa ilalim nito naroon ang pagkaing tatagal nang isang buwan. Lumalabas sila ng isang araw na may dalawang kabayo na ipinadala ng may-ari para sa ganoong okasyon, pero hindi sila natutulog doon, pagbaba ng araw, babalik na sila. O ang pinakamatagal, kung lumabas na ang Orion. Mula noon, hanggang mga hatinggabi, puwede sila ng makipagligawan hanggang gusto nila, pero pagkaraan, kailangang umalis sila. Hindi dapat guluhin ang pusztas ng mga palda ng babae. Dahil mapanganib din ang hangin sa puszta, pero, gayunpaman, ang gulo na mas malaki sa bagyo ay maaaring mabulabog ng inarmirolang panloob ng kababaihan, kahit hindi ito halos makitang kumakampay sa ibabaw ng kanilang mga bota. Gayunpaman...

Bakit, kahit ang maliit na si Juliska ay dahilan ng malaking gulo sa matitigas na puso ng mga batang horseherd? Pista, ang puno nila, na nakatayo sa tabi ng nakalugay na buhok ng mga kabayo tulad ng gumagalaw na lapida, wala itong kibo pero tumitingin lang kay Juliska na nakatayo sa tabi niya habang tinitirintas ang kanyang latigo. Gawa ang mabigat na pinalamutiang latigo sa tatlumpu't dalawang piraso ng balat. Ngumingiti sila sa isa't isa at hindi na muling itinaas ni Pista ang tingin, na parang walang nangyari, ipinagpatuloy ng kanyang mga daliri ang ginagawa at wala na siyang ibang pakialam sa mundo . . . O kaya parang inayos na ang lahat, at puwede nang ituloy ng mga kayumangging mga daliri ang trabaho. Muli silang nagngitian at iyon na ang wakas ng pangarap ni Sárkány. Isa o dalawang ngiti ang tumatak sa kapalaran ni Juliska at nangyari na ang desisyon: ang buhay ni Juliska ngayon ay nakatali sa mga bituin ng puszta, dahil dito walang nakagagapos, kahit ang lubid ng kulandong.

Samantala, sa loob ng kubo, nakikinig ang kanilang ama sa mabilis na pagsasalita ng kanyang asawa at sa pagtango niya nang isa o dalawa, nagpasiya ang ulo niya na kailangan itong matapos . . . Ang tungkol kay Juliska ay hindi ganito kundi ganoon . . . Pero kahit may dalawampu't pitong kabayo sa magandang puszta si Mr. Bundi, pero ang nakangiting horseherd lang na si Pista ang nakikita ni Juliska, kahit gising siya o natutulog. Mamimitas pa siya ng bulaklak kung mayroon noon sa Hortobágy sa tuyong damuhan, sa araw nina St. Peter at St. Paul. May mga tangkay ng thistle, at dahil wala nang iba pa, binigyan siya ng isa ni Pista. Maaaring hatiin siya sa dalawa, para sa kanya mas maganda itong thistle na ito kaysa anong alagang bulaklak sa hardin. Tumakbo siya, hawak ang apoy ng pag-ibig sa kanyang puso, na tanging ang ina lang niya ang nakahula sa lihim ng kanyang maliit na puso.

"Nasaan si Jancsi, ama?"

Tumigas ang anyo ni Sárkány.

"May mali sa kanya."

"Ano?"

"Siya ay nahalina."

"Anong ibig mong sabihin? Bata pa siya. Ang rosas ng pagmamahal ay hindi pa nagbubukas sa kanya."

"Pagmamahal? Hindi ganoon. Isang bisikleta – iyon ang iniibig niya. Ayaw niyang maging horseherd."

Alam ito ng maybahay. Nanginginig siyang naghintay para makita kung ano pang mga problema ang gagawing mahirap ng buhay.

"Pero winasak ko ito sa maliliit na piraso – kung gusto mong makita, nasa likod ng kubo."

Tumakbo ang ina at nakita ang pagkasira ng himala. Pinilipit niya ang mga kamay.

Dumating na sakay ng kabayo ang isang batang herdsman at tumawag mula sa kanyang kabayo. "Umuwi na ba si Jancsi?"

"Para ano?"

"Tumakas siya mula sa Sullen Horse. Hindi namin alam kung anong nangyari."

Umangil ang punong herdsman. "Papatayin ko siya!" Sumampa siya sa kabayo at umalis. Nag-iwan ang dalawang nakakabayo ng bakas ng alikabok sa puszta.

Pinagsalikop ng ina ang mga kamay at kinakabahang pinanood ang kanilang pag-alis. Nagpalaki ka ng mga anak at tingnan kung ano ang nangyari. Pumatak ang luha sa mga mata ng isang ina. Nagkandarapa siya para tingnan ang anak na babae at nakita niya ito katabi ang lalaki na tinitirintas ang kanyang latigo. Natakot, tinawag niya ito. "Halika rito, halika!"

Inayos ng dalaga ang sarili at tumakbo sa ina. "Ina!" at yumakap siya rito.

"Ina, puwede akong mamatay para sa kanya."

"Nagsabi na ba siya?"

"Hindi pa pero mamamatay ako para sa kanya."

"Mahal mo ba siya?"

"Oo."

"Papatayin ka ng ama mo."

"Hindi bale."

Hindi alam ng ina ang gagawin.

"Iyon ba ang dahilan kung bakit gusto mong pumuntang Hortobágy?" bulong niya na may naninising boses.

"Hindi, hindi ko alam noon, ina."

"Kung gayon, paano ito nangyari? Sabihin mo."

"Hindi ko alam. Alam ko lang nangyari."

Umikut-ikot ang tagak sa himpapawid. Natagpuan nito ang kanyang kapareha. Ang lalaking kabayo ay inikutan ang babaeng kabayo, nagsalubong ang kanilang mga ulo at magkasamang humahalinghing.

Kasimbilis ng kidlat ang pag-ibig sa puszta.

"Basta nangyari lang ba?"

"Opo, ngayon lang."

Nadismaya ang ina. Wala nang anuman siyang magagawa. Alam niya iyon mula sa sariling karanasan. Minsan lang titingnan ng batang horseherd ang babaeng gusto niyang mapangasawa. Bihirang-bihira kung titingnan niya ito nang dalawa o tatlong beses bago makapagpasiya. Hindi nanliligaw ang batang horseherd. Pagdating ng panahon, mag-aasawa siya, at iyon na iyon.

- 7 -

Lumayo si Jancsi sakay ng kabayo. Hindi malaki ang puszta para dalhin lahat ng kanyang kalungkutan. Pagkunwa'y may nakita siya na nagpatigil sa kanya. Isang kotse. Tumingin siya sa langit, nag-iipon ang mga ulap ng bagyo. Tiningnan niya ang kotse. Walang palatandaan ng kahit sinong malapit dito.

"Mababasa ito."

Bumaba siya sa kabayo at tiningnan ito. May malambot na balat na mga upuan ang kotse. Sayang naman kung mapupuno ito ng tubig. Pero hindi niya alam kung ano ang gagawin dito. Hindi niya alam kung paano itaas ang hood dahil hindi niya alam ang mekanismo nito.

Sa loob ng kotse, may nakita siyang libro na nagsasabi kung paano ito gamitin. Tiningnan niya ito.

"Buwisit, sa German!"

Ipinilig niya ang ulo, pero tiningnan ang diagram at nakilala isa-isa ang magkakaibang piraso ng frame.

Palakas nang palakas ang dumarating na bagyo at lalo siyang nagmadali.

Sa wakas, nagsimula siyang magtrabaho, at isa-isang kinalas niya ang buckles, ang struts, ang makintab na parteng nickel, at nang sandaling dumating ang bagyo, tapos nang lubusan ang kotse at tumayo siya roon sa tabi noon na parang guwardiya. Natakot ang kanyang kabayo sa bagyo at dumamba palayo.

Dumating ang mga ginoo, ang mga pasahero ng kotse nang bumuhos na ang ulan. Dalawa ang ginoo at nasiyahan silang maayos ang kotse. Hindi siya nakaiintindi ng German, pero alam niya kung ano ang kanilang itinatanong at tinapik nang may pagmamahal ang kotse.

"Hindi naman ako mapapaano, pero sayang kung mababababad sa tubig ang kotse."

"Gusto mo bang maging tsuper?" tanong ng ginoo.

"Tsuper, iyon talaga ang pangarap ko."

Niyaya nila siya sa kotse at isinama siya.

Nakaupo ang bata sa tabi ng nagmamanehong ginoo, sinusundan ng kanyang mga mata ang bawat galaw nito.

- 8 -

Muling pinuntahan ni Sárkány ang Sullen Horse.

"Nasaan ang bata?"

"Hinanap nila. Hindi nila makita. Suspetsa ng batang herdsman, baka lumayas."

"Papunta saan?"

"Doon, papuntang kanluran."

Naghanap si Sárkány, ang punong herdsman.

"Baka sumama sa mga gumagawa ng panggatong."

Sa direksiyong iyon siya nangabayo. Iniwan niya ang kaparangan ng puszta at narating ang mga kabataang gumagawa ng "Gatong ng Hortobágy." Nangongolekta sila sa kariton ng dumi ng baka mula sa puszta at hinahalo nila ng tinidor. Gumagawa sila ng panggatong mula rito, at pinagdidikit na magkakasama para matagalan ang ulan at hangin.

"Nakita ba ninyo ang anak ko?"

"Hindi siya gumawi rito."

"Saan kaya nagpunta ang kontrabida. Papatayin ko siya. Papatayin ko siya!"

"Baka sumama sa nanggugupit ng balahibo ng tupa – kaibigan niya ang batang pastol."

Pinuntahan iyon ni Sárkány.

Pinagsama-sama ang mga tupa, marami ang mga ito. Dinala sila sa manggugupit at ginupitan ng kanilang balahibo. Ang mga nagupitan, mabilis na lumundag palayo at nagtakbuhan na parang mga bagong silang.

"Narito ba ang anak ko?"

"Hindi. Wala siya rito."

"Kung gayon, nasaan siya?"

"Sino ang makapagsasabi sa puszta kung may nawawala?"

Mula sa malayo, sumiklab ang sunog. Nakita nila ang apoy mula rito.

"May nasusunog sa banda roon. Baka roon nagpunta ang bata. Gustong manood ng apoy ang mga bata."

Itinuloy ni Sárkány ang paghahanap sakay ng kanyang

kabayo. Mandala ng dayami ang nasusunog. Kalaunan, nasunog na rin ang maliliit na katabing bahay. Doon mismo sa gilid ng Hortobágy, at nakikita nila iyon sa nayon, at pinatunog nang malakas ang kampana. Pumunta sa tindahan ang mga bumbero at hinila ang mga hose. Nangabayo sila papunta sa puszta. Nasusunog ang dayami. Hindi mapalagay ang kuwadra. Nasusunog ang maliit na bahay. Sumasagitsit ang dayami habang lumilipad mula sa bubong. Hinalo ng hangin ang nagliliyab na dayami.

"Hoy, narito ba ang anak ko?"

"Hindi namin nakita ang anak mo."

Dumating ang bagyo. Hinatak ng apoy ang bagyo na parang hindi mabubuhay ang isa kung wala ang isa. Sa langit, mabilis na uminog ang mga ulap at dumaang dumadagundong ang mga itim na langkay ng kalangitan. Ang swineherd, na nakahiga katabi ng kanyang mga baboy, bumangon at tumingin sa langit, kinakanlungan ang kanyang mga mata ng kanyang kamay. Dumaan ang isang maitim na ulap sa harap ng araw. Itinaboy ng pastol ang mga baboy sa kubol. Dalawang kabayo ang tumakbo papunta sa nayon, nakawala mula sa isa sa mga kawan. Dahil maitim ang mga ulap, nagwala ang mga kabayo at nagtakbuhan sa lahat ng direksiyon sa ibabaw ng puszta. Isang tagapag-alaga ng kabayo ang nangabayo sa gitna ng ulan. Isang barakong kabayo ang mabilis na tumatakbo na kaagad hinabol ng mga horseherd. Hinabol naman ng mga tagapag-alaga ng mga baka ang mga nagwawalang baka gamit ang malalaki nilang patpat.

Maririnig si Sárkány na sumisigaw ngayon dito, ngayon doon.

"Nakita ba ninyo ang anak ko?"

"Walang nakakita sa kanya."

Isang kawan ng baka ang nagtakbuhan sa puszta. Parang sinaunang mababangis na hayop sa baha ang malalaking hayop.

Isang pastol ang naglakad kasama ang kanyang aso sa gitna ng ulan.

Nangabayo si Sárkány sa gitna ng bagyo at umuwi sa bahay. Nadaanan niya ang isang kabayong tinamaan ng kidlat.

Luminaw na ang langit at nagningning ang mga natitirang ulap. Basa ang lupa at mas masayang kumikislap ang damuhan. Pero natagpuan ng kabayo ang kanyang katapusan.

"Nasa bahay na ba ang bata?"

Matiyagang naghintay ang maybahay sa kanyang asawa.

"Pasok na, pasok. Nakahanda na ang tanghalian."

Nag-iihaw ng isda sa patpat ang bantay. Walang gana si Sárkány. Malungkot siya.

Gayunman, bumalik ang gana niya sa isda at naupo siya para kumain.

Nagsalita ang maybahay niya.

"May sasabihin ako sa iyo."

"Ano?"

"May problema tayo sa anak nating babae. Kailangang sabihin ko sa iyo ngayon dahil narito lang ako para sa isang araw."

Matigas na tiningnan ni Sárkány ang kanyang asawa. Anong problema ang mayroon? Wala na bang iba kundi problema ngayong araw?

"Ano bang sinasabi mo?"

"Ayaw niyang mapangasawa ang anak ng may-ari ng kawan."

"Hindi ko siya tinatanong. Wala siya roong pakialam. Suliranin ko iyon . . .

"Pero hindi ganoon iyon."

"At paano? Ikaw ba'y kalaban ko na rin?"

"Hindi, pero hindi mo puwedeng diktahan ang bata. Hindi na ganoon ang mundong tinitirhan natin ngayon . . . Sasama na siya sa kanya . . .

"Sasama siya sa kanya? Bakit, sinong gusto niyang kasamahin?"

Kinuha ng babae ang kamay ng kanyang asawa at dinala siya sa labas ng likod ng kubo. Nakatayo si Pista, ang horseherd, doon sa sahig ng paghahaplit, matatag at seryoso. May nakaipit na pipa sa kanyang mga ngipin. Hinagod niya ng daliri ang pipa at sinabi sa dalaga, "Nakikinig ka ba?"

"Oo, Pista."

Walang pakialam na inayos ng binata ang kanyang pipa.

"Gusto kitang pakasalan."

"Talaga?"

"Gusto ko talaga . . .

Pero nang oras na iyon naroon na ang horseherd.

"Talagang ngang gusto mo, kung pinalaki ko ang bata para lang sa isang pobreng hampaslupang gaya mo."

Nagtitigan ang dalawang lalaki sa isa't isa. Piniga-piga ng matandang babae ang kanyang mga kamay.

Nanlisik ang mga mata ng binata.

"Ano po ang ibig ninyong sabihin?"

"Ano, ulol ka? Ganito . . .

At mula sa gilid ng kubo humugot siya ng patpat at hinataw ito sa likod ng leeg ng binata. Hindi natinag ang binata. Yumuko rin siya at pumulot ng ibang patpat.

"Puwede na rin ito."

Sa gayon, nagsagupaan ang dalawa. Hindi nila tinitingnan kung saan tumatama ang dulo ng patpat, pero inumbag nang husto ang isa't isa. Tulad ng dalawang toro sa pastulan. Nangangain ng damo ang toro sa pastulan, iniangat ang ulo at pumalahaw. Natapos ang kaguluhan. Nagpatuloy na manginain ng damo ang torong malibag ang leeg.

Mga lalaki ang mga ito, nahiya sila sa mga lamat na natanggap nila. Humingal sila at hinabol ang hininga.

Umiyak ang babae, "Baka nagpunta ang bata sa fair."

Hindi kumibo si Sárkány. Kinuha niya ang kanyang kabayo at sumampa rito. Nangabayo siya papunta sa fair. Mabilis siyang nangabayo, bumagal hanggang maging yagyag. Hinila niya ang kanyang sombrero pababa sa kanyang mga mata. Ang buong buhay niya at lahat ng kanyang mga pangarap ay naglahong parang usok. Gustong manirahan ng kanyang anak na lalaki sa bisikleta; ang babae ayaw maging maybahay ng may-ari ng kawan. At katapusan ng buhay sa puszta ang ibig sabihin noon . . . At nakabuo na siya ng mga plano para dalhin ang kanyang anak na babae sa nayon . . . Nagawa niya sana itong maybahay ng may-ari ng malaking kawan . . . Ah, ganoon na nga...

Inihatid nila ang mga baka papunta sa fair. Dinadala ang mga kabayo nang limahan at sampuan.

Itinatawid nila ang isang kawan ng baka sa tulay na bato. Nakikita na ang Hortobágy Inn.

Isang malaking alimpuyo ang fair. Mga cymbal, accordion, barrel-organ at lahat ng klaseng ingay sa kalituhan.

- 9 -

Pagkatapos ng bagyo ay abalang inaayos ng Sullen Horse ang kanyang barakong kabayo nang dumating sila at sabihing hinahanap na siya sa bahay dahil may naghahanap sa kanyang babae. Nagulat ang matandang lalaki. Isang babae? Para sa kanya? Sa loob ng tatlumpu't apat na taon walang sinumang babae ang naghanap sa kanya.

Hindi siya gumalaw. Tumayo siya roon at tumingin sa malayo. Nagdala ng awit ang hangin ng puszta sa kanyang mga tainga. Malinaw niyang naririnig ang banda sa handaan ng kasal. Ipinikit niya ang kanyang mga mata. Nanginig ang kanyang matandang may kayumangging balat. Kumibot ang kanyang mukha. Nang parang sa panaginip nakita niya ang sayaw sa kasal at inutusan niya silang tumugtog ng, "Hindi, hindi ang ganda niya ang inibig ko, kawawang bata ako, pero ang kanyang yaman . . .

Nakita niya ang maliit niyang maybahay nang bigla itong nanigas at itinuwid ang sarili. Hindi siya maganda, pero siya'y bata pa at sa kanya. Binukas niya ang kanyang mga mata. Walang nandito kundi ang malungkot na puszta.

"Puwede ba siyang magpunta rito?" tanong ng batang horseherd.

"Sino?"

"Ang matandang babae."

"Kung akong tatanungin pwede siyang magpunta rito."

Hindi siya tumingin sa kanya. Tumayo lamang siya at naghintay, parang istatwang bato.

Marahang lumapit ang matandang babae, pagewang-gewang, nakatakip sa kanyang mga mata ang kanyang bandana. Nang dumating siya, huminto siya at payak na sinabi, mapagkumbaba, na may kasamang pighati ng katandaan, "András."

"Sino 'yan?"

"Ako ito . . . Ako . . . Kung totoo nga ito . . .

Tiningnan siya nito. At nagliyab ang kanyang mga mata. Itong asawa niya...

"Eszti?"

Tumango lamang ang babae at umiyak. Pinunasan niya ng kanto ng kanyang panyo ang kanyang tumutulong mga luha.

"Ako ito, András."

"Hindi kita kilala."

"Akong asawa mo."

"Wala akong asawa."

"Buhay pa ako . . . nang kaunti pa . . . At buhay ka rin."

"Matagal na akong hindi nabubuhay."

Pero tumayo lamang doon ang babae. Ngayon na nagpunta na siya rito, hindi niya ito iiwan.

"András!"

"Anong gusto mo? Malanding babae! Niloko mo ako!"

"Hindi, hindi iyon totoo . . . Iyon lamang ang gusto kong ipaliwanag, habang buhay pa ako . . . Hindi iyon totoo . . . Ginawa ko lang iyon para takutin ka . . . Tiniis ko iyon ng tatlumpu't apat na taon. Pero ngayon matanda na ako at hindi ko na ito kaya . . . Hindi ako puwedeng mamatay, András, sa kaalamang pinaniniwalaan mo iyon . . .

Biglang nahabag ang lalaki.

"Hindi iyon totoo?"

"Hindi."

"Sasabihin mo iyan sa harap ng Diyos?"

"Sa harap ng Diyos, András."

"Kasi nakikita Niya tayo rito . . . Sa sarili Niyang mga mata,

Eszti . . . Naroon Siya sa langit . . . Patatamaan ka Niya ng Kanyang kidlat kung nagsisinunggaling ka . . .

"Hindi ako nagsisinunggaling . . . Tama na ang tatlumpu't apat na taon para sa akin . . . May nadinig ka bang tungkol sa akin noong panahon na iyon?"

Nag-isip nang taimtim si András Erszény, punong horseherd. Hindi, wala nga siyang narinig na kahit ano – ni hindi, nariyan na din lamang, siya nagtanong tungkol sa kanya. Pero mabilis kumalat ang masamang balita, at walang kahit anong balita tungkol sa babae ang nakarating sa puszta.

Sabihin ngang totoo ito? Na para sa wala ang katigasan sa buong tatlumpu't apat na taong ito? Hay, anong isinumpang buhay, sinumpang dangal...

"Mamamatay ako, András . . . Kaunti na lamang ang nalalabi kong panahon . . .

"Anong nangyari?"

"Isang kanta . . . Iyong kantang iyon, iyong pinatugtog mo sa handaan ng kasal."

Pareho nilang ipinikit ang kanilang mga mata. Pareho nilang narinig muli ang lumang kantang iyon, "Kawawang bata ako . . . hinanap ko ang kayamanan . . .

"Gusto ko sanang ipakita sa iyo na hindi lamang iyon para sa kayamanan. Para matauhan ka na . . . at para may magmahal din sa akin. Pero matagal na iyon. Baka hindi rin iyon totoo."

May hanging umihip sa itim na palda ng babae . . . May hanging nagpagaspas sa kapa ng nanlilimahid at lumang sheepskin coat ng horseherd. Nilalaro sila ng hangin ng Hortobágy, tinatawanan ang mga batang itong tumanda na.

Inilabas ng lalaki ang kanyang kamay.

"Pinaniniwalaan kita, Eszti. Halika't huwag nang magkasala."

Kinuha ng babae ang kanyang kamay at hinalikan ito, kahit na ito'y matigas. Hinila ito palayo ng lalaki, nadama ang mga luha sa likod ng kanyang kamay. Tiningnan niya ang kanyang kamay.

"Puwede na iyan . . . Ngayon, Eszti . . . Mahal kong Eszti . . . Pupunta tayo sa fair."

Ipinatong niya ang kanyang kamay sa balikat ng babae at tumingin sa malayo. Sa mga ulap, at hinanap niya ang katotohanan, ang malayong liwanag ng bagay na impossible, ang Sullen Horse...

- 10 -

Isang magulong alimpuyo ang Bridge Fair. Isang tiyubibo. Mga kabayong kahoy, mga batang horseherd na sakay nila. Mga brass instrument. Nagtatawaran at nagkakasundo ang mga nagpunta sa fair. Minarkahan ang mga tupang naibenta. Ang mga pastol na nakasuot ng nanlilimahid na mga bota ay nakipagtawaran sa mga mamimiling nakasuot ng maayos na bota. Minarkahan ang mga sungay ng baka. Lumabas ang usok mula sa mga sungay. Paikut-ikot ang mga bata sa tiyubibo. Isang kawan ng tupa ang itinawid sa tulay na bato. Isang brass band. Isang kariton ng magbubukid na nakakabit sa mga kabayo. Bumubuga ang trompetero na parang pasasabugin ang kanyang mga baga. Itinatawid nila ang mga baka sa kahabaan ng tulay. Nagbanggaan ang mga cymbal. Itinawid ang mga kariton at kabayo sa kahabaan ng tulay. Ang tulay ang sentro ng di-maintindihang kawalang-hangganan ng Hortobágy. Isang malaking tambol at tambulero. Itinawid nila ang napakaraming baka sa tulay. Isang trompetero, dalawang trompetero, isang brass band. Mga kariton at kabayo.

Isang kotse; sa upuan, suot ng binatang si Jancsi ang coat ng tsuper. Iniwan siya para bantayan ang kotse. Isinuot niya ang sombrero ng tsuper. Masaya siya.

Nasa inuman sa kamalig si Sárkány, umiinom. Nakatatakot na umiinom. Sa paligid niya ay nag-iikot na mga herdsmen at mamimili. Ngayon lahat ng nasa loob niya malakas na umaalingawngaw sa loob ng kanyang mga tainga. Uminom siya't kumanta. Umupo siya kasama ang ilang herdsmen at uminom at kumanta sa pangit na boses. Lumabas siya at luminga-linga. Kamalak-malak napunta siya sa tabi ng kotse, at natakot ang anak niya. Humukot ito nang lumapit siya at bigla siyang nakilala siya. Nakilala niya siya, ang kanyang kaisa-isang anak na lalaki na nakasuot ng fur coat at sombrero ng tsuper. Matagal niya itong tiningnan. Nanlabo ang kanyang mga mata. Nangilid ang luha sa kanyang mga mata at bumubulang umalpas na malalaking patak mula sa kanyang pilikmata.

"Aalis ka na?"

"Oo."

Hindi na siya galit. Nagkibit-balikat siya at lumayo.

Tumawag ang binata.

"Itay!"

Lumingon ito. Dumungaw palabas ng kotse ang binata.

"Mabuti silang mga tao. Mga ginoo. Magiging tsuper ako."

Ibinukas niya nang todo ang kanyang mga braso. Niyakap niya ang kanyang anak na dumungaw sa kotse at humalik sa pisngi ng kanyang ama. Pagkatapos itinulak siya nito pabalik sa kanyang upuan.

"Basta alagaan mo ang sarili mo . . . Magiging mabuti kang tao roon . . . Basta huwag mo lang kalimutan ang dangal ng pagiging horseherd . . .

Nagkandarapa siyang bumalik sa inuman.

"Lintik, tumugtog kayo!" sigaw niya sa gypsy.

Nagsimula siyang sumayaw. Sumali ang maliit na batang lalaki at tangang bantay. Hindi niya alam kung paano siya natakasan ng isang ito. At sumayaw siya. Sumayaw siyang may nakakikilabot na kakisigan. Pinalo niya ang gilid ng kanyang mga bota. Natatanaw ang nanginginaing langkay. Ang nanginginaing mga baka. Ang mga tupa sa pastulan. Ang mga tagak sa himpapawid.

Sinubukan niyang sumampa sa kanyang kabayo. Iyong batang iyon, si Pista. Bumaba siya sa kabayo. Dito nagsimula siyang sumayaw muli. Sa tabi niya may sumasayaw na matandang magkapareha. Si András Erszény at ang asawa niya. Ang Sullen Horse . . .

Nakatayo ang lahat sa palibot nila, nanonood. At nagsimula siyang sumayaw muli. Binantaan niya ang mundo gamit ang kanyang kamao. Pero napakasaya niya. Magkahalong luha at galak ang kanyang mukha. Ipinaghihiganti niya ang kanyang sarili sa buong mundo.

Marilag na sumasayaw ang Sullen Horse. Natapilok ang maliit na matandang babae. Inakay siya nito at dinala siya sa isang bangko. Pagkatapos, sumayaw silang dalawang silang-sila lang. Si Sárkány, ang herdsman na nagtapos ang buhay ngayong araw na ito, at ang Sullen Horse na ang buhay ay ipinanganak muli ngayong araw na ito. Tumawa ang Hortobágy habang nagtatakipsilim. Tumawa ang Hortobágy, na may tuwa ng isanlibo, isang milyong taon, sa karupukan ng sangkatauhan.

ANG BANGA*
(The Jar)
Luigi Pirandello

Maganda rin itong taon para sa mga olibas. Ang mga puno sa bukid, hitik sa buko noong nakaraang taon, ngayon lahat ng mga ito'y namunga ng mga hinog na prutas, sa kabila ng hamog na nagbabanta sa mga bulaklak.

Inasahan ni Zirafa, na marami-raming puno nito sa kanyang bukid na Le Quote at Primosole , na hindi sapat ang limang lumang ceramic na mga banga para lagyan ng bagong aanihin niyang langis ng oliba. Umorder na siya ng ikaanim na mas malaking banga mula Santo Stefano di Camastra, kung saan ito ginagawa; iyon ay halos kasintaas ng tao, magandang bilugang katawan at marilag, parang mother superior sa iba pa.

Siyempre, inaway niya kahit ang tao sa hurno tungkol sa bangang ito. Mayroon bang hindi inaway si Don Loll Zirafa? Nakikipag-away siya kahit sa kaliit-liitang bagay, kahit sa maliit na batong nahulog mula sa pader na nakapagitan, kahit sa hibla ng dayami. At dahil sa tambak ng mga patawag at bayaring legal, paghahabla sa sinumang nakita ay parating nagtatapos sa pagbabayad ng gastusing legal, kaya't halos bangkarote na siya.

Sinasabi ng mga tao na nabubuwisit na ang kanyang abogado na makita siyang sakay ng kanyang kabayo dalawa o tatlong beses isang linggo kaya't binigyan na siya nito ng mahalagang librito, maliit na maliit tulad ng misal; ang legal code, para hindi na maaksaya ang oras ng abogadong tingnan kung may basehang legal ba ang mga isinasampa niyang kaso.

*Isinalin ni Ellen Sicat

Dati-rati lahat ng nakakaaway niya, para siya pagtawanan, sinisigawan siya ng, "Bigyan siya ng kabayo!" Ngayon, sa halip, sinasabi nila: "Tingnan mo sa iyong manual."

At isasagot ni Don Loll, "Tama, at ipapako kita, mga hinayupak kayo!"

Habang hinihintay magkaroon ng lugar sa bodega, pansamantalang inilapag sa pigaan ng ubas ang bagong banga. Wala pang nakakita ng ganoong banga, baka kaya nitong maglaman ng hindi kukulangin sa dalawandaang litro. Nakakaawang ilagay ito sa mainit na kuweba, nangangamoy amag at matinding kulob, madidilim na lugar, may hindi kaaya-ayang mangyayari rito, sinasabi ng lahat. Pero nagkibit-balikat lamang si Don Loll kung sinasabihan.

Dalawang araw na nilang niyuyugyog ang olibas, at nagagalit na siya dahil hindi niya alam kung ano ang uunahin, nagpakita na ang mga taong may abonong sakay sa kanilang mga kabayo, at kailangang itambak ang mga iyon dito at doon para sa kapanahunan ng pananim na beans. Sa kabilang dako, gusto niyang tumulong sa pagdiskarga ng patuloy na prusisyon ng hayop; gayunman, ayaw niyang iwanan ang kalalakihang yumuyugyog sa olibas; nagmumura siyang tulad ng isang marino at nananakot na ipapako ang isang lalaki at pagkaraan ang isa pa, kapag nawala ang kahit isang olibas lang, na parang bilang niya ang bunga ng mga puno, o kaya kahit isang bunton ng abono ay hindi kasinlaki ng iba. Suot ang kanyang gutay-gutay na puting sombrero, ang kanyang kamisadentro, kita ang dibdib, namumula ang mukhang tumatagaktak ang pawis, tumatakbo siya rito at doon, pinagugulong ang malalobo niyang mga mata at galit na kinukuskos ang kanyang inahit na mga pisngi, kung saan agad tumutubo ang kanyang makapal na balbas sa sandaling maahitan.

Ngayon, pagkaraan ng tatlong araw, pumasok ang tatlo sa mga katiwalang yumuyugyog ng olibas sa kubol kung saan pinipisa ang ubas para itago ang kanilang mga hagdan at tikin. Napatigil ang tatlo tulad ng tatlong troso nang makita nila ang bagong magandang banga, basag halos sa dalawa. Basag ang isang malaking piraso sa harap, lahat sa isang piraso, na parang may isang "whack!" na hinati ito nang palataw, doon mismo sa gitna ng kanyang tiyan, tuluy-tuloy hanggang sa ibaba.

"Mamamatay na ako! Mamamatay na ako!" sigaw ng isa sa tatlo, halos pabulong habang binabayo ang dibdib.

"Sino ang gumawa nito?" tanong ng pangalawa.

"Diyos ko!" sabi ng pangatlo. Ano ang sasabihin ni Don Loll? Sino ang magsasabi sa kanya? Ito pa naman ang bagong banga! Naku, nakakahiya!"

Ipinayo agad ng una, na siyang pinakatakot sa lahat, na agad nilang isara ang pinto at tahimik na umalis, iwanan ang mga hagdan at tikin sa labas, nakasandal sa pader. Pero mahigpit na tumutol ang pangalawa.

"Sira ba kayo? Si Don Loll ang pinag-uusapan natin! Kaya niyang isiping tayo ang bumasag. Walang gagalaw!"

Lumabas siya, tumayo sa harap ng kubol at inilagay ang kamay na tila tasa sa kanyang bibig, at tumawag, "Don Loll! Hoy, Don Loll!"

Nasa ibaba ng gilid ng bundok si Don Loll kasama ang mga kalalakihang nagbababa ng abono, at tulad nang dati nagpupuyos siyang nagmumuwestra, maya't maya'y ginagamit ang dalawang kamay para diinan ang kanyang gutay-gutay na puting sombrero. Kung minsan, naididiin niya itong masyado na pagkaraan hindi na niya maialis ang kanyang sombrero mula sa kanyang leeg o noo. Paalis na ang huling apoy ng dapithapon at sa katahimikang kumakalat sa kanayunan kasama ang mga anino ng gabi at ang matamis na hangin, walang humpay pa rin ang galit na pagmumuwestra ng parating galit na tao.

"Don Loll! Don Loll!"

Nang dumating siya, para siyang nababaliw. Una, sinugod niya ang tatlong lalaki; sinakmal ang isa sa leeg at itinulak sa dingding na sumisigaw, "Diyos ko, babayaran mo ito!"

Nang hilahin siya ng dalawang kasamahan na lalaki, ang kanilang desperasyon ay bakas sa kanilang kulay-lupa, bilad sa araw, tila hayop na mga mukha, ibinaling ni Don Loll ang galit sa sarili, itinapon niya ang gutay-gutay na sombrero sa lupa, sinuntok ang sarili nang paulit-ulit sa ulo, mga pisngi, idinamba ang mga paa, at ngumawa ng tulad ng pag-iyak sa isang namatay na kamag-anak.

"Ang aking bagong banga! Ang mamahaling bagong banga! Bagung-bago ito!"

Gusto niyang malaman kung sino ang nakabasag nito! Nabasag kaya itong mag-isa? May bumasag ditong may galit sa kanya o naiinggit! Pero kailan? Paano? Walang tanda ng karahasan! Puwede kayang dumating itong basag na mula sa pabrika? Imposible! Buo ito tulad ng kampana.

Nang makita ng mga katiwala na humupa na ang unang ragasa ng kanyang galit, sinimulan nilang pakiusapan si Don Loll na pumanatag. Maaayos ang banga. Hindi naman malubha ang pagkabasag nito. Maayos ito ng isang magaling na magkumpuni. Parang bago. Si Tiyo Dima Licasi ang tao para sa trabahong ito, na nakadiskubre ng may himalang sementong pandikit, ang lihim na pandikit na siya lamang ang nakaaalam, isang pandikit na kahit martilyo hindi kayang basagin sa sandaling dumikit na ito. Kung gusto ni Don Loll, sa pagbubukang-liwayway kinabukasan, dadating si Dima Licasi upang mabuo agad ang banga at higitan pa ang itsura nito bago ito nabasag.

Patuloy na inaayawan ni Don Loll ang mga payo: walang mangyayari, hindi na ito maaayos; pero kalaunan, napapayag din siya, at nang sumunod na araw, madaling araw, maagang dumating si Tiyo Dima Licasi sa Primosole na may basket ng mga gamit sa kanyang likod.

Siya ay hukot na matandang lalaki, may pilay at bukul-bukol na kasukasuan tulad ng matandang puno ng Arab Saracen olive. Kailangan mo ng kawit para pagsalitain siya. Isang paraan ng katahimikan ang hindi pagkibo, kalungkutan itong nag-uugat dahil sa kanyang sirang hugis na katawan. Dala rin ito ng kawalan ng tiwalang maiintindihan at kikilalanin ang kanyang halaga bilang imbentor kahit wala siyang mga patente,ang gusto ni Tiyo Dima Licasi ang katotohanan ang siyang magpatunay. Ginawa siya nitong maingat dahil takot siyang may magnakaw ng lihim niyang pormula para sa pambihirang pandikit.

"Tingnan ko lang," ang unang sinabi ni Don Loll pagkaraang nagduda nang namasdan si Tiyo Dima Licasi nang matagal.

Umiling si Tiyo, ayaw sumagot, puno ng dignidad.

"Makikita mo, pagkagawa."

"Pero uubra ba?"

Inilapag ni Tiyo Dima ang basket ng gamit sa lupa. Kinuha niya roon ang gulanit, kupas na tungkos ng panyo. Iniunat niya ito, at mula roon, maingay na inilabas ang pares ng salamin na bali ang tulay at baras at pinagkabit ng sinulid; isinuot niya ito at maingat na sinuri ang banga na inilabas sa sahig ng haplitan.

"Maayos na iyan," sabi niya.

"Pero gumamit ka lang ng sementong pandikit . . . Nagbigay si Zirafa ng kondisyon. "Hindi ako tiwala diyan. Gusto ko tahiin din ng alambre."

"Kung gayon, aalis na ako," ganti ni Tiyo Dima, na inilagay ang basket ng gamit sa kanyang likod.

Hinawakan siya ni Don Loll sa braso.

"Saan ka pupunta? Baboy ka, ganito ka bang umasal? Tingnan ninyo siya, akala niya siya si Emperador Charlemagne! Kawawang walang silbi! Ikaw ay isa lang pangit na tagakumpuni, isang hayop at kailangan mong gawin kung ano ang iniutos sa iyo! Lalagyan ko iyan ng langis, at kumakatas ang langis, tangang hayup! Ang basag, isang milya ang haba, sementong pandikit lang? Gusto ko tahi. Sementong pandikit at tahi, ako ang amo."

Pumikit si Tiyo Dima, pinagtikom ang mga labi at umiling. Pare-pareho sila. Hindi siya binibigyan ng pagkakataong gumawa nang maayos na trabaho, matiyagang gumawa tulad ng isang likhang sining, at ipakita ang mga katangian ng sementong pandikit.

"Kung ang banga," sabi niya, "ay hindi katulad muli ng kampana . . .

"Hindi puwede, hindi puwede," putol ni Don Loll. "Tahiin mo! Babayaran ko ang sementong pandikit. Magkano ang utang ko?"

"Para lamang sa semento . . .

"Lintik, ang tigas ng ulo mo!" sigaw ni Zirafa. "Ano ang sinabi ko? Sabi ko, gusto ko tahi. Magbabayaran tayo pagkatapos mo. Wala akong oras para aksayahin sa iyo."

At umalis siya para bantayan ang kanyang mga tauhan.

Nagsimulang magtrabaho si Tiyo Dima, puno ng galit at sama ng loob. At lalong tumindi ang galit at sama ng loob sa bawat butas na binabarena niya sa banga at sa basag na parte para ipasok ang alambre para tahiin. Sinasabayan niya ang garalgal ng barena ng malakas at madalas na ungol at lalong luntian sa pait ang kanyang mukha at lalong tumatalim ang kanyang mga mata at nag-aapoy sa galit. Nang natapos niya ang unang hakbang, galit niyang itinapon ang kanyang barena sa basket, inilagay ang nabasag na piraso para tingnan kung pantay at magkatugma ang nabasag na piraso sa banga, at pagkatapos gamit ang kanyang bigting pinutol niya ang alambre ng kung ilang piraso ang kailangan niyang itahi, at tumawag ng tulong mula sa isa sa mga katiwala na nagyuyugyog ng olibas.

"Tapang, Tiyo Dima," sabi ng katiwala sa kanya, napansin ang kanyang nababagabag na mukha.

Sa galit, itinaas ni Tiyo Dima ang kamay. Binuksan niya ang kahong lata at itinaas sa langit, kinumpas ito, na parang inaalay niya ito sa Diyos dahil hindi ito kinikilala ng karaniwang tao, pagkaraan gamit-gamit ang isang daliri, sinimulan niya itong ipahid palibot sa gilid ng basag na parte at palibot din ng basag. Kinuha niya ang kanyang bigting at ang nakahanda nang piraso ng alambre at ipinasok niya ang sarili sa bukas na tiyan ng banga.

"Mula sa loob?" tanong ng katiwala kung kanino niya iniabot ang basag na parte para hawakan nito.

Hindi siya kumibo. Ikinambat lang niyang ikabit ang basag na parte sa banga, tulad nang ginawa niya kanina, at nanatili siyang nasa loob bago nagsimulang manahi. Sumigaw siya sa naiiyak na boses, "Hila!" mula sa loob ng banga sa katiwala. "Hilahin mo sa abot-kaya mo! Tingnan mo kung makakalos pa ito! Isumpa ang sinumang ayaw itong paniwalaan! At hampasin mo, hampasin mo! Naririnig mo ba kung ano ang tunog kahit naroon ako sa loob? Sabihin mo sa iyong big boss."

"Kung sino ang nasa itaas nag-uutos, Tiyo Dima," buntonghininga ng katiwala, "at malas kung sino ang nasa ilalim. Ituloy mong tahiin, ituloy mong tahiin."

At sinimulan ni Tiyo Dima na paraanin ang bawat piraso ng alambre sa butas sa magkabilang dalawang gilid, isa sa bawat gilid ng pagkakabit, at gamit ang bigting, pinilipit niya ang dalawang dulo. Inabot siya nang isang oras para gawin lahat iyon. Tumatagaktak ang pawis niya sa loob ng banga. Habang gumagawa, mahina siyang nagrereklamo tungkol sa kanyang kamalasan. At pinapayapa siya ng nasa labas na katiwala.

"Ngayon, tulungan mo akong makalabas," sabi ni Tiyo Dima pagkatapos.

Pero gaano man ito kalapad na tiyan, siya namang ikinitid nito sa leeg. Sinabihan na siya ng katiwala kung ano ang mangyayari. Pero hindi nakinig ang galit na si Tiyo Dima. Ngayon, anumang subok niya, hindi siya makalabas, nakulong siya sa bangang siya mismo ang nagkumpuni. At ang katiwala, sa halip na tulungan siya, tumayo lang at bumunghalit ng tawa. Nakakulong, nakulong siya sa bangang siya mismo ang nag-kumpuni, at ngayon walang ibang paraan para siya makalabas kundi basagin nang tuluyan ang banga.

Ang tawanan at hiyawan ang nagpapapunta kay Don Loll. Parang mabangis na pusa si Tiyo Dima sa loob ng banga.

"Palabasin mo ako!" tili niya. "Punyeta, gusto kong lumabas! Ngayon na! Tulungan ninyo ako!"

Noong una nagulat si Don Loll. Hindi siya makapaniwala.

"Ano ang ibig mong sabihin? Nasa loob siya? Tinahi niya ang sarili sa loob?"

Nilapitan niya ang banga at sinigawan ang matandang lalaki.

"Tulungan? Paano kita tutulungan? Tangang matanda, paano? Hindi ka ba muna nagsukat? Halika, subukan mo, ilabas mo ang braso, tulad nito! Pagkatapos ang ulo mo, sige . . . hindi, dahan-dahan lang. Hindi puwede! Paano mo ito nagawa? At paano ngayon ang banga? Kalma lang! Kalma lang!" sinasabihan niya ang lahat sa paligid, na para namang sila ang nagwawala at hindi siya. "Sasabog na ang ulo ko! Kalma lang! Ito ay bagong kaso! Ang kabayo ko!"

Tinapik niya ang banga ng buko ng daliri. Kumuliling itong parang kampana.

"Maganda! Parang bago . . . Hintay lang," sabi niya sa nakakulong. "Siyahan mo ang kabayo ko," utos niya sa katiwala at ikinamot ang mga daliri sa noo, bumulong sa sarili, "Tingnan kung anong nangyari sa akin! Hindi ito banga! Kasangkapan ito mula sa impiyerno! Tigil! Itigil ito!"

At tumakbo siya para hawakan ang banga kung saan nagkakawag si Tiyo Dima na parang nasilong hayop.

"Ito'y bagong kaso kaibigan, at kailangan ang abogado ko ang umayos. Wala akong tiwala sa sarili ko. Aalis ako pero agad babalik. Para sa kabutihan mo . . . Samantala, huwag kang gagalaw, kalma lang. Kailangan kong gawin ang dapat kong gawin. Una, para protektahan ang aking karapatan. Gagawin ko ang aking tungkulin. Heto, babayaran kita sa trabaho mo, isang araw na bayad. Tatlong lira. Tama na ba?"

"Wala akong anumang gusto!" sigaw ni Tiyo Dima. "Gusto ko lang makalabas!"

"Makakalabas ka. Pero samantala, binabayaran kita. Heto, kunin mo ang tatlong lira."

Kinuha niya ang pera sa bulsa ng kanyang tsaleko at inihagis sa banga. Pagkatapos, maasikaso niyang sinabi, "Kumain ka na ba? Bigyan ninyo siya ng makakain, ngayon na! Ayaw mo? Ibigay ninyo sa mga aso! Ang mahalaga, ibinigay ko sa iyo."

Iniutos niyang magbigay rito ng pagkain, sumampa sa kabayo at lumayo na papunta sa bayan. Inisip ng mga nakakita sa kanya na papunta siya sa institusyon ng mga baliw, dahil masyado siyang nagkukukumpas at napakakakaiba at nagsasalita sa sarili.

Mabuti na lang, hindi niya kailangang maghintay nang matagal bago makita ang kanyang abogado, pero kailangan niyang hintaying tumigil ito sa katatawa nang nasabi na niya ang kanyang kaso. Nainis siya sa pagtawa nito.

"Anong nakatatawa, ha? Hindi ikaw ang naloko! Banga ko iyon!"

Pero hindi mapigil ng abogado ang pagtawa at gustong marinig na muli ang kuwento, paano ito nangyari, para magpatuloy siyang tumawa. Sa loob tama? Naitahi niya ang sarili niya sa loob? At si Don Loll, anong inaasahan niya? Pabayaan . . . pabayaan siya roon . . . ha, ha, ha . . . Pabayaan siya roon para hindi mawala ang banga?

"Kailangan bang mawala iyon sa akin?" tanong ni Zirafa na nakatikom ang kamao. "Paano ang perwisyo, sakit at paghihirap?"

"Alam mo kung ano ang tawag dito?" tanong ng abogado. "Ang tawag dito ay labag sa batas na pagkakulong."

"Labag sa batas na pagkakulong? At sino ang nagkulong sa kanya?" sigaw ni Zirafa. "Ikinulong niya ang sarili! Hindi ko ito kasalanan!"

Ipinaliwanag ng abogado na may mga isyung legal. Sa kabilang dako, kailangang agad pawalan ni Don Loll ang bilanggo kung hindi niya gustong makasuhan ng labag sa batas na paguakulong. Sa kabilang dako, may pananagutan ang nagkumpuni sa perwisyong idinulot dahil sa kanyang pagkakamali o katangahan.

"Aha!" buntonghininga ni Zirafa. "Kailangan niya akong bayaran para sa banga!"

"Sandali lang!" sabi ng abogado. "Hindi kapareho nang isang bago, tandaan mo?"

"Bakit?"

"Dahil basag ito!"

"Hindi, ginoo!" tutol ni Zirafa. "Ngayon tulad na ito nang bago. Mas maayos pa sa bago, siya mismo ang nagsabi. At kung babasagin ko muli, hindi na ito magagawa. Mawawala nang tuluyan ang banga!"

Tiniyak ng abogadong bibigyan niya ito ng konsiderasyon sa pamamagitan ng pagkukuwenta ng halaga nito ayon sa kasalukuyang kondisyon.

"Ang totoo," payo nito, "hingan mo agad siya ng kuwenta."

"Maraming salamat," sabi ni Don Loll habang lumalayo.

Pagabi na nang nakabalik siya, nakita niya ang lahat ng mga katiwala na nagsasaya sa palibot ng tinirahang banga. Nagsasaya pati ang asong bantay. Panatag na si Tiyo Dima na nagsisimula nang magustuhan ang kanyang kakaibang karanasan at tumatawa tulad ng saya na mayroon ang malulungkot na tao.

Ipinatabi ni Zirafa ang lahat at yumuko para tingnan ang banga.

"Ano, ayos ka ba riyan?"

"Mabuti. Nasa palamigan," sagot nito. "Mas mabuti kaysa doon sa bahay."

"Mabuti naman. Samantala, sinasabihan na kita na apat na onza ang ibinayad ko sa banga noong bago. Magkano sa palagay mo ang halaga nito ngayon?"

"Na kasama akong narito sa loob?" tanong ni Tiyo Dima.

Nagtawanan ang mga trabahador.

"Magsitigil kayo!" sigaw ni Zirafa. "May dalawa kang pagpipilian: kung mabisa ang semento mo o hindi; kung hindi mabisa, ikaw ay manloloko; kung mabisa, ang banga, sa ngayon ay may mataas na halaga. Magkano, sabihin mo?"

Sandaling nag-isip si Tiyo Dima, pagkaraan sinabi niya, "Ito ang sagot ko. Kung pinayagan mo akong ayusin ito gamit lamang ang semento tulad nang gusto ko, unang-una, hindi sana ako nakulong dito, ang banga ay higit kumulang kasinghalaga nang dati. Pero dahil nasira bunga ng mga pangit na mga tahi at napilitan akong gawin ito sa loob, magkano ito? Higit kumulang ikatlong bahagi ng dating halaga nito."

"Isang katlo?" tanong ni Zirafa. "Isang onza, tatlumpu't tatlo?"

"Baka mas mababa pa, siguradong hindi sobra roon."

"Sige, payag ako," sabi ni Don Zirafa, "kaya bigyan mo ako ng labimpitong lira."

"Ano?" tanong ni Tiyo Dima, na parang hindi niya naintindihan.

"Babasagin ko ang banga para makalabas ka," sabi ni Don Loll, "at ikaw, ayon sa aking abogado, ay babayaran ako nang kung magkano ang halaga nito: isang onza at tatlumpu't tatlo."

"Ako, magbabayad?" ismid ni Tiyo Dima. "Nagbibiro ka ba! Mas mabuti pang mabulok na lang ako rito."

At pagkaraa'y nagtagumpay siyang makuha ang kanyang marungis at maliit na pipa, sinindihan niya ito at nagsimulang humithit, ibinubuga ang lahat ng usok sa leeg ng banga.

Hindi ito nagustuhan ni Don Loll. Ang posibilidad na ayaw nang umalis ni Tiyo Dima sa banga, ito'y isang bagay na hindi nila napag-isipan ng kanyang abogado.

Iuutos na lang sana niyang muli, "Siyahan ang kabayo!" pero pinigil niya ang sarili, naisip na madilim na.

"Iyon ba iyon?" sabi niya. "Gusto mong tumira sa aking banga? Testigo ang lahat ng narito. Ayaw niyang umalis dahil ayaw niya itong bayaran, pero handa akong basagin ito! Kung gayon, dahil gusto niyang tumira sa banga, bukas idedemanda ko siya ng squatting dahil hindi niya ako pinapayagang gamitin ang aking banga!"

Ibinuga ni Tiyo Dima ang isa pang buga ng usok, at kalmadong sinabi, "Hindi, ginoo, ayaw kong pigilan kang gawin ang gusto mong gawin. Sa palagay mo, gusto kong narito? Palabasin mo ako, pero hindi ako magbabayad ng anuman. Nagbibiro ka yata, mister!"

Nagpupuyos sa galit, itinaas ni Don Loll ang isang paa at handa nang sipain ang banga, pero pinigil niya ang sarili. Sa halip, dinakma niya ito ng dalawang kamay at niliglig nang malakas, habang nangangatal, at sinisigawan ang matandang lalaki, "Dapat nasa kulungan ka, sino ang gumawa ng problema, ikaw o ako? Gusto mong magbayad ako? Puwede kang mamatay diyan sa gutom! Tingnan natin kung sino ang mananalo!"

At umalis siya, nalimutan ang tatlong lira na inihagis niya sa banga noong umaga. Sa halagang iyon, bilang simula, ipinasiya ni Tiyo Dima na magdiwang sa gabing ito kasama ang mga katiwala, dahil inabot na sila ng gabi gawa ng pambihirang pangyayari, at gugulin ang gabing naka-himpil sa bakurang ukol sa paghahaplit. Bumili ang isa sa kanila ng mga kailangan sa lokal na bahay-panuluyan. At bukod dito, masyadong maliwanag ang buwan na parang may araw pa.

Hindi nagtagal, nagising si Don Loll ng makademonyong ingay. Dumungaw siya mula sa balkonahe ng bahay-bukid at nakita, sa bukid ukol sa paghahaplit, sa ilalim ng buwan, ang isang pulutong ng mga demonyo, ang mga lasing na katiwala, magkaka-hawak-kamay, nagsasayawan sa palibot ng banga, at si Tiyo Dima, kumakanta nang malakas sa loob nito. Sa pagkakataong ito, hindi nakapagpigil si Don Loll. Tumakbo siyang parang baliw na toro at bago siya napigilan ninuman, sa isang malakas na tulak niya, gumulong ang banga pababa sa dalisdis ng bundok. Gumugulong, sinasaliwan ng tawanan ng mga lasing, nagtapos ang bangang tumama sa puno ng oliba.

Ganoon nanalo si Tiyo Dima.

ANG LIGHTHOUSE KEEPER
NG ASPINWALL*
(The Lighthouse Keeper of Aspinwall)

Henryk Sienkiewicz

- 1 -

Sa isang panahon, nawalang parang bula ang bantay ng parola sa Aspinwall, hindi kalayuan sa Panama. Dahil nawala siya noong kasagsagan ng bagyo, ipinalagay na nagpunta ang malas na lalaki sa pinakagilid ng maliit na mabatong isla kung saan nakatayo ang parol at tinangay ng alon. Ang ganitong hinala ang pinakapanipaniwala dahil hindi natagpuan ang kanyang bangka nang sumunod na araw sa mabatong lukab. Nanatiling bakante ang lugar ng tagabantay ng parola. Kailangang mapunan ang posisyon sa lalong madaling panahon dahil hindi maliit na halaga ang parola sa lokal na galaw pati na rin sa mga barkong nanggagaling mula New York hanggang Panama. Maraming pulong buhangin at pampang ang Mosquito Bay. Mahirap ang paglalayag dito kahit na sa araw, lalo na sa gabi, halos imposible lalo na dahil sa hamog na napakadalas sa mga ganoong tubig na pinainit ng araw ng tropiko. Ang parola lamang ang gabay ng maraming barko.

Naatasan ang Konsul ng Amerika, na nakatira sa Panama, na siyang pumili ng bagong tagabantay. Mabigat na tungkulin ito dahil walang dudang kailangang humanap ng bantay sa loob ng labindalawang oras, pangalawa, kailangang may pambihirang katapatan ang italaga . . . siyempre, imposible, na kunin na lamang kung sino ang unang dumating, at higit sa lahat, malaki

---

*Isinalin ni Ellen Sicat.

ang kakulangan ng kandidato sa posisyon. Hindi karaniwang hirap ang buhay sa parola, at hindi ito kaakit-akit sa mga tao sa timog na gusto ang walang ginagawa at ang kalayaan ng buhay na pagala-gala.

Halos bilanggo ang tagabantay ng parola. Hindi niya puwedeng iwan ang kanyang mabatong isla maliban kung Linggo. Dinadala ng isang bangka mula Aspinwall minsan sa isang araw ang kanyang kailangan at tubig at agad bumabalik din ito sa buong isla, isang akre ang laki, walang naninirahan. Nakatira ang bantay sa parola at inaayos ito sa araw, nagbibigay siya ng senyas sa pamamagitan ng pagpapakita ng bandera ng maraming kulay para ipakita ang pagbabago ng barometro. Sa gabi, sisindihan niya ang parol. Hindi sana ito mahirap na gawain kaya lang para marating ang parol sa pinakamataas sa tore, kailangan niyang dumaan nang mahigit apat na raang matatarik at matataas na hakbang; kung minsan kailangan niyang gawin ang biyaheng ito nang ilang beses sa isang araw. Sa kabuuan, buhay ito ng isang monghe, at totoong mas higit pa roon, ang buhay ng isang ermitanyo. Hindi ito maganda, kaya aburido si Mr. Isaac Falconbridge kung saan siya makakakuha ng permanenteng kapalit ng nawalang tagabantay, at madaling maintindihan ang tuwa niya nang biglang may dumating na kapalit nang araw ring iyon. Matanda na ang lalaki, mga pitumpung taon na o higit pa, pero magilas, tuwid, na may kilos at tayo ng isang sundalo. Puting-puti ang kanyang buhok, kasing-itim ng creole ang mukha, pero kung titingnan ang kanyang mga matang asul, hindi siya kabilang sa mga taga-timog. Medyo nakayuko at malungkot ang kanyang mukha, pero matapat. Ang kapanayamin na lamang siya ang kailangan kaya nagsimula ang ganitong pag-uusap.

"Mula ka saan?"

"Ako ay isang Pole."

"Saan ka nagtrabaho dati?"

"Sa isang lugar at iba pa."

"Ang tagabantay ng parola ay kailangang manatili sa isang lugar."

"Kailangan ko ng pahinga."

"Nagsilbi ka na ba? Mayroon ka bang patunay ng kagalang-galang na serbisyo sa gobyerno?"

Kinuha ng matanda sa kanyang dibdib ang piraso ng kupas na seda na hawig sa kapiraso ng lumang watawat at kanya iyong iniladlad.

"Eto ang mga patunay. Natanggap ko ang cross na ito noong 1830. Ang pangalawa ay Espanyol mula sa Carlist War, ang pangatlo ay French legion at ang pang-apat, natanggap ko sa Hungary. Pagkaraan, lumaban ako sa States laban sa South, hindi sila nagbibigay ng cross doon."

Kinuha ni Falconbridge ang papel at binasa.

"Hmm, Skavinski? Iyon ba ang pangalan mo? Hmm, dalawang watawat na nahuli sa bayonet attack. Matapang kang sundalo."

"Magiging matiyagang bantay ng parola."

"Kailangang akyatin nang ilang beses ang tore araw-araw. Malakas ba ang mga binti mo?"

"Tinahak kong nakapaa ang plains (ang malawak na mga steppes sa pagitan ng silangan at California ang tinatawag na "plains").

"Kabisado mo ba ang sea service?"

"Nagsilbi ako ng tatlong taon sa whaler."

"Marami kang sinubokang trabaho."

"Ang hindi ko lang nasubukan ay katahimikan."

"Bakit?"

Nagkibit-balikat ang matanda. "Iyon ang aking kapalaran."

"Gayunman, mukhang matanda ka para sa isang lighthouse keeper."

"Sir," apila ng kandidato sa boses na biglang emosyonal. "Masyado na akong pagod, bugbog. Marami na akong pinagdaanan, nakita mo. Ang lugar na ito ay isa sa mga marubdob kong inaasam. Matanda na ako. Kailangan ko ng pahinga. Kailangan kong sabihin sa sarili 'manatili ka rito. Ito ang iyong daungan.' Ah sir, depende lamang sa iyo ito. Sa ibang panahon, baka wala nang magbigay ng ganitong lugar. Anong suwerte na nasa Panama ako. Nakikiusap ako sa iyo – dahil mahal ko ang Diyos, tulad ako ng barko na mawawala kung hindi mararating ang pantalan. Kung gusto mong pasayahin ang isang matanda, sumusumpa ako na tapat ako, pero labis na ang aking paglilibot."

Mababanaag sa mga asul na mga mata ng matanda ang marubdob na pakiusap, naantig si Falconbridge, na may maganda, simpleng puso.

"Sige," sabi niya, "kukunin kita. Ikaw na ang lighthouse keeper."

Kuminang ang mukha ng matanda sa di-masabing tuwa.

"Puwede ka bang magpunta sa tore ngayon?"

"Kaya ko."

"Kung gayon, paalam. Isa pa, sa anumang pagkukulang sa serbisyo, sisisantehin kita."

"Sige."

Nang gabi ring iyon, nang bumaba ang araw sa kabilang dako ng isthmus, at sumunod ang mainit na araw na sinundan ng gabing walang dapithapon, siguradong nasa puwesto ang bagong bantay dahil nagbibigay ng maliwanag na sinag sa tubig gaya nang dati. Napakapayapa ng gabi, tahimik, tunay na tropiko, puno ng naaaninag na maninipis na ulap na pumapalibot sa buwan, isang malaking makulay na bahaghari na may malambot, tuluy-tuloy na mga gilid. Gumagalaw lamang ang dagat dahil iniaangat ng alon. Mula sa ibaba, nasa balcony si Skavinski, tila isang maliit at itim na tuldok.

Pinilit niyang mag-isip at masanay sa kanyang bagong posisyon pero kailangan siyang kumilos nang regular. Pakiramdam niya, tila siya isang hinahanap na hayop na sa wakas nakahanap ng taguan mula sa humahabol sa hindi mararating sa bato o sa kuweba. Sa wakas, dumating sa kanya ang tahimik na oras; ang pakiramdam ng kaligtasang pumuno sa kanyang kaluluwa ng isang hindi masabing kaligayahan. Ngayon, sa batong iyon, puwede na niyang pagtawanan ang nakaraan niyang pakikipagsapalaran, ang kanyang mga kamalasan at kapalpakan. Sa totoo lang, tulad ng barkong ang mga palo, lubid at layag ay nasira at napunit ng bagyo at inihagis mula sa ulap tungo sa pusod ng dagat – isang barkong kung saan humakot ng alon ang bagyo at lumura ng bula, gayunman, nakarating pa rin sa pantalan. Mabilis na nagdaan sa kanyang isip ang alaala ng bagyong iyon habang inihahambing niya ito sa tahimik na kinabukasang magsisimula ngayon. Ang bahagi ng masayang pakikipagsapalaran, naikuwento niya kay Falconbridge pero hindi niya binanggit ang libu-libong pangyayari. Minalas siyang na kasindalas ng pagtatayo niya ng tent at pagdingas ng dupungan para permanenteng tumigil, isang hangin ang sisira sa mga tukod ng kanyang tent, hihipan ang apoy at dadalhin siya sa pagkawasak. Sa pagtingin niya ngayon mula sa balkonahe ng tore, sa inilawan ng mga alon, naaalala niya ang lahat ng kanyang pinagdaanan. Nangampanya siya sa apat na sulok ng mundo, at sa paglalakbay sinubukan ang halos lahat ng trabaho. Nagmahal sa paggawa at tapat, ilang beses siyang kumita ng pera, at laging nawawala iyon sa kabila ng kanyang pagtatabi at pag-iingat. Naging minero siya ng ginto sa Australia, naghukay ng diyamante sa Africa, humawak ng baril sa serbisyo publiko sa East Indies. Nagkaroon siya ng rancho sa California – ang tagtuyot na sumira sa kanya. Sinubok niyang makipagkalakalan sa mababangis na tribo sa sulok ng Brazil – nawasak ang kanyang balsa sa Amazon. Nag-iisa siya, walang armas, halos hubad, naglalakad sa gubat nang ilang linggo, nabuhay sa ligaw na prutas, parating nakaamba ang kamatayan mula sa panga ng mababangis na hayop. Nagtatag siya ng pandayan sa Helena, Arkansas, at winasak iyon sa malaking sunog na tumupok sa buong bayan. Sumunod, nahuli siya ng mga Indians sa Rocky Mountains, at himala lamang na nailigtas siya ng Canadian trappers. Pagkaraan, nagsilbi siyang mandaragat sa isang barkong tumatawid sa pagitan ng Bahia at Bordeaux, at bilang isang taga-harpon sa isang barkong nanghuhuli ng mga balyena, kapwa nawasak ang parehong barko. Nagkaroon siya ng pabrika ng tabako sa Havana, at ninakawan siya ng kanyang kasosyo habang siya'y nakahigang maysakit na vomito. Sa wakas, nagpunta siya sa Aspinwall at dapat matapos na ang kanyang mga kapalpakan – dahil ano ang puwedeng makarating sa kanya sa mabatong isla? Walang tubig o apoy o tao. Pero mula sa tao hindi siya masyadong nagdusa, mas madalas siyang makatagpo ng mabubuting tao kaysa sa masasama.

Pero parang pinahihirapan siya ng apat na elemento. Sinasabi ng mga nakakakilala sa kanya na wala siyang suwerte, at iyon ang paliwanag nila sa lahat. Siya mismo ay naging medyo monomaniac. Naniniwala siyang may makapangyarihan at mapaghiganting kamay na hinahabol siya kahit saan, sa lahat ng lupa at tubig. Ayaw niyang sabihin ito. Maliban kung minsan, nang may isang nagtanong sa kanya kung kaninong kamay kaya ito, matalinghagang itinuro niya ang Polar Star, at sinabi "Galing iyan sa lugar na iyon." Ang katotohanan, naging masaya ang kanyang tuluy-tuloy na kapalpakan na maganda sila, at baka mas madaling ipukpok ang pako sa ulo, lalo na sa taong naranasan ang mga ito. Pero may pasensiya ng Indian si Skavinski at iyong malakas na kapangyarihang pumanatag sa hindi pakikiayon na nangggaling sa katapatan ng puso. Sa kanyang panahon, nakatanggap siya sa Hungary ng ilang saksak ng bayoneta dahil ayaw niyang kumapit sa tuntungan na ipinakitang kaligtasan niya, at humingi ng awa. Sa katulad na kaso, hindi siya yumuko sa kamalasan. Masipag siyang gumapang sa bundok tulad nang langgam. Itinulak pababa nang isandaang beses, sinimulan niya ang kanyang paglalakbay nang panatag sa ikaisandaan at unang pagkakataon. Papunta siya sa pinakakaibang orihinal.

Itong matandang sundalong ito, natuto, alam ng Diyos, sa kung ilang apoy, tumibay sa pagdurusa, pinukpok at pinanday, may puso ng bata sa panahon ng epidemya. Sa Cuba, sinalakay siya ng vomito dahil ibinigay niya sa maysakit ang lahat ng kanyang quinine; na mayroon siyang maraming supply, at hindi nag-iwan ni isang butil para sa sarili.

Mayroon din siyang magandang katangian – na pagkaraan ng maraming pagkabigo, puno pa rin siya ng tiwala at hindi nawalan ng pag-asa na ang lahat ay maaayos din. Sa taglamig, buhay na buhay siya at hinuhulaang magkakaroon ng magagandang pangyayari. Hinintay niya ang mga pangyayari nang may pagkainip, at nabubuhay na iniisip ang mga iyon sa buong tag-init. Pero dumaan ang maraming taglamig at nabuhay si Skavinski para rito – na pinaputi nito ang kanyang buhok. Sa wakas, tumanda na siya, nagsimulang mawalan ng lakas, ang kanyang kakayahang magtiis nagiging parang pagsuko. Ang kanyang dating kapanatagan ay tumutungo sa pagkamaramdamin at nalugmok ang pinanday na sundalo sa taong handa nang umiyak para sa anumang pakikibaka. Bukod pa rito, iginugupo siya ng matinding pangungulila na ginigising ng kahit anong pangyayari – ang makakita ng swallow, mga abuhing ibon tulad ng mga maya, niyebe sa mga bundok, o malungkot na musika tulad nang naririnig sa isang panahon. At, may isang ideya na sinakop siya – ang ideya ng pahinga. Sinakop nitong mabuti ang matanda at nilulon lahat ng kanyang hangarin at pag-asa. Hindi na makaisip ng kahit anong dapat hangarin ang walang tigil na manlalakbay na ito, walang ibang mas mahalaga kaysa katahimikan, tahimik na sulok para magpahinga at tahimik na maghintay para sa katapusan. Marahil lalo na dahil sa biro ng tadhanang minadali siya sa ibabaw ng lahat ng mga lupa at dagat na hindi niya halos mahabol ang hininga, naisip kaya niya na ang pinakamataas na kaligayahan ng tao ay simpleng huwag maggala. Totoo na nararapat sa kanya ang gayong mababaw na kasiyahan pero dahil nasanay siya sa pagkabigo na inisip niyang sa karamihan ng tao isang bagay na hindi makakamtan ang pahinga. Wala siyang lakas ng loob na hangarin ito. Samantala, hindi inaasahan, sa loob ng labindalawang oras, natamo niya ang posisyon na parang pinili para sa kanya mula sa lahat sa mundo. Hindi tayo dapat magtaka na nang sindihan niya ang parol noong gabi, siya ay parang wala sa sarili – na tinanong niya ang sarili kung totoo ba ito at hindi niya sinubukang saguting totoo nga. Sa kabilang banda, ang totoo pinaniwala siya ng hindi maitatanging mga patunay, sa gayon dumaan ang mga oras na nasa balkonahe siya. Nagmasid siya at pinaniwala ang sarili. Kung titingnan, parang ngayon ang unang pagkakataong nakita niya ang dagat. Suminag ang lente ng parol sa kadiliman, isang malaking tatsulok ng liwanag, lampas doon ang mata ng matandang lalaki ay nawala nang tuluyan sa madilim na kalayuan, matalinghaga at nakatatakot ang pagitan ng kalayuan. Pero ang distansiyang iyon tila tumatakbo papunta sa liwanag. Ang mahahabang alon magkakasunod na gumulong mula sa kadiliman at pumuntang pumapalahaw sa pusod ng isla at pagkaraan nakikita ang kanilang mabulang mga likod, kumikislap na kulay rosas sa liwanag ng parol. Namaga nang namaga ang parating na tide, at tinakpan ang mga pulong buhangin. Sumapit ang matalinghagang talumpati ng dagat na buo at makapangyarihan at malakas; sa isang panahon, tulad ng putok ng kanyon, at isa pang panahon, tulad ng ungol ng malaking gubat, at sa ibang panahon, tulad ng malayong mapusyaw na tunog ng boses ng mga tao. May mga sandaling tahimik ito, pagkatapos sa tainga ng matandang lalaki, narinig niya ang malakas na buntonghininga, pagkatapos isang uri ng hagulgol at muli nananakot na silakbo. Sa wakas, tinangay ng hangin ang maninipis na mga ulap, pero ibinalik ang itim, basag na mga ulap, na ikinubli ang buwan. Mula sa kanluran, umihip pa nang umihip, nabulabog ang galit rumaragasang mga alon na humahampas sa batuhan ng parola, dinidilaan ang mga pader ng pundasyon. Sa kalayuan, nagsimulang pumalahaw ang bagyo. Mula sa dilim, nabulabog ang kalawakan, kumikindat ang ilang berdeng parol mula sa mga palo ng barko. Itong mga berdeng tuldok mataas na umakyat at pagkaraa'y nalunod. Ngayon sumasayaw ang mga ito sa kanan at ngayon sa kaliwa. Bumaba si Skavinski sa kanyang kuwarto. Nagsimula nang umugong ang bagyo. Sa labas, nakikibaka sa gabi, sa dilim, sa alon ang mga tao sa mga barko, pero sa loob ng tore payapa at walang gumagalaw. Kahit ang mga ingay ng bagyo halos hindi tumatagos sa makapal nitong dingding, at tanging ang panay na tick-tock lang ng orasan ang nagpahimbing ng tulog ng pagod na matandang lalaki.

- **2** -

Lumipas ang mga oras, araw at linggo. Sinasabi ng mga mandaragat na kung minsan, kapag masyadong nabulabog ang barko, may tumatawag sa kanilang pangalan mula sa kung ano sa gitna ng gabi at dilim. Kung tumatawag nga ang walanghanggang dagat, marahil kung tumatanda ang tao, dumarating din ang mga tawag sa kanya mula sa isa pang walang hanggang mas madilim at mas malalim ang talinghaga, at kung mas pagod siya sa kanyang buhay, mas minamahal niya ang mga tawag na iyon sa kanya. Pero ang marinig silang tahimik ang kailangan. Isa pa, gustong isantabi ang pagtanda na parang banta ng kamatayan. Naging kalahating libingan kay Skavinski ang parola. Wala nang mas nakayayamot pa kaysa sa buhay sa tore ng parol. Kung bata ang pumayag sa ganitong posisyon, iiwan ito pagkaraan. Sa kabuuan, lalaking matanda, malungkot at mapagisa ang mga lighthouse keeper. Kung sakali at iiwan ang parola ng isa sa kanila at makikihalubilo sa tao, lalakad siya sa gitna nilang parang taong nagising mula sa malalim na tulog. Kulang ang buhay sa tore ng kisapmatang tawag-pansin sa ordinaryong buhay na nagtuturo sa tao na iangkop ang sarili sa kahit anuman. Ang nakatatagpo lamang ng liwanag ng lighthouse keeper ay malalaki at walang malilinaw na balangkas na anyo. Isang buo ang langit, ang tubig isa pa, at sa pagitan ng dalawang walang hanggan malungkot ang kaluluwa ng tao. Ito ang buhay na ang pag-iisip ay walang patid na pagninilay at mula sa pagninilay, walang gumigising sa bantay, wala kahit ang kanyang nagawa.

Ang araw ay tulad ng araw tulad ng dalawang butil ng rosaryo, maliban kung magbabago ang panahon na siya lamang kaibahan. Pero nakaramdam si Skavinski ng mas matinding kasiyahan noon sa kanyang buhay. Gumigising siya sa madaling araw, mag-aalmusal, pupunasan ang lente, at pagkaraan mauupo sa balkonaheng tinatanaw ang kalayuan ng tubig; at hindi nagsasawa ang kanyang mga mata sa mga imaheng nakikita sa harap niya. Sa malawak na sahig na turkesa ng dagat karaniwang nakikita ang pulutong ng mga namamagang mga layag na kumikislap nang napakakinang sa sinag ng araw na pumipikit-pikit ang mga mata sa sobrang liwanag. Kung minsan ang mga barko, na pinagbibigyan ng tinatawag na trade winds ay nagtutungo sa isang pinahabang pilang sunud-sunod, tulad ng kadena ng sea mews o mga albatross. Ang pulang bariles na tinutukoy ang channel ay umindayog nang mahinang galaw sa alon ng liwanag. Lumilitaw tuwing hapon kasama ng mga layag ang malahiganteng abuhing tila balahibong usok. Ito ang steamer mula sa New York na nagdadala ng mga pasahero at kalakal sa Aspinwall, na nag-iiwan ng landas ng bula. Sa kabilang dako ng balkonahe, nakita ni Skavinski na parang nasa kanyang palad, ang Aspinwall at ang aligaga nitong pantalan at naroon ang gubat ng palo, bangka at barko, sa mas dako pa roon mga puting bahay at tore ng bayan. Mula sa itaas ng kanyang tore, tila pugad ng sea mews ang maliliit na bahay, tila mga salagubang ang mga bangka, at tila maliliit na tuldok ang mga taong gumagalaw sa puting batuhan ng boulevard. Mula sa umagang-umaga, ang mahinang silangang hangin ay nagdadala ng nalilitong huni ng buhay ng tao kung saan sa itaas namamayani ang sipol ng mga steamers. Pagdating ng ika-anim ng gabi, tumitigil ang paggalaw sa pantalan, nagtatago ang mews sa mga sulok-sulok ng bangin, nanghihina ang mga alon, at naging parang tamad, at pagkaraan, sa lupa, sa dagat, at sa tore, sumasapit ang oras ng katahimikan na hindi nababasag ng anuman. Kumikislap ang dilaw na buhanging binalikan ng mga alon na tila ginintuang guhit sa kalaparan ng tubig, malinaw na nababalangkas sa asul ang katawan ng tore. Bumaha ang sinag ng araw sa tubig at sa buhangin at sa bangin. Sa oras na iyon sumanib sa matanda ang isang uri ng pananamlay na tigib ang tamis. Naramdaman niyang napakabuti ng pahingang tinatamasa niya; at nang naisip niyang magpapatuloy ito, wala na siyang mahihiling pa.

Nalango si Skavinski sa sariling kaligayahan, at dahil madaling umayon ang tao sa mga bumuting kondisyon, unti-unti nagkaroon siya ng paniniwala at tiwala dahil naisip niyang kung ang tao ay nagtatayo ng mga bahay para sa may kapansanan, bakit hindi ipunin ng Diyos sa wakas ang kanyang sarili may mga kapansanan? Dumaan ang panahon at pinatibay siya ng gayong paniniwala. Nasanay na ang matandang lalaki sa kanyang tore, sa parol, sa batuhan, sa pulong buhangin, sa pag-iisa. Sanay na rin sa sea mews, na humahalimhim sa singit ng batuhan, at nakikitagpo sa gabi sa bubong ng parola. Inihagis ni Skavinski sa mga ito ang tira niyang pagkain at kalaunan naging maamo ang mga ito at pagkaraan, kung pinakakain niya, isang totoong bagyo ng mga puting balahibo ang pumapalibot sa kanya, at sumasama ang matanda sa mga ibon tulad ng pastol na kasama-sama ng mga tupa. Nang humupa ang tide pumunta siya sa mababang mabuhanging pampang, kung saan nanguha siya ng savory periwinkles at magagandang kabibeng perlas ng nautilus, na iniwan ng umuurong na mga alon. Sa gabi sa ilalim ng liwanag ng buwan at tore, nangunguha siya ng isda na nagpupunta sa mga kurbada ng bangin na katakut-takot ang dami. Sa wakas, minahal niya ang kanyang mga bato at walang kapuno-punong isla, na tinubuan ng maliliit at makakapal na mga halaman na naglalabas ng madikit na dagta. Gayunman, ang malayong tanawin ang kabayaran sa kanya ng hirap sa isla. Sa mga oras sa hapon, kung kailan malinaw na malinaw ang hangin, nakikita niya ang buong isthmus na nalalatagan ng pinakamayabong na mga halaman. Sa tingin ni Skavinski, sa ganoong pagkakataon namalas niya ang isang malahiganteng hardin – pugong ng kakaw at naglalakihang musa, pinagsama nang gayon sa malagong umbok-umbok na pumpon, doon mismo sa likod ng mga bahay ng Aspinwall. Sa kalayuan, sa pagitan ng Aspinwall at Panama, ay ang malaking gubat kung saan tuwing umaga at gabi nakasabit ang mapulan't manipis na ulap ng mga paghinga – isang totoong gubat ng tropiko na nakasawsaw ang mga paa sa hindi gumagalaw na tubig, nakahabi sa mga lianas at puno ng tunog ng isang dagat ng mga higanteng orchids, palms, milk-trees, iron-trees, gum trees.

Mula sa kanyang field glass, nakikita ng matanda hindi lang ang mga puno at ang malalapad na dahon ng saging, kundi pati ang pulutong ng unggoy at great marabous at kawan ng mga loro, lumilipad kung minsan na parang ulap ng bahaghari sa ibabaw ng gubat. Kilalang mabuti ni Skavinski ang ganitong gubat, dahil pagkaraang lumubog sa Amazon, naglakad siya nang ilang mga linggo sa katulad na mga arko at palumpungan. Nakita niya kung ilang kamatayan at panganib ang nakakubli sa ilalim nitong maganda at nakangiting anyo. Sa gabi na ginugol niya roon narinig niya nang malapitan ang panpunebreng mga boses na alulong ng mga unggoy at pag-atungal ng jaguar. Nakakita siya ng gahiganteng mga ahas na nakapulupot tulad ng mga liana sa mga puno. Kilala niya ang natutulog na mga lawa ng gubat na puno ng isdang torpedo at namumutiktik ang buwaya, alam niya kung anong pasakit nabubuhay ang tao sa ganoong hindi pa napupuntahang kadawagan kung saan lampas ng sampung beses sa laki ng tao ang isang dahon lang – kadawagang namumutiktik sa lamok na umiinom ng dugo, mga linta sa puno at mga may lasong mga higanteng gagamba. Naranasan niya ang gayong buhay sa gubat, nasaksihan ito, dinaanan ito, kaya't mas malaki ang kanyang kasiyahang tingnan ito mula sa kanyang itaas at tumingin sa mga matos, hangaan ang kanilang ganda, at maging ligtas mula sa kanilang katusuhan. Iniingatan siya ng kanyang tore mula sa anumang masama. Iniiwan lang niya ito nang ilang oras kung Linggo. Isinusuot niya ang kanyang asul na keeper's coat na may pilak na butones, at isinasabit ang mga krus sa kanyang dibdib. Nakataas ang kanyang maputing ulo na may pagmamalaki nang narinig niya sa may pintuan, "Mayroon tayong kagalang-galang na lighthouse keeper at hindi erehe, kahit siya ay Yankee." Pero bumalik agad siya sa kanyang isla pagkaraan ng misa, at bumalik na masaya, dahil wala pa rin siyang tiwala sa mainland. Tuwing Linggo rin, binabasa niya ang diyaryong Espanyol na binili niya sa bayan o ang New York Herald, na hiniram niya kay Falconbridge, at nasasabik niyang hinahanap ang European news. Ang kawawang matandang puso sa tore ng parola, at nasa ibang panig ng mundo, pero tumitibok pa rin ang puso niya para sa lupang sinilangan. At kung minsan din, kung dumarating ang bangkang nagdadala ng kanyang araw-araw na panustos at tubig sa isla, bumababa siya mula sa tore para kausapin si Johnson, ang guwardiya. Pero matapos ang ilang panahon, para siyang nahihiya, tumigil siyang pumunta sa bayan para magbasa ng diyaryo at bumaba para kausapin si Johnson tungkol sa politika. Ilang mga linggo ang nagdaan nang ganito, kaya't walang nakakakita sa kanya at wala siyang nakikita. Ang tanging tanda na buhay pa ang matanda ay ang pagkawala ng panustos na iniiwan sa pampang at ang ilaw sa parol na nakasindi tuwing gabi na kasinregular kung saan sumisikat ang araw sa umaga mula sa mga tubig ng mga rehiyong ito. Malinaw, nawalan ng pakialam sa mundo ang matanda. Hindi pangungulila sa tahanan ang dahilan, pero ito lang – na kahit ang pangungulila sa sariling tahanan dumaraan sa pagbibitiw. Ang buong mundo ay nagsimula ngayon at natapos para kay Skavinski sa islang ito. Nasanay na siyang isiping hindi niya iiwan ang tore hanggang kanyang kamatayan, at nalimutan niyang may ibang bagay kaysa rito. Bukod dito, naging mistiko siya; nagsimulang tumitig ang mga matang asul at malamlam na tila mga mata ng isang bata, at parang nakatuon sa kung anong bagay sa malayo. Sa gitna ng paligid na hindi karaniwang simple at kahanga-hanga, nawawala sa matanda ang pakiramdam ng pagkatao niya. Tumigil siya nang naroon bilang isang indibidwal, pasanib siya nang pasanib doon sa nakabukod sa kanya. Wala siyang naiintindihang anuman liban sa kanyang paligid, nakararamdam lang siya nang hindi niya namamalayan. Sa wakas, pakiramdam niya na ang langit, ang tubig, ang kanyang batuhan, ang tore, ang ginintuang pulong buhangin, at ang namamagang mga layag, ang sea mews, ang daloy ng tide – lahat ay bumubuo ng malakas na pagbuklod, isang malaking matalinghagang kaluluwa; na nalulunod siya sa talinghagang iyon, at dama ang kaluluwa na nabubuhay at pinapayapa ang sarili. Nalunod siya at inugoy, nalimutan ang sarili; at sa pagkipot ng kanyang indibidwal na pagkabuhay, doon sa kalahating gising, kalahating tulog, natagpuan niya ang pahinga na napakalaki na halos katulad nito ang hindi ganap na pagkamatay.

- 3 -

Pero dumating ang pagkagising.

Sa isang namumukod na araw, nang magdala ang bangka ng mga kailangan, bumaba si Skavinski, isang oras pagkaraan, mula sa tore, at nakitang bukod sa karaniwang dinadala roon, mayr karagdagang pakete. Sa labas ng pakete, may postage stamps ng Estados Unidos, at nakasulat na address: "Skavinski, Esq."

Nagising ang pananabik sa matanda, ginupit niya ang canvas, at nakita ang mga libro, kinuha niya ang isa, tiningnan at ibinalik, at noon nanginig nang malakas ang kanyang mga kamay. Tinakpan niya ang kanyang mga mata na parang hindi siya naniniwala rito, pakiramdam niya nananaginip siya. Polish ang libro – ano ang ibig sabihin nito? Sino kaya ang nagpadala ng libro? Maliwanag, hindi niya agad naisip na sa simula ng kanyang karera bilang lighthouse keeper, nabasa niya sa Herald na hiniram niya mula sa konsul ang tungkol sa pagtatatag ng Polish Society sa New York, at agad niyang ipinadala sa nasabing society ang kalahati ng kanyang buwanang suweldo, dahil wala naman siyang gamit doon sa tore. Ipinadala ng society ang mga libro na may kalakip na pasasalamat. Dumating ang mga libro sa natural na paraan, pero sa ngayon, hindi niya ito maintindihan. Mga libro ng Polish sa Aspinwall, sa kanyang tore, sa kabila ng kanyang pag-iisa – iyon para sa kanya ay hindi karaniwang bagay, isang namumukod na hininga na mula sa nakaraang panahon, isang uri ng himala. Ngayon, para sa kanya, tulad ng mga mandaragat sa gabi, na may isang tumatawag sa kanya, sa kanyang pangalan sa boses na labis na minamahal at halos nalimot na. Sandali siyang naupo na nakapikit ang mga mata, at halos nakasisiguro na, sa sandaling imulat niya ang mga mata, mawawala ang panaginip.

Ang pakete, bukas na, nasa harap niya, kumikinang nang maliwanag sa araw ng katanghalian, at naroon ang bukas na libro. Nang abutin muli ito ng matanda, narinig niya sa katahimikan ang tibok ng kanyang puso. Tiningnan niya: mga tula. Sa labas nakatitik sa malalaking letra ang titulo, sa ilalim, ang pangalan ng awtor. Hindi kaiba ang pangalan kay Skavinski, alam niyang pangalan ito ng isang magaling na makata, [Footnote: Mickiewicz (ang bigkas Mitskyevich), ang pinakamagaling na makata ng Poland], nabasa niya ang trabaho nito noong 1810 sa Paris. Pagkaraan, nang nangangampanya sa Algiers at Spain, narinig niya sa kanyang mga kababayan ang lumalaking katanyagan ng magaling na propeta, pero sanay siya noong panahong iyon sa musket kaya hindi siya kumuha ng libro sa kamay. Noong 1849, nagtungo siya sa America, at sa kanyang mapagsapalarang buhay noon, hindi siya nakatagpo ng isang Pole, at kahit Polish na libro. Labis na nanabik at mabilis ang tibok ng puso, binuksan niya ang pahina ng titulo. Pakiramdam niya na sa kanyang malungkot na batuhan, kaunting kadakilaan ang naganap. Tunay ito ay sandali ng labis na kapayapaan at katahimikan. Tumutunog ng ikalima ang mga relo ng Aspinwall. Walang ulap na nagpapadilm sa maliwanag na langit, ang ilan lang sea mews ang naglalakbay sa hangin. Parang pinaghele sa tulog ang dagat. Ang alon sa pampang umutal-utal nang tahimik, malambot na kumakalat sa buhangin. Mula sa malayo nakangiti ang mga puting bahay sa Aspinwall at ang magandang grupo ng palmera. Ang totoo, may isang bagay roong tahimik, panatag at puno ng dignidad. Sa gitna ng katahimikan ng kalikasan, maririnig ang nanginginig na boses ng matandang lalaki, na nagbabasa nang malakas na parang mas maiintindihan niya ito.

"Tulad ka ng kalusugan, o aking lupang sinilangan Litva! [Footnote: Lithuania] Gaano ka ba namin pahahalagahan, siya lang na nawala ka ang nakaaalam. Ang iyong kagandahan sa tamang gayak ngayong araw. Nakita ko at inilarawan dahil nangungulila sa iyo."

Nawalan ng boses si Skavinski. Nagsimulang magsayaw ang mga letra sa harap ng kanyang mga mata, may bagay na bumasag sa kanyang dibdib at umalis na tila alon mula sa kanyang puso pataas nang paitaas, binarahan ang kanyang boses at piniga ang kanyang lalamunan. Isang sandali pa napigil niya ang sarili at ipinagpatuloy ang pagbasa.

"O Holy Lady na binabantayan ang maningning na Chenstohova. Ikaw na sumisikat sa Chenstohova at pinangangalagaan ang kastilyong bayan Novgrodek at mapagtiwalang mamamayan. Ikaw na hindi ibinalik sa akin ang kalusugan sa kabataan nang ang umiyak kong ina inialay ako sa ilalim ng Iyong pangangalaga. Itinaas ko ang aking walang buhay na talukap pataas, at agad lumakad sa Iyong banal na bungad. Para magpasalamat sa Diyos sa buhay na ibinalik sa akin. Kaya, sa ngayong himala, ibalik kami sa dibdib ng aming sinilangan."

Winasak ng namamagang alon ang pagpipigil sa kanyang katatagan. Humagulgol ang matanda, at ibinagsak ang sarili sa lupa; humalo ang kanyang puting buhok sa buhangin ng dagat. Apatnapung taon ang nagdaan mula nang nakita niya ang kanyang bayan, at Diyos ang nakaaalam kung ilang taon mula nang narinig niya ang sariling wika at ngayon kusang dumating sa kanya ang katutubong wika – naglayag ito papunta sa kanya sa ibabaw ng dagat at natagpuan siyang nag-iisa sa ibang panig ng mundo – napakamahal, napakahalaga, napakaganda! Sa pag-iyak niya, walang sakit – kundi ang biglang nagising na napakalaking pagmamahal, sa harap nito, walang halaga ang iba. Sa pag-iyak niya, humingi lamang siya ng kapatawaran sa minamahal na itong napabayaan dahil tumanda na siya, masyadong nawili sa kanyang pag-iisa, at lubusan itong nilimot na nagsimulang mawala kahit ang pangungulila. Pero ngayon bumalik ito na parang isang himala, kaya lumundag ang kanyang puso.

Isa-isang nagdaan ang mga sandali, nakahiga siya roon nang tuluy-tuloy. Lumipad ang mga mews sa ibabaw ng parola, umiiyak na parang nababahala para sa kanilang matandang kaibigan. Dumating ang oras para pakainin sila ng tirang pagkain, kaya lumipad ang ilan sa kanila pababa mula sa parola papunta sa matanda, pagkaraan parami nang parami ang dumating at sinimulang itapik at ipagpag ang kanilang mga pakpak sa ibabaw ng kanyang ulo. Ginising siya ng tunog ng mga pakpak. Nakaiyak na siya at ngayon mayroon siyang kapanatagan at kasiyahan, pero ganado ang mga mata niya. Hindi sinasadyang naibigay niya sa mga ibon ang lahat ng kanyang pagkain, na maingay na sumungab sa kanya, at binalikan niya ang libro. Umalis na ang araw sa likod ng hardin at mga gubat ng Panama, at mabagal na pumunta lampas sa isthmus sa ibang dagat, pero puno pa ng ilaw ang Atlantiko, maliwanag pa sa labas kaya't nagbasa pa siya.

"Ngayon pakinggan ang nangungulila kong kaluluwa, mga dalisdis ng gubat, sa mga luntiang bukid."

Sa wakas, pinalabo ng takipsilim ang mga titik sa puting papel – ang takipsilim kasing-ikli ng kutitap. Ipinahinga ng matandang lalaki ang kanyang ulo sa batuhan at ipinikit ang mga mata. Pagkaraan "Siyang ipinagtanggol ang maningning na Chenstohova," tinangay ang kanyang diwa at dinala iyon sa "mga bukiring kinulayan ng iba't ibang klaseng butil." Nagliliyab pa sa kalangitan ang mahahabang guhit, mapula at ginintuan, at sa mga liwanag nito nililipad niya ang mga minamahal na rehiyon. Umaalingawngaw sa kanyang tainga ang tunog ng mga punong pino, bumubulong ang mga batis ng kanyang katutubong lugar. Nakita niya ang lahat sa kung ano ito, lahat tinatanong siya, "Natatandaan mo?" Natatandaan niya! Nakikita niya ang malawak na mga bukirin; sa pagitan ng mga bukid, gubat at kanayunan. Gabi ngayon. Sa ganitong oras, iniilawan ng kanyang parol ang kadiliman ng dagat, pero ngayon naroon siya sa kanyang katutubong nayon. Nakayukyok sa kanyang dibdib ang matanda niyang ulo, at nananaginip siya.

Mabilis na dumaan sa kanyang mga mata ang mga larawan, medyo magulo. Hindi niya nakita ang bahay kung saan siya ipinanganak dahil nasira na iyon ng giyera, hindi na niya nakita ang kanyang ama at ina dahil namatay sila noong bata siya, pero ang nayon, iyon pa rin ito nang iwan niya kahapon – ang hilera ng mga kubo na may mga ilaw sa mga bintana. Ang burol, ang kiskisan, ang dalawang lawa na magkaharap, at ang magdamag na ingay ng mga palaka. Noon naging bantay siya ng nayon magdamag, ngayon nakatayo sa harap niya ang magkakasunod na tanawin. Ulan muli siya, at nakatayo siyang nagbabantay, sa kalayuan ay ang bahay publiko; tumingin siyang nangingilid ang luha sa kanyang mga mata. May kaguluhan at kantahan at hiyawan sa gitna ng katahimikan ng gabi sa boses ng mga fiddle at bass-viols "U-ha! U-ha!" Pagkaraan pinatay ng mga Ulan ang apoy gamit ang kanilang mga horseshoes, at naiinip siyang nakasakay sa kabayo. Mabagal na nagdaan ang mga oras; sa wakas pinatay na ang mga ilaw; ngayon kasinlayo ng abot ng mata may ambon, at hindi lagusan ang ambon; ngayon umangat ang hamog, maliwanag na galing sa mga bukirin, at niyayakap ang buong mundo ng putiang ulap. Sasabihin mong isang buong karagatan. Pero mga bukirin ito; ilang sandali pa maririnig ang land-rail sa dilim, at tatawag ang bitterns mula sa tubuhan. Tahimik at malamig ang gabi – sa totoo, isang gabi ng Polish! Sa malayo, tumutunog ang puno ng pino nang walang hangin, tulad ng paggulong sa dagat. Ilang sandali pa ang bukang-liwayway na papuputiin ang silangan. Sa katunayan, ang mga tandang ay nagsisimula nang tumilaok sa likod ng mga pimpin. Sumagot ang isa na mula sa isang kubo sa isa pa sa ibang kubo; tumitili ang mga tagak mula sa kung saang mataas. Mabuti at masigla ang pakiramdam ng Ulan. May isang nagsalita tungkol sa giyera bukas. Hei! Tuluy-tuloy iyon tulad nang lahat ng iba pa, naghihiyawan, iwinagawayway ang mga banderita. Naglalarong parang trumpeta ang batang dugo, kahit pinalalamig iyon ng gabi. Pero mag-uumaga na. Pumuputla na ang gabi, mula sa mga anino dumating ang mga gubat, ang palumpungan, ang hilera ng mga kubo, ang kiskisan, ang mga poplar. Umiingit ang balon na parang metal na bandila sa tore. Gaano kamahal na bayan, maganda sa malarosas na liwanag ng umaga! Ah, ang isnag bayan, ang isang bayan!

Tahimik! Narinig ng mapagbantay na pulutong na may parating. Siyempre, darating sila para palitan ang bantay. Kamalak-malak, isang boses ang narinig sa ibabaw ni Skavinski–

"Aha, tanda! Bangon! Ano ang nangyari!"

Binuksan ng matanda ang mga mata at tumingin nang may pagtataka sa taong nasa harap niya. Naglalaban sa kanyang utak ang mga retaso ng pangitain at realidad. Sa wakas, pumusyaw ang pangitain at nawala. Sa harap niya, nakatayo si Johnson, ang giya ng pantalan.

"Ano ito?" tanong ni Johnson; "May sakit ka ba?"

"Wala."

"Hindi mo sinindihan ang parol. Kailangan mong iwan ang iyong lugar. Bumangga ang barko mula St. Gerome sa prinsa. Mabuti na lang at walang nalunod, kung hindi makakasuhan ka. Sumakay ka sa bangka kasama ko; ang consulate na ang kakausap sa iyo."

Namutla ang matanda. Hindi nga niya nasindihan ang parol noong gabi.

Pagkaraan ng ilang araw, makikita si Skavinski sa palapag ng bapor, na papunta mula sa Aspinwall tungong New York. Naiwala ng matanda ang kanyang posisyon. Bumukas sa harap niya ang bagong mga daan ng pakikipagsapalaran, muling pinigtal ng hangin ang dahong ito para paikutin sa ibabaw ng mga lupa at dagat para paglaruan ito hanggang masiyahan. Labis na nabigo ang matanda nitong mga huling araw, at yumuko, kaya lang kumikislap ang kanyang mga mata. Sa bagong daan sa buhay hawak niya sa kanyang dibdib ang kanyang libro, na paminsan-minsan, dinidiinan ng kanyang kamay na parang takot na pati ito'y mawala sa kanya.

ANG PAGLIGO SA ARAW*
(The Sun Bath)
Janko Jesenský

Malapit nang masiraan ng loob si Shkorec, ang notaryo ng siyudad. Ang payat at hirap niyang mukha tila patseng accordion ng mga gatla at kulubot na nakasampay sa kanyang noo. Araw-araw nahihirapan siyang tumawid sa malawak na city square. Sumusukob sa kanya ang hindi maipaliwanag na takot tuwing dumaraan siya sa abandonadong batuhang lugar. Naiisip niyang mahihilo siya at, dahil walang alalay, matutumba sa gitna ng square. Madalas ding iyon ang pakiramdam ng ibang mga tao kung tinatawid ang makitid na tulay.

Nilalabanan ni Shkorec ang kanyang takot sa pamamagitan ng madalas na pagdaan sa city square. Pagkaraan, talagang nahilo siya at napilitang sumandal sa poste ng ilaw roon sa gitna ng square na nakikita ng mga tao hanggang sa sinubukan niyang ipagpatuloy ang paglakad.

Inilahad ni Shkorec ang kanyang mga kinatatakutan sa doktor ng siyudad na si Doctor Edut. Isang medyo bata pa, walang balbas na lalaking may makakapal na sideburns, maganda at seryosong mukha. Niyaya ni Doctor Edut si Shkorec na maglakad sa labas ng city limits.

"Nerbiyos iyan," sabi ng doktor. "Kailangan mo ng exercise, kaibigan. Sledding, skating at skiing sa taglamig, lakad at paligo – lalo na pagligo sa araw – sa tag-init, at gagaling ka."

"Hindi na ako nagtitiwala sa hangin o araw," kunot-noong tutol ni Shkorec. "Kadiliman, kadiliman ng utak, ang tatalo sa

---

*Isinalin ni Ellen Sicat

akin. Puwede ba akong sumandal sa braso mo? Pakiramdam ko, ligtas ako kung may umaakbay sa akin."

Naglakad sila sa daanan ng bukid na nakapagitan sa dalawang matatarik na libis. Nakukumutan ang lupa ng bagong sibol na murang luntiang damo. Maayang pinaiinit ng araw ang kanilang mga katawan sa loob ng kanilang makakapal na felt coats. Magaan at malinaw ang hanging sumuob sa kanilang mga ilong at baga, hinahaplos ang kanilang mga pisngi na tila hindi makitang pinong panyolito. Ang kahalintulad na hangin ng tagsibol ay ani ng taglamig at inuga na mababangong talukap mula sa namumulaklak na mga puno ng cherry. Maalikabok ang daan. Nadudurog sa kanilang mga paa ang mga tipak ng natuyong putik.

"Samakatuwid hindi ka naniniwalang may kapangyarihang magpagaling ang hangin at araw," nangungutyang tumawa si Edut. "Hindi mo kailangan. Gayunman, tumingin ka sa paligid at subukan mo. Alam mo kung ano ang hitsura ng daang ito tatlong linggo ang nakaraan? Wala kundi lawa ng putik na hanggang tuhod. At tingnan mo ngayon! Tulad nito ang palad ng iyong kamay. At ang mga libis na ito? Napakalungkot at tigang ng mga ito. Tingnan mo ang mga ito ngayon! Luntian. Ikaw, aking kaibigan, ay putik at burak, isang tigang at malungkot na libis. Lumabas ka sa hangin at araw at muli kang babata, tulad ng kakahuyan ng birch sa dako roon. Oo, sinisiguro ko, babata ka."

"Pilosopikal at matulaing sapantaha lang ang mga sinasabi mo."

"Hindi ha! Mga facts ito ng medical science. Makinig ka. Sa Hunyo magsimula tayong magbabad sa araw. At isama natin ang beterinaryong si Papst sa ating mga gawain para sumaya ka. Isa rin siyang nervous wreck. Parati niyang sapo ang kanyang ulo at sumasayaw kahit nakaupo at may hawak na beer."

Kaya't nangyari na sina Notary Shkorec, Doctor Edut at Veterinarian Papst, kung kinasisiyahan ng panahon, naliligo sa floodgate tuwing tag-init nang hapon, dalawampung minutong lakad sa labas ng boundary ng siyudad. Maganda ang lugar.

Nalililiman sa isang dako ng luntiang burol na may makapal, malambot na damuhan sa paanan. Pinalilibutan ang lugar sa kabilang dako ng makapal na palumpong ng willow. Pinong buhanging-ilog, tamang-tama sa pagninilay at paliligo sa araw. Tinatabingan ang lugar sa may bukana ng ilog. Sa isa pang dako ng burol, dumaraan ang highway. Mula roon, totoo, masisilip ng usyoso ang mga naliligo sa araw. Gayunman, sino ang baliw na maninilip sa mga naliligong lalaki? At sino naman ang maglalakad sa highway sa hapon na kainitan? Siguradong hindi dadaan sina Marina Sirenakova o ang pekasin pero maganda pa ring si Rosetka Mandalikova, o ang bata, kulot at nakapulbong Betty Rishkova, ang maybahay ng deputy judge. Lumalabas lang sila sa gabi, naiilawan ng buwan at mga bituin. At hindi kailangang mahiya kung mga taganayon, magsasaka, at palaboy ang daraan.

Sa gayon, masayang nagpaaraw ang tatlong maginoo ng siyudad. Idinagdag sa kanilang pagbabad sa araw ang calisthenics ng Mueller system; lumalakad sila sa gilid ng ilog, inihahagis ang kanilang mga kamay sa likuran, dumadapa sa kanilang mga tiyan, sinisipa at iniikot ang mga binti at gumugulong-gulong gaya ng utos ng doktor. Makikilala ang doktor sa kanyang makakapal na sideburns at pulang trunks, dagdag pa rito, siya ang may pinakamalakas na mga binti at pinakabalbong dibdib. Nakasuot ng asul na trunks ang notaryo, pero makikilala rin siya dahil sa kanyang pahabang ulo, ang tungkos ng basang buhok na bumababa sa kanyang noo, at ang tila patpat na payat na mga binti at braso. Maipagmamalaki ng beterinaryo ang sarili sa kanyang guhitang pula at puting trunks at bilugang kalbong ulo. Bukod dito, wala naman silang malaking pagkakaiba.

Maganda ang tag-araw, mainit, walang hangin. Magandang panahon tuwing hapon ang sinasamantala ng ating tatlong naliligo. Nangitim na ang kanilang balat mula ulo hanggang paa. Gumaling na sa matinding nerbiyos ang notaryo at hindi na takot maglakad nang tatlong beses sa square. Tumigil na ang beterinaryo sa hindi mapakaling paniniko sa mga kasamahan tuwing kanilang beer sessions sa bar. Masaya si Doctor Edut na nakatulong ang kanyang propesyonal na payo – kay Shkorec, at ipinayo rin niya ang pagpapaaraw at Mueller's calisthenics sa kanyang ibang mga pasyente.

Gayunpaman, hindi dapat tingnan ang buhay sa maliit na lungsod na isang makitid na kuwadro ng seryosong kaisipan tungkol sa kalusugan. Kadalasan, may dahilan tayong tumawa. Kahit hindi itinatanghal sa entablado ng sikat na mga aktor, nakatatawa ang ating mga komedya. Ang mga ordinaryong mamamayan o kahit ang mga kagalang-galang na miyembro ng city council ang mga aktor.

Isang tanghali, naggugupit ng clover si Matt Jakub – kalahating artisan, kalahating manggagawa – sa kanyang lupa malapit sa floodgate. Nakapapaso ang araw – paano hindi masosobrahan ng init? Namumula at nagpapawis, talagang nasusunog na siya sa araw. Nag-aapoy ang kanyang mga paa sa loob ng kanyang mga bota. Nagpasiya si Jakub na isawsaw ang mga iyon sa katabing ilog, kahit alam niyang bawal ito sa kaugalian ng nayon na hindi dapat maligo mula binyag hanggang kamatayan ang karaniwang tao, maliban sa ilang paliligo sa labangan noong sanggol.

Kaugalian man o hindi, inihagis ni Matt ang kanyang karit at umakyat sa burol na tumatagos pababa ng kabilang dako ng floodgate. Pero bigla siyang napatigil. May tatlong hubad na kalalakihan na may mga bigote at balbas na nakasuot ng maigsing makukulay na trunks, iniikot ang kanilang mga ulo, ngayon sa kaliwa, ngayon sa kanan. Iniikot din ni Jakub ang ulo at tumingala sa langit para tingnan kung may lobo o . . . Pero walang anumang bakas ng lobo. Walang ulap ang asul at malalim na langit. Bakit paulit-ulit nilang iniikot ang kanilang mga ulo? Biglang sumigaw ang isa sa mga hubad na walanghiya at lahat ng tatlong lalaki – maniwala ka ba? – nagsimulang tampalin ang kanilang mga hita. Kasinlakas ang mga tampal ng pagpalo ng labahin ng kababaihan sa sapa.

Gulat na minatyagan ni Matt ang tatlo. Alam na niya! Oo, siguradong ang tatlong lalaking ito ang tatlong baliw na nabasa niya sa diyaryo. Nakatakas sila mula sa ospital at nagtatago ngayon sa paligid. Yumuko siya at gumapang paglampas ng burol. Takot siyang baka mamalayan siya at – huwag ipahintulot ng Diyos! – atakihin siya. Hindi niya sinubukang lumingon kahit minsan. Dumausdos siya sa highway at halos tumakbo, nagmamadaling ihatid ang buong pangyayari sa kagalang-galang na konseho ng bayan. Laking panganib! Kung napansin nila siya at hinabol siya, lagot siya. Nangangatal si Jakub nang masalubong niya si Joe Mrvenchik, isang magsasaka mula Low Street, na paalis na, ang karit nasa kanyang balikat para magtabas. Naalala ni Jakub na nakalimutan niya ang sariling karit sa taniman ng clover.

"Mahal na kapitbahay, naiwan ko ang aking karit doon sa bukid ng clover. Itabi mo lang. Kailangang pumunta ako sa bayan para sa importanteng lakad."

"Anong nangyari?"

"Naliligo ang tatlong baliw. Tumakas sila sa ospital ng mga baliw at ngayon naliligo sila. Nakataas ang mga kamao sa langit at sinasampal ang isa't isa."

"Totoo?"

Sumumpa si Jakub na nagsasabi siya nang totoo.

"Pupunta ako ngayon sa bayan para ibalita sa lupong bayan," seryosong sabi niya. "At ikaw, mag-ingat kang huwag ka nilang makita."

Gustong umuwi ni Mrvenchik para makaiwas, pero nasalubong niya si John Holub, isang taganayon mula sa Upper End. Magkasama, pinalakas ang loob ng bawat isa sa kanila, nagpunta sila sa burol para tingnan ang mga baliw mula sa malayo. Tumigil ang dalawang nagdaraang babae at tiningnan kung ano ang nangyayari. Pagkaraan, tumigil ang tatlong sapatero sa pagbabalik nila mula sa fair, dala ang hindi mabilang na mga bota na nasa mahahabang patpat. Kalaunan, pulutong na ng tao ang nakatayo sa burol, pinagtatawanan ang mga galaw at kilos ng tatlong naliligo, na sa kabilang dako ay naglulundagan sa tubig, pagkaraan sa gilid, na naaayon sa paraan ng Mueller's calisthenics. Tahimik at pigil ang tawanan ng mga tao sa burol, ayaw nilang matawag ang pansin ng naliligong kalalakihan.

Biglang lumundag ang isa sa kanila sa bukana ng ilog. Mabilis na sumunod ang isa. Kumapit din paahon sa ilog ang pangatlo. Natakot ang mga sapatero sa biglang pagbabago ng kilos ng tatlong lalaki, agad nilang kinuha ang kanilang mga patpat na may mga hindi nabentang bota at sumigaw, "Pupuntahan nila tayo!" Nagpulasan pabalik sa highway ang lahat ng naroroong kalalakihan at kababaihan.

"Ang tuka parating," may nagsabi.

Naroon nga siya. Sumulpot ang mayor ng bayan, Ernest Smazhenik, isang malaking lalaki, nakasuot ng puting linen. May suot siyang malambot na pantag-init na sports shirt, sombrerong straw na nasa likod ng kanyang ulo, at isang tambong tungkod sa kanyang kamay. Iniunday niya ang kanyang mga braso kaalinsabay ng kanyang mga hakbang. Nagmamadali siya at umabante nang mahahabang hakbang. Ang pandak na si Jakub, hawak ang kanyang sombrero, kumakaripas para makaagapay sa mayor. Dalawang tanod na may mga espada ang kasama nina Jakub at ng mayor.

Kunot-noong tumingin ang mayor sa nagtipong mga lalaki at babae. "Nasaan sila?" matigas niyang tanong.

Itinuro ni Jakub ang floodgate.

Umakyat ang mayor sa itaas ng burol at tumingin sa ibaba sa direksiyon ng floodgate. Sumunod ang mga tao.

"Sino sila?" tanong ng mayor na kasintigas nang kanina.

Walang may alam.

"Matt, puntahan mo sila at sabihang magbihis. Trabaho mo ito – nasa konseho ka."

Kinamot ni Jakub ang ulo. "Bakit?"

"Dahil konsehal ka," ulit ng mayor.

"Palagay ko hindi ito trabaho ng konsehal. Baka gawin pa nila akong hamburger," tutol ni Jakub na umurong.

"Kung gayon, ikaw ang magpunta," utos ng mayor na bumaling sa nakababata sa dalawang tanod. Pagmalupitan sila at utusang magbihis. Sabihing ako, ang mayor, ang nag-utos! Bakit hindi kayo gumagalaw? Inuutusan ko kayo. Alis na!"

Pero hindi kumikilos ang tanod. Naisip niya ang bagong silang niyang sanggol, sino ang mag-aalaga dito kung...? "Mahal na mayor," sabi niya, "kailangan kong alagaan ang maliit kong si George."

Ayaw ring pumunta ng nakatatandang tanod. Ang mga dating matatapang na mga sapatero umayaw rin, ikinatwirang wala silang sapat na karapatan para sa ganoong misyon. Natawa si Mrvenchik at sinabi, "Ako? Malaki itong laban!"

"Paano natin sila huhulihin?" kinatas ng mayor ang kanyang utak sa pag-iisip ng mabuting paraan para harapin ang mahirap na sitwasyon. "Kung huhulihin natin sila, wala tayong lubid para itali sila. At kahit mayroon tayong lubid, paano natin sila ibibiyahe?"

Samantala, nagsimulang buksan ng isa sa tatlong naliligo ang kanilang mga bibig.

"Mga baliw! Tunay silang baliw!" bigkas ng mayor. "Bakit nila ibinubukas ang kanilang bunganga nang walang dahilan? Sandor," baling ng mayor sa batang tanod, "bumalik ka at gamitin ang karwahe ng siyudad! Pagkatapos bumalik ka rito at huwag mong kalilimutang magdala ng mga lubid. Lakad na!"

Tumakbo ang tanod. At patuloy ang mga hubad na lalaking ibinubukas-sara ang kanilang mga bibig nang ilan pang sandali. Pagkaraan, bigla nilang tinampal ang kanilang mga hita at ipinagtapat ang kanilang mga palad sa isa't isa. Ito ang kanilang batian at pagtatapos ng Mueller's calisthenics. Nagsimula silang magbihis.

Nang ilagay ng isang lalaki ang sombrerong straw sa kanyang ulo, pinagtampal ng mayor ang mga palad sa gulat. "Naku po! Iyan ang ating notaryo!" Oo, nakilala niya ito agad, dahil walang ibang taong nagsusuot ng sombrerong tulad nang sa kanya.

Dumating ang karwahe.

"Naku! Iyan si Doctor Edut!" sigaw ni Jakub. Nakilala rin nila ang beterinaryo.

"Lahat ng tatlo, baliw? Hindi maaari!" naisip ng mayor at bumaling sa nakatayong si Matt at sinabi sa kanyang siya ay gago.

Lumakad pababa ang mayor, binati ang tatlong lalaki at niyaya sa kanyang dako ng ilog. "Halikayo," tawag niya. "Hinihintay kayo ng karwahe ng siyudad sa highway. Ihahatid kayo ng kutsero pauwi."

ANG KUWENTO NG NAYON*
(The Village Story)
Martin Kukučín

Nang isantabi ni Miklush ang kanyang – o mas tamang sabihing, ang sa simbahang – hymnbook, yaong gulanit na ang takip at punit-punit ang mga dulo, at tumayo mula sa maigsing bangko na nasa kanan ng altar, at ipinagpag ang kanyang maikling burdadong kapa, tumingin sa kanya ang buong kongresasyon. Kahit si Katrena nagising mula sa malalim niyang pagkakaidlip at luminga-linga para alamin kung ano ang nangyayari (wàlang makatitiyak kung bakit siya nagtungo sa simbahan – kung para bumawi ng tulog o para pagpalain ng salita ng Diyos).

Alam ni Miklush na nakatutok sa kanya ang mga mata ng mga parokyano. Alam niyang minamatyagan ang bawat galaw niya. Seryoso siyang naglakad na angkop sa kanyang kalagayan. Siya ang sexton ng parokyang Vetornice.

Nagtataka ka ba kung saang seniorate at distrito nabibilang ang Vetornice? Kung hahanapin mo sa direktoryo ng simbahan, tiyak makikita mo roon ang Vetornice. Kahit kakarampot lamang ang limandaang kaluluwang miyembro nito, hindi ito kinalilimutan ng mga namumuno sa simbahan. Pinag-uukulan ng pansin na may anim na taon na ang nakakaraan nang ipinagdiwang ng simbahan ang kanyang ikaisandaang taon. Malamang hanggang sa ngayon nasa mga aklatan pa ng mga katabi at malalayong simbahan ang sermong binigkas sa pagkakataong iyon. Ito ang simbahan kung saan si Miklush ang nagsisilbing sexton.

---

*Isinalin ni Ellen Sicat

Ang bata pa at sexton na? Oo, at ito mismo ang dahilan – ang kanyang kabataan – na nagpahiwatig na may bagay sa kanyang pagkatao, isang bagay na hindi pangkaraniwan at natatangi. Nagustuhan ng Pastor si Miklush noong wala pang asawa si Miklush. Pinahihiram ng Pastor si Miklush ng mga libro, na binabasa ni Miklush tuwing mga Linggo ng hapon sa sarili niya at sa mga kababaihang galing sa pag-oorasyon. At nang ialay ng nakatatandang sexton ang kanyang kaluluwa sa Diyos at umakyat sa Matagumpay na Iglesia, itinalagang kapalit niya si Miklush sa simbahan ng Vetornice. "Bata pa siya," naisip ng Pastor, "kaya may panahon pa siyang maging magaling."

Kung nag-iikot siya para sa Epiphany o koleksiyon ng Tagsibol mas mabuti pang dala niya ang "walang kalaliman sako" na siyang biro ng mga tao na mayroon ang mga pari. At gayon tumayo si Miklush mula sa upuan ng koro na nasa itaas na nakalaan para sa mga may-asawang kalalakihan at lumipat sa maikling bangko na nasa gawing kanan ng altar.

Mahirap ang kanyang trabaho noong una, bago siya nasanay sa kanyang mga tungkulin; tulad halimbawa, tila likas na seryoso kung maglakad siya sa likod ng altar. Kahit doon, ikinukubli ng altar, kumikilos at nag-aanyo siyang seryoso, kahit alam niyang walang nakakakita sa kanya. Kinuha niya ang supot ng koleksiyon na may tumutunog na kampanilya sa dulo nito at nakakabit dito ang mahabang patpat na may palamuting mga magagandang anyo – na sarili niyang mga gawa – at kinakalog iyong tila hindi sinasadya. Gayunman, may kahulugan ang lahat ng kanyang ginagawa. Sa mga bangko sa kanang bahagi ng altar, lumilikha ng kaguluhan ang tunog ng kampanilya ni Miklush. Napansin ng alkalde ng bayan, ng tagapangasiwa, at mga nakatatanda si Miklush na lumalakad palapit sa kanila. Walang sinuman sa parokya o opisyal ng nayon ang hinihintay pang muling tumunog ang kampanilya ni Miklush. Naghuhulog ng barya ang bawat isa sa supot ng koleksiyon.

Malaking karangalan ang ibinibigay ng kanyang posisyon. Kinaiingitan siya ni Alkalde Priesada. "Ibang klaseng baro!"

naisip ni Priesada habang minamasdan ang magandang burdadong manggas ng baro ni Miklush. "Kasintanda niya ako at tulad niyang bagong kasal, at wala akong baro na tulad nang sa kanya. Pambihirang babae ang kanyang si Sophia! Hindi kayang tumahi ng ganoong baro ang asawa kong si Mara, kahit bayaran ko pa siya ng ginto. Tunay na babae si Sophia!" At si Miklush na parang alam ang iniisip ng alkalde, nagmamalaking hinila ang manggas ng baro mula sa hinabing damit pantaas. "Kailangan akong maging sexton, kailangan!" paulit-ulit na sinabi ni Priesada sa sarili.

Hinahangaan din ng ibang parokyano si Miklush, pero hindi siya kinaiingitan tulad ng alkalde. Walang sinuman sa kanilang naghangad maging sexton. Bakit? Sino ang makapapantay sa kanya? Walang sexton sa bansa na katulad niya at hindi kailanman magkakaroon.

Nang matapos ang pag-iikot ni Miklush sa itaas ng simbahan, bumalik siya sa mga upuang para sa kababaihan dala ang supot ng koleksiyon at ang kampanilya. Walang dudang paborito niya ang parteng ito ng kanyang tungkulin kung linggo. Hinahangaan ng may kaalamang paningin ng matatandang babae, ng bagong kasal at mga walang asawang babae ang kanyang burdadong manggas. Gusto nilang lahat na magburda nang gayon kahusay, pero walang naglakas-loob na sumubok. Paano silang tatapat sa Sophia ng sexton? Baka may kapangyarihan ang kanyang mga kamay, hindi maaaring bigay ng Diyos ang paglikha ng ganoon kagandang trabaho! Alam ni Miklush kung bakit sila humahanga sa kanya at kung kanino siya dapat magpasalamat sa lahat. Ito ang dahilan kung bakit madalas siyang sumulyap sa poste – at sa maalindog na nobya na nakasuot ng puting inalmirol na bonete. Sinusundan din ni Sophia ang bawat galaw ni Miklush at natutuwa sa tagumpay nito dahil siya ang asawa nito.

Pero nang idaan ang supot ng koleksiyon sa kanya, nagkunwari si Miklush na lubusan siyang hindi kilala. Iyon ang hinihingi ng kabutihang asal.

Pagkaraan ng pag-iikot niya para sa koleksiyon, inilapag ni

Miklush sa pilak na plato malapit sa altar ang bagong koleksiyon na puno ng kanyang baryang tanso – at kung minsan, Diyos ko, mga butones – at naupo siya sa bangko roon.

"Napakagandang makintab na bota!" naisip ng alkalde na lalong nainggit kay Miklush. "Kung alam ko lang kung bakit napakikinang ng kanyang mga bota! Kasingmahal ang sa akin nang sa kanya – baka nga mas mahal pa – pero hindi magkasingkintab ang mga ito. At kahit pa kumintab anong mapapala ko? Walang makakakita. kung ako'y nakapaa o nakasapatos ng mokasin pang mahirap o nakabotang Cordovan. Pareho rin ang labas – walang pumapansin sa mga paa kong nasa ilalim ng bangko. Kailangan akong maging sexton, kailangan!"

Muling tumayo si Miklush sa huling taludtod ng pangatlong himno. Tumuloy siya sa sakristiya at dinala ang mga libro sa pulpito. Bawat mata'y nakatuon sa kanya. Napadungaw kahit ang gurong organista mula sa likod ng organo at tumingin sa pulpito. Hindi na nag-aalangang tumingin si Sophia at diretsong tiningnan ang kanyang asawa. Pakiwari niya ikinakampay ng pakpak ng kalapati ng pulpito ang ibabaw ng ulo ni Miklush. At iyon ang kahoy na kalapati na nakapako sa kisame ng pulpito.

"Sino ang nagbigay sa kanya ng ganoon kagandang gupit?" muling himutok ni Alkalde Priesada. "Walang nagbigay sa akin ng ganoon kagandang gupit! Kailangan kong maging sexton. Kailangan."

Umakyat ang ministro sa pulpito, at nagpunta si Miklush sa pinto para iyon isara. Inilapat na parang kapa ang balabal na frieze sa ibabaw ng balikat ni Miklush. Kumislap ang malapad na tansong alpiler sa asul na tatsulok na panyong may pulang palawit. Malayang lumulayay sa kanyang dibdib ang panyong nakatali sa leeg ni Miklush at lalong lumutang sa puti niyang pantaas at ang makapal na hilera ng butones sa kanyang pang-okasyong dyaket. Hinangaan ng kapwa babae't lalaki ang larong ito ng mga kulay, na parang hindi nagsasawa sa tanawin.

"Tanging ang asawa lamang niya ang puwedeng mag-ayos nang ganito sa kanya," patuloy na pag-iisip ni Priesada. "Katumbas ng ginto si Sophia." Nasa mga mata ni Priesada ang matinding lungkot. "Kung ang aking lang si Mara...! Kailangan akong maging sexton. Kailangan."

At paano ang mga taunang okasyon kung kailan si Miklush...? Pero bakit kailangang magpatuloy magsulat? Anong panulat ang kayang ilarawan ang lahat-lahat? At kahit pa kaya, magdurusa pa rin naman ang alkalde, dahil hindi tumigil hangarin ang posisyon ni Miklush. At malay natin? Maaaring kahit ang organista magsising isa lamang siyang guro at hindi isang sexton ng Vetornice.

Kinaiingitan ni Priesada ang katanyagan ni Miklush – at asawa nito. Wala siyang ibang dahilan para kainggitan si Miklush. Mayaman siyang magsasaka. Ipinamana sa kanya ng ama ang buo nitong kabuhayan. Nakapag-asawa siya nang tama. At higit sa lahat, kahit isang alkalde, lalo pa siyang yumaman, na binaligtad ang tradisyon. Pero siyang may kayamanan ay naghahangad ng karangalan at kasiyahan kaya kinaiingitan ni Priesada si Miklush. Alam niyang kinaiinggitan siya ng iba habang hindi mapalagay na minamasdan ang paglago ng kanyang yaman at kapangyarihan. Alam niya, pero hindi niya isinasaloob. Kinaiinggitan siya ng mga tao tulad lang ng mga tao sa lahat ng lugar, kinaiinggitan ang sinumang uumunlad. Alam niyang tulad nang lahat ng lalaki at babae sa ilalim ng araw, ang tao ng Vetornice: kinamumuhian ang malakas at pinahihirapan ang mahina. Pero takot din sila sa kanya. Mapanganib siyang tao. Marami siyang natutuhang kalokohan mula sa paglilingkod sa militar at sa opisina ng alkalde. Alam niyang pahirapan ang sinumang piliin niyang kalabanin. Binigyan niya ng leksiyon ang ilang matigas ang ulo na naging maamong tulad ng mga tupa. Sa madaling salita, makapangyarihan siya sa bayan.

Kaisa-isang taong hindi takot kay Priesada ang ating si Miklush. Magkasintanda sina Priesada at Miklush. Hindi sila pinaghiwalay ng kahit biro ng tadhana – minsang niligawan ni Priesada si Sophia. Sinusulatan niya ito noong nasa serbisyo militar siya at sa bawat sulat, nagpupugay siya rito ng isandaan o isanlibong beses. Nagmakaawa siya, nangako; hiniling na hintayin siya hanggang hubarin na niya ang kanyang uniporme at magbalik sa nayon. At naghintay si Sophia sa kabila ng maraming manliligaw. Bumalik si Priesada at handa na ang mga patalastas sa kasal nang mamatay ang mayamang magsasaka, si John Fojtko, at iniwang mayaman at walang anak ang kanyang balo. Biglang nilimot ni Priesada si Sophia at nagsimulang humalik sa paa ng may edad na balo. Naniwala ang balo at pinakasalan si Priesada, kahit puwede na itong maging anak niya. Pinakasalan ni Sophia si Miklush, kahit hindi sila gaanong magkakilala. Hindi pinangarap ni Sophia na mapapangasawa niya si Miklush.

Maayos ang lahat sa nayon, bihirang pag-usapan ng mga tao ang pag-ibig. Mas unang pinahahalagahan ng matatalinong mga magulang ang pagsasama ng mga bukid ng mga ikakasal at halos walang nagpapahalaga kung magsasama rin ang mga puso ng mga ikakasal. Gayunman, walang masamang kinahinatnan ang gayong pagsasama. Nasanay na ang mga kabataan sa isa't isa. Sa karamihan ng ibang intindihin, kung hindi nanlamig ang kanilang mga puso o napuno ng ibang damdamin. Ganoon ang kapalaran nina Miklush at Sophia, kapwa sila panatag, at nalimutan na ni Sophia na siya sana ang maybahay ni Priesada.

Kamalak-malak isang tag-init, napansin ni Miklush na pinupuri siya ni Priesada at sinimulang bumisita sa bahay ni Miklush. Hindi naghinala si Miklush sa ikinikilos ni Priesada. Tanging si Sophia, medyo bugnutin at kabado, ang unti-unting nagbago. Pilit na inaalam ni Miklush kung ano ang nangyayari sa kabiyak, pero hindi niya malaman kung ano ang dahilan. Sa pagdating ng taglagas, biglang luminaw ang lahat.

Pabalik mula sa paggapas, at may kung anong nagtulak kay Miklush na puntahan ang kanyang kabiyak, na nagkakalaykay noon ng obena sa ilalim ng mga gubat. Masyado pang maaga para umuwi ng bahay; kaya't nakahihiya man o hindi, ipinasya niyang puntahan ang asawa, dahil hinahanap-hanap na niyang kasama-sama ito mula pa kaninang umaga. Kahit paano, makikita niya ito sa malayo mula sa gubat; o kaya paniwalain itong pumunta siya para itali ang mga tungkos, kahit mas mabuting iwan sa ganito kagandang panahon ang sariwang obena nang nakahilera. Gayunman, nagtungo siya, hinawan ang kadawagan ng gubat. Pagkaraan, napatigil siya sa gilid ng gubat, kung saan nakikita niya ang lahat ng dako. Oo, doon sa kabila ng bunton ng mga buto, kinakalaykay ni Sophia ang taniman ng obena. Pero hindi nag-iisa si Sophia. Nakatayo si Priesada sa tabi niya. Ang sombrero ni Priesada nakakiling sa isa niyang tainga, nakasandal siya sa kanyang kalaykay.

"Ano ang kailangan niya rito? Ano ang ginagawa niya sa aking asawa? Bakit siya umaali-aligid dito?" Ang bawat tanong ay masakit na sumasaksak sa kanya. Kung ibang tao lang, hindi ito papansinin ni Miklush pero dating manliligaw ni Sophia si Priesada. Mayroon ba itong buting maidudulot? Hindi, walang mabuting anumang idudulot ang ganitong mga pagtatagpo. At ang gayong halakhak, ang nakabubuwisit na pag-ugoy ng paa! Walang anumang salitang marinig si Miklush mula sa kanilang pag-uusap, pero madali niyang hulaan ang lahat. Sino ang may kailangan ng mga salita? Ang liblib na lambak na ito, ang katahimikan, at ang madilim at lihim na bulong ng mga puno ng pino na mas maliwanag ang sinasabi kaysa mga inaasal ng tao.

"Ito kaya ang unang pagkakataon, o . . . ?" Malugod na ibibigay ni Miklush ang kanyang abuhing mga baka sa sinumang makapagbibigay sa kanya ng diretsong sagot sa kanyang tanong. Pero may iba pang mga tanong na sunud-sunod na sumusulpot. "Ano ang dapat kong gawin? Dapat akong maghintay rito, masdan sila, at magdusa? O dapat ko silang puntahan at mapagtawanan na nag-aalala ako sa aking asawa?" Walang mahanap na sagot si Miklush. "Kung mabuti siyang asawa, hindi siya mag-aaksaya ng salita sa kanya. Dapat palayasin niya ito tulad nang pagpapapalayas nito sa kanya noon. Nakikipag-usap pa siya rito at nakikinig dito. Ano ang dapat kong gawin, ano?"

Ikinahihiya niya ang sarili. Gaano kapangit ang lahat, ang lahat. Ang lihim na pakikipagtagpo at ang kasakiman ni Priesada. Una, kinuha ni Priesada ang lahat ng kayamanan at ngayon hinahanap nito ang mga kasiyahan. At si Miklush, kahit nasa katwiran siya, napilitang umurong at huwag puntahan ang kabiyak, huwag ipakitang nag-eespiya siya na tulad ng nagtatagong magnanakaw. Kung may makakita sa kanya, anong tsismis ang kakalat sa nayon! Gayunman, walang tunog kung saan siya nakatayo maliban sa kaluskos ng pinong Scotch na likha ng mainit na hangin.

Kamalak-malak natauhan si Miklush. Kumibot ang bawat ugat sa kanyang katawan. Tulad ng mangangaso nang nakitang palapit ang huhulihin sa tudla ng kanyang baril, nakita ni Miklush si Priesada na lihim na lumalapit kay Sophia. Umaarte si Sophia na hindi niya nakita si Priesada. Hinawakan ni Priesada ang braso ni Sophia at hinapit ito palapit sa kanya. Nagpiglas si Sophia, pero anong klaseng pagpipiglas! Puwede niya itong itulak nang malakas na ito'y lilikha ng ulap ng alikabok sa likod nito. Pero pinipigilan niya ito na parang ang kanyang mga binti ay gawa sa tingga. Pinayagan niya itong ipulupot ang braso nito sa kanyang leeg at tumitig ito sa kanyang mga mata.

Hindi napigilan ni Miklush ang sarili. Wala siyang nakikita kundi ang asawa at walang naririnig kundi ang mahina nitong tawag. Tumakbo si Miklush na tila buhawi sa gubat papunta sa bukid. May dala siyang karit sa kanang kamay, ang araw umaaninag sa karit tulad nang sa salamin. Wala siyang makita maliban sa kanyang asawa at ibang lalaking nakatayo sa tabi nito. "Ano ang kailangan mo rito? Hindi ka ba nahihiya," narinig ni Miklush si Sophia na sinasabi kay Priesada. Hindi man lang umurong kahit isang pulgada si Priesada. Anuman ang sinabi ni Sophia, wala siyang narinig, wala siyang naiintindihan, tiningnan lang niya si Sophia na parang isang lasing. Pagkunwa'y bumaling si Sophia at malakas na sumigaw. Magkahalong kilabot at simpleng takot ang sigaw niya. Si Miklush na may hawak na matalim na karit at tila ang arkanghel – tagapagtanggol na may nag-aapoy na espada. Hindi niya agad matanto kung ano ang iniisip ng kanyang asawa. Nagsasaad ang kagilagilalas niyang mga mata na handa nitong tapusin ang maruming ugnayan sa mga sandaling iyon mismo. Nakaamba ang kanyang kamay, hawak ang karit,para sa nakapangingilabot na gawain. Namutla si Priesada, isang tigasing dating sundalo. Alam nitong may mangyayari na matatandaan ng mga susunod na henerasyon.

Nanliit ang puso niya at tila tumigil tumibok. Hindi sinasadyang naitaas niya ang kalaykay at – tumalilis.

Pagkunwa'y – nakagugulat. Humarang si Sophia sa daan ni Miklush. Nadapa si Miklush at natumbang parang mabigat na kahoy at nasa pinaggapasan ang lahat niyang bigat. Nasa tabi niya ang karit habang nakamasid sa kanya si Sophia. Nakaligtas si Priesada. Narating nito ang pababang libis, mabilis na tumatakbo, nakatinghas ang mga buhok sa matinding takot.

"Papatayin ko siya! Papatayin ko siya!" sigaw ni Miklush na tumayo at hinabol si Priesada.

Pero naiwan niya ang karit sa ginapasang bukid. Sa pagkalito, hindi ito naalala ni Miklush. Huminga nang malalim si Sophia, ngayong nagmamasid na may pananabik kung ano ang susunod na mangyayari.

Inabutan ni Miklush si Priesada, hinablot niya ito sa tsaleko at baro. Ilan pang sandali, nakahiga si Priesada, at dinaganan ni Miklush ang dibdib ng kalaban. Nag-aapoy ang mga mata ni Miklush, kumakatal ang kanyang mga labi. Hawak niya si Priesada sa kanyang mga kamay. Walang lakas ang kalaban niya para ipagtanggol ang sarili; wala itong magawa kundi hintakot na maghintay ng susunod na mangyayari. Pagkunwa'y natauhan si Miklush. Ang makitang nakahandusay ang kalaban, walang magawa si Miklush. Hindi niya alam ang gagawin kay Priesada. "Ano ang gagawin ko sa iyo?" sigaw ni Miklush na nakatingin sa mga mata ng kalaban.

Pero nanatiling nakahiga at hindi gumagalaw si Priesada. Kung lumaban siya, may dahilan si Miklush na muling kumulo, pero sa paraang ito – ano ang magagawa niya sa maamong tao?

"Sabihin mo sa akin, ano ang dapat kong gawin sa iyo!" paulit-ulit na sigaw ni Miklush.

"At ano ang atraso ko sa iyo? Gusto mo ng away?" tanong ni Priesada sa mahinang boses.

Napahiya si Miklush. Puno siya ng galit, at itong nasa ilalim ng kanyang mga tuhod nagtatanong kung gusto niya ng away. Nalito siya sa pinakaunang salita ng isang nasa bingit ng bariles, ang unang salita ng isang nagapi. Sa totoo lang – ano ang gagawin niya kay Priesada, ang kanyang kalaban, na hindi kaya o ayaw makipag-away? Tumayo si Miklush at pinawalan si Priesada. Napahiya siyang tila siya ang natalo, nang makitang nahirapang bumangon si Priesada.

Isang malinaw at masayang tawa ni Sophia ang narinig mula sa likuran ni Miklush. "Tingnan mo, punit ang kanyang tsaleko at baro!"

At totoo – hubad ang likod ni Priesada. Galit at nangungutyang tiningnan ni Priesada si Sophia. Nagalit siya sa tawa nito at salita nang higit sa pagkapahiya nang nakaluhod na si Miklush sa kanyang dibdib. Mas gusto pa niyang mamatay kaysa pagtawanan ni Sophia. Tumayo siya, lumakad pababa sa libis. Hindi siya lumingon pabalik.

SATAN*
(Beatriz)

Ramón del Valle-Inclán

Napalilibutan ng maringal na hardin, hitik ng mararangal na alaala. Nasa gitna ng mga seglar na punong mertl ang namumuting mga istatwa ng mga diyos. Kawawang naluray na mga istatwa! Malungkot na kumukunday ang mga sedar at laurel sa ibabaw ng mga pinabayaang paunten. May isang tukong natatabunan ng mga dahon, paminsan-minsang bumubulobok ang nakalolokong ngiti, taglay ang indayog ng mahiwaga at matalinghagang buhay.

Bihirang umalis ang kondesa sa palasyo. Minamasdan niya ang hardin mula sa plateresque na balkonahe ng kanyang kuwarto, at sa maayang ngiti ng isang maharlikang babae, hiniling niya kay Padre Ángel, ang kanyang kapelyan, na mamitas ng mga rosas para sa altar ng kapilya. Madasalin ang kondesa. Namumuhay siyang tila isang mahal na priyora, na nakakubli sa malungkot at tahimik na mga kuwarto ng palasyo, na madalas nakatuon ang mga mata sa nakaraan. Ang nakaraan kung kailan namumuhay ang mga armadong mga hari sa maalamat na mga pahayag! Bilang si Carlota Elena, Aguiar y Bolaño, Kondesa ng Porta-Dei, natuto siyang sumulat na tila sinaunang maharlika. Nagmula siya sa angkan ng Barbanzón, isa sa matatanda at kilalang mga pamilya, ayon sa mga kasulatan ng maharlika at patunay ng aristokrasya na nilagdaan ni Haring Carlos I. Maingat na binalot ng kondesa ang mga kasulatan at pagpapatunay ng aristokrasya sa tila pulang pelus na relikiyang ginawa ng

---

*Isina-Innggles ni Alice M. Sun-Cua. Isina-Filipino ni Ellen Sicat.

matatapang na alaala ng mga nakaraang siglo sa pamamagitan ng malalaki't mabulaklak na mga titik, ng mga makasaysayang hanggahan ng mga nagbabantang mga gripon, ng galanteng mga sagisag, ng marangyang tagaytay, iskudo na may diyes por sais na sona, iniilawan ng pagtitimping malamonasteryo, ng mapulang pagbati at matingkad na asul, ginto at pilak, ng sable at berde.

Nag-iisang anak ng tanyag na Marquis de Barbanzón ang kondesa, na masugid na nakipaglaban sa Digmaang Carlist. Nakipagkasundo pagkaraan ng pagtataksil ni Vergara – sa kabutihang-palad hindi tinawagan ng mga loyalista ang kabila dahil sa lumipat ang Marquis sa Roma. At dahil ang mga panahong iyon ang magandang panahon ng Papa at Hari, ang maginoong Espanyol ay isa sa mga kinagigiliwang banyagang ginoo na may tanggapan sa Vatican. Sa loob ng maraming taon, suot niya sa balikat ang asul na balabal ng mga maharlikang bantay at ipinapakita ang magarang doublet na ginuhitan ng pelus at satin. Ang katulad na palamuti ng isang courtier na binigyang buhay ng dakilang Sanzio ang dakilang Cesar Borgia!

Nawala kay Ginoong Don Francisco Xavier Aguiar y Bendaña ang mga titulo ng Marquis ng Barbanzón, Konde ng Gondariu, at tulad ng pagmamalaki ng isang tapat na Espanyol, isinumpa ang lahat ng kanyang tagapagmana sa kanyang habilin, at kung may sinuman sa kanila ang taksil at palalo, na maglilingkod sa sinumang Panginoong Hari, nang walang basbas ng Diyos. Umiiyak na hinangaan ng kanyang anak ang mahinahong tapang ng sumpa ng kanyang amang mula sa kailaliman ng puntod, at sinunod ang habilin ng ama, iniwan niya ang mga titulong nagparangal sa dalawampu niyang ninuno, pero parati niyang hinahangad para sa Marquis ng Barbanzón. Para payapain ang sarili tuwing hindi masyadong pagod ang kanyang mga mata, binabasa niya ang aklat ng talaangkanan ng Monghe ng Armentáriz, kung saan matatagpuan ang kanyang maharlikang pinagmulan.

Kalaunan, iginawad sa kanya ng Papa ang titulong Kondesa.

- 2 -

Hinawakan at itinaas ng patpating kamay ng kapelyan ang pulang kurtinang damask.

"Pahintulutan ninyo, kondesa?"

"Tuloy, Padre Ángel."

Pumasok ang kapelyan. Siya ay matandang lalaki, tuyot at matangkad, na may makapangyarihan at militar na tindig. Mula siya sa bakuran ng Barbanzón, kung saan siya namitas ng mga bulaklak para sa maharlikang lugar. Kararating pa lamang niya sa palasyo at hindi pa niya natatanggal ang kanyang mga tahid. Doon sa dulo ng mga baitang, bumuntonghininga ang mabait na kondesa na nakahiga sa kanyang kama ng pulang tela. Bahagyang maaaninaw ang kuwarto dahil sa kulimlim at malamig ang panahon. Nagdarasal sa mahinang boses ang kondesa. Ang kanyang mga daliri tulad ng mga puting liryo na ikinulong sa burdadong guwantes, sa mga butil ng rosaryong binili mula sa Jerusalem.

Narinig sa kuwarto ang mahaba at nakaririnding mga hiyaw mula sa mahiwagang kaibuturan ng palasyo; nagambala ang kadiliman, kumikislot sa katahimikan tulad ng mga pakpak ng paniki. Si Lucifer . . . Nag-antanda si Padre Ángel.

"Diyos ko! Walang alinlangang patuloy na tinatakot ng demonyo si Señorita Beatriz?"

Tinapos ng kondesa ang pagdarasal, nag-antada hawak ang krus ng rosaryo, at bumuntonghininga. "Ang kaawa-awa kong anak! Sinapian siya ng demonyo. Nahihirapan ako tuwing naririnig ang kanyang sigaw, makita siyang namimilipit tulad ng sinusunog na balubid. Kinausap ko na ang albularyong nakatira sa Celtigos. Baka kailangang ipatawag ko siya. Sabi, nakagawa na siya ng mga tunay na himala." Nag-aalangan, iniling ni Padre Ángel ang nakatonsurang ulo niya.

"Oo, puwede, pero dalawampung taon na siyang nakaratay."

"Magpadala ka ng karwahe, Padre Ángel!"

"Impossible ang mga daan, Madame."

"Kung gayon, ipabuhat siya!"

"Iyon lamang ang tanging paraan. Pero mahirap, lubhang mahirap! Ang albularyo ay mahigit isandaang taon na . . . Siya ay isang reliko . . .

Masusing tiningnan ng kapelyan ang kondesa, at tumahimik. Matanda na siya, may matitigas na mga mata at matangos na ilong, hindi tumitinag na tila nililok sa bato. Naalala niya ang mga sundalong obispo na natutulog sa mga katedral o nagdarasal sa gitna ng mga anino ng arko ng mga libingan. Isa si Padre Ángel sa mga nakatonsurang ulo na ninanakawan ng pilak ang kanilang mga simbahan para tulungan ang kanilang samahan. Makalipas ng maraming taon, pagkaraan ng giyera, patuloy pa rin siyang nagmimisa para sa kaluluwa ng Zumalacárregui. Nakahalukipkip, bumuntonghininga ang kondesa. Dinig sa kuwarto ang mga sigaw ni Beatriz na namumutok sa kabaliwan at mga atungal. Kuminig ang rosaryo sa maputlang kamay ng umiiyak na kondesa, bumulong na halos walang boses.

"Ang anak ko! Ang kawawa kong anak!"

Tanong ni Padre Ángel, "Nag-iisa ba siya?"

Dahan-dahang ipinikit ng kondesa ang mga mata, kasabay ng pagod na pagod na pagkilos, isinandal niya ang kanyang ulo sa unan sa kama. "Kasama niya ang aking tiyahin, ang Generala, at ang Lord Penitentiary na magsasagawa ng exorcism."

"Ah, pero ang Lord Penitentiary ay narito?"

Malungkot na sumagot ang kondesa. "Dinala siya rito ng tiya ko."

Hindi inaasahang biglang tumayo si Padre Ángel.

"Ano ang sabi ni Lord Penitentiary?"

"Hindi ko pa siya nakikita."

"Nagtagal ba siya?"

"Hindi ko rin alam, Padre Ángel."

"Hindi alam ng kondesa?"

"Hindi. Buong hapon akong nasa kapilya. Ngayong araw, sinimulan ko ang pasiyam sa Birhen ng Bradomin. Kung gumaling ang aking anak, bibigyan ko ng regalo ang Birhen ng perlas na kuwintas at hikaw na pag-aari ng aking lola, ang Marchioness ng Barbanzón."

Hindi mapakaling nakinig si Padre Ángel. Tulad ng dalawang nababahalang mabangis na hayop ang kanyang mga mata. Tahimik na bumuntonghininga ang kondesa, habang nanatiling nakatayo ang kapelyan.

"Kondesa, iuutos kong siyahan ang mga kabayo at mamayang gabi pupunta ako sa Celtigos. Kailangang labis nating ilihim para madala rito ang albularyo. Makababalik kami bandang madaling-araw."

Muling tumingala ang kondesa sa langit, nangangalumata. "Pagpalain ka ng Diyos!"

Tumayo ang mahal na kondesa, hawak ang rosaryo sa kanyang mapuputlang mga daliri, para muling makasama ang kanyang anak. Tumalon ang natutulog na pusa mula sa kama, iniunat ang kanyang likod at ngumiyaw na sumunod sa kondesa.

Kumilos si Padre Ángel. Hinawakan ng mga patpating kamay ang burdadong kurtina. Nakayukong dinaanan siya ng kondesa at hindi nakita kung gaano kumikinig ang mga kamay ni Padre Ángel.

- 3 -

Mukhang patay si Beatriz: dala ng namimigat na talukap ng mata, napakaputlang mga pisngi, at nasa tagiliran ang magkabilang braso, nakahiga siya sa kamang kahoy na ibinigay sa kondesa ni Padre Diego Aguiar, isang obispo sa dakilang bahay ng Barbanzón, na kinikilalang isang banal na tao. Malaki ang kuwarto ni Beatriz, sinahigan ng kulay kastanyas na kahoy, madilim at malungkot. May makikitid itong de-rehas na bintana kung saan kumukuruktok ang mga kalapati, mga pintong pangkumbento na may sinaunang mapag-alintanang mga bisagra at palamuting pako sa bulaklaking bakal. Nakaupo sa isang dako ng kuwarto at nag-uusap sa mababang boses ang Lord Penitentiary at si Misia Carlota, ang Generala. Nilalaro ng canon ang kanyang manto. Kumikislap sa dilim ang kanyang tila marmol na noo at kalbong sentido. Nangangapa siya ng salita na parang nasa kumpisalan siya, iniingatan ang kanyang sinasabi, at ginagamit paikut-ikot ang mga salita. Taimtim na nakikinig sa kanya si Misia Carlota, at sa pagitan ng kanyang mga daliri, tuyot tulad ng inembalsamong bangkay, nanginginig ang panggantsilyong may manipis na sinulid para sa medyas. Maputla siya, at nang hindi ginagambala ang Lord Penitentiary, hindi makapaniwala, ilang beses niyang inuulit:

"Kawawang bata! Kaawa-awang bata!"

At dahil patuloy na umiiyak si Beatriz, bumuntonghiningang tumayo ang Generala para payapain siya. Pagkaraan, muli siyang bumalik sa tabi ng canon. Tila malalim na nag-iisip ang canon. Halos nakakubli sa kanyang manto ang magkahalukipkip niyang mga braso. Hindi maitago ang matinding lungkot, pinunasan ni Misia Carlota ang mga mata, isa siyang babaeng napakamaawain.

Pabulong siyang tinanong ng Lord Penitentiary.

"Kailan darating ang paring iyon?"

"Baka dumating na siya."

"Kawawang kondesa, Anong ang gagawin mo?"

"Sino ang nakaaalam?"

"Hindi ba siya naghihinala?"

"Hindi siya puwedeng maghinala! Napakasakit na sabihin ito sa kanya."

Nawalan ng imik ang dalawa. Patuloy na umiiyak si Beatriz. Pagkaraan ng ilang sandali, pumasok ang kondesa na nagpipilit magpakahinahon. Nagpunta siya sa ulunan ni Beatriz at tahimik na yumuko at hinalikan ang matigas na noo ng anak. Nakahalukipkip itong parang may masakit, at sa hindi inaalis na titig, pinagmasdan ang minamahal nang matagal. Maganda pa rin ang kondesa, maharlika ang tindig, at maaliwalas ang mukha, asulan ang mga mata at blonde ang mga pilikmata. May ginintuang blonde na buhok na gumagawa ng manipis at may pakpak na anino sa kanyang mapagmalaking mga pisngi. Lumapit sa kanya ang Lord Penitentiary.

"Kondesa, kailangang makausap kita tungkol kay Padre Ángel."

Ang boses ng canon na dating malambing at mabait, ngayon ay matigas. Napalingon at nagtaka ang kondesa.

"Wala sa palasyo si Padre Ángel, Lord Penitentiary."

Nagtatakang nag-aalalang tumingin sa Lord Penitentiary ang kondesa, ang kanyang asul na mga mata'y basa pa ng luha; kasabay nito, kuminig ang kanyang tuyong mga labi sa mabait at maingat na ngiti ng isang madasalin. Tahimik na lumapit si Misia Carlota na nasa ulunan ni Beatriz.

"Hindi ka dapat magsalita rito. Carlota, kailangang kang maging matapang."

"Diyos ko! Ano'ng nangyari?"

"Tahimik!"

At hinila niya ang kondesa sa labas. Tahimik na binasbasan ng Lord Penitentiary si Beatriz at sumunod siya nang hindi inaayos ang kanyang mahabang manto. Nanatili sa likod ng mga anino si Misia Carlota. Hindi gumagalaw at pinupunasan ang kanyang mga mata, inisip niya mula roon kung paano humayo ang kondesa at ang Lord Penitentiary sa mahabang pasilyo. Pagkaraan, binasbasan ang sarili, mag-isa niyang binalikan si Beatriz at inilagay ang kanyang kulubot na mga kamay sa naninigas na noo ng bata.

"Anak, huwag kang manginig! ... Huwag kang matakot! ...

Isinuot niya ang kanyang pince-nez na napapalamutian ng mga kabibi, binuksan ang dasalan, kung nasaan ang kupas na sedang pananda sa pahina at nagsimulang magbasa nang malakas.

MGA PANALANGIN

O, napakalungkot at nagdurusang Birhen Maria, aking Ina na sumunod sa yapak ng Iyong minamahal na Anak, at aking Panginoong Hesukristo, narating Mo ang Bundok Kalbaryo, kung saan ginustong bigyan Ka ng Espiritu Santo sa bundok ng mira, at basbasan na ina ng buong mundo. Bigyan mo ako, Birheng Maria, sa tulong ng Iyong mahal na awa ayon sa Iyong Banal na Grasya, ng kapatawaran sa aking mga kasalanan at ilayo ang aking kaluluwa sa masasamang espiritung nakapaligid dito, dahil Ikaw ay may kapangyarihan na magpalayas ng mga demonyo ng mga katawan at kaluluwa. Naghihintay ako, Birheng Maria, na ibibigay mo ang aking hiling, kung ito ay para sa Iyong lubos na kaluwalhatian at ang aking walang hanggang kaligtasan. Amen!

Inulit ni Beatriz, "Amen."

- 4 -

Kumikinang sa kadiliman ang mga mata ng pusa, na nagbabantay sa paanan ng dupungan. Naroon pa sa malaking makinang na tansong brazier ang namamatay na dingas ng abo. Kumikislap sa kabuuan ng bahagyang naiilawang kuwarto at makapal na kurtina ang mga metal na may palamuting iskudo: ang pilak na tulay at ang siyam na ginintuang medalyon na handog ni Don Enrique II sa armas ni Señor de Barbanzón, Pedro Aguiar ng Tor, na tinatawag na Ang Chivo o Ang Nakatatanda. Humahalimuyak sa gitna ng dilim ang amoy ng nalantang mga rosas, ang mahihiwagang lagas na talulot na naipon sa lumang babasaging mga plorerang tila nakabukang mga kamay. Sinindihan ng katulong ang mga pilak na kandelabra na nasa mga istante. Pagkaraan, pumasok sa kuwarto ang kondesa at ang Lord Penitentiary. Matamlay at magalang na pinaupo ng kondesa ang pari sa kama, at nanlalata at kinakabahan, naupo siya sa silyon. Maingat na nagsalita ang pari:

"Masakit na dagok ito kondesa . . .

Bumuntonghininga ang babae.

"Terible, Lord Penitentiary!"

Naghari ang katahimikan. Pinunasan ng kondesa ang dumadaloy na luha. Pagkaraan, bumulong siyang tigib sa dalamhating hindi niya mapigilan.

"Natatakot ako sa sasabihin ninyo!"

Marahang iniyuko ng pari ang maputla at kalbong noo na tila nahiya sa isang seryosong teolohikong pagninilay-nilay.

"Mahalagang igalang ang kagustuhan ng Diyos!"

"Opo, kailangan...! Pero, ano ang nagawa ko para sa ganitong pagsubok?"

"Sinong nakaaalam kung gaano ka nagkasala? Hindi natin alam ang kagustuhan ng Diyos."

Pinagsalikop ng kondesa ang mga nanghihinang braso.

"Ang makita si Beatriz ko na wala sa katinuan at sinapian ni Satanas."

Pinigilan siya ng pari.

"Hindi, ang bata ay hindi sinapian...! Dalawampung taon na akong Lord Penitentiary sa ating katedral at hindi pa ako nakakita ng gayong surot ng budhi, ng gayong kabalintunaan na kinikilabutan ako sa ikinumpisal ng may sakit na bata."

"Nangumpisal siya! Gusto ng Diyos na magbalik-loob siya. Masyado na akong nagdusang makita ang kawawa kong anak na inaayawan ang anumang bagay na banal! Dahil siya ay sinapian, Lord Penitentiary."

"Hindi, kondesa, hindi siya sinapian."

Malungkot na ngumiti ang kondesa, yumuko para hanapin ang kanyang panyong naiwala niya. Napulot ito ng pari sa carpet. Maliit ito, pangkaraniwan, at pinabanguhan ng insenso at storax, tulad ng mga katawan ng kalis.

"Narito, kondesa."

"Maraming salamat, Lord Penitentiary."

Bahagyang ngumiti ang pari. Umilaw sa ginintuan niyang mga salamin sa mata ang ningas ng mga kandila. Matangkad siya, hukot, at may mga kamay ng obispo at mukha ng isang Hesuwita. Walang palamuti ang kanyang noo, malulungkot ang mga pisngi, mabait na tingin, nangulubot na bibig, at puno ng talino. Kamukha niya ang larawan ni Cardinal Cosme ng Ferrara na ipininta ni Perugino. Makaraan ng maikling sandali, nagpatuloy siya.

"Sa palasyo, kondesa, nanunuluyan ang salaulang pari, anak ni Satanas."

Gulat na napatingin sa kanya ang kondesa.

"Padre Ángel?"

Tumango ang Lord Penitentiary at iniyuko ang ulo, na natatakpan ng pulang gora, isang pribilehiyo ng canonical chapter ng bayan.

"Ito ang ikinumpisal ni Beatriz. Tinakot siya at sapilitang inabuso!"

Itinakip ng kondesa ang mga kamay sa namumutlang mukha. Walang imik na tinitigan siya ng pari . . . pagkaraa'y nagpatuloy.

"Gusto ni Beatriz na ako ang magsabi sa kanyang ina. Ang tungkulin ko ay sagutin ang kanyang mga dasal. Malungkot na tungkulin, kondesa. Kawawang nilalang, hindi nagawang magsabi dahil sa lungkot at kahihiyan. Ang kanyang kawalang pag-asa para ikumpisal sa akin ang kahinaan ng kanyang loob na magsumbong ay napakasidhi na lumapit siya sa akin na puno ng takot. Naniwala siyang isinumpa ang kanyang kaluluwa at nawala nang tuluyan."

"Papatayin ko ang paring iyan! Papatayin ko siya! At hindi na siya muling makikita ng aking anak!"

Puno ng pag-aalalang tumayo ang pari.

"Kondesa, ipaubaya mo sa Diyos ang pagpaparusa. At sa bata, walang salitang makasasakit sa kanya. Walang tinging mapapahiya siya."

Hapo at naninigas, umiyak ang kondesa tulad ng isang ina sa bukana ng bukas na puntod ng kanyang mga anak. Mula sa labas, masayang tumutunog ang mga kampana ng kumbento, ibinabalita ang pagdarasal ng pasiyam na taun-taon ginagawa ng mga madre sa kanilang malaanghel na tagapagtatag. Sa salas, lumuha ang mga kandila sa ibabaw ng mga ginintuang rimatse, at sa mga gilid ng walang apoy na brazier, natutulog ang pusa, naghihilik.

- 5 -

Umaalingawngaw ang sigaw ni Beatriz sa buong palasyo. Nanginginig ang kondesang marinig ang ganoong panaghoy, na may dalang takot sa katahimikan ng gabi. Nagmamadali siyang pumunta sa anak. Namimilipit ang bata, nanlilisik ang mga mata, at magulo ang buhok sa ibabaw ng kanyang mga balikat. Tumama sa sahig ang blonde at magandang ulo, at mula sa kanyang noo, naninigas at nagdurusa, umagos ang patak ng dugo. Namilipit siya sa ilalim ng payapa at masidhing titig ng Kristo: ang Kristong gawa sa ebony at ivory, na may buhok ng tao, ang kanyang banal na mga paa nasisinagan ng namamatay na ilawang pilak. Nagugunita ni Beatriz ang mapuputi at maalamat na mga prinsesa, mga santo na labintatlong taong tinukso ni Satanas. Nang pumasok ang kondesa, umupong tila nawawala si Beatriz, nangingitim ang mukha, kumakatal ang mga labi tulad ng mga talulot ng rosas na malapit nang malaglag. Hindi halos matakpan ng kanyang buhok ang walang takip niyang dibdib.

"Ina! Ina, patawarin mo ako!"

At iniabot niya ang kanyang mga kamay na tila mga natatarantang puting kalapati. Gusto siyang kargahin ng kondesa.

"Oo, anak ko, oo. Mahiga ka na ngayon."

Umurong si Beatriz, nakatuon ang natatakot na mga mata sa kama.

"Naroon si Satanas! Natutulog doon si Satanas. Dumarating siya tuwing gabi. Ngayon dumating siya at kinuha ang aking eskapularyo. Kinagat niya ako sa dibdib. Sumigaw ako nang sumigaw. Pero walang nakaririnig sa akin. Parati niya akong kinakagat sa dibdib at sinisilaban ako."

At ipinakita ni Beatriz sa kanyang ina ang kanyang mapuputing suso na may kulay ubeng mga guhit, kung saan makikita ang maiitim na marka ng labi ni Lucifer nang hinalikan siya. Maputlang tila patay, kinuha ng kondesa ang krusipiho at ipinatong iyon sa unan.

"Huwag ka nang matakot, aking anak. Binabantayan ka na ngayon ng ating Panginoong Hesukristo."

"Hindi! Hindi!"

At hinigpitan ni Beatriz ang yakap sa leeg ng ina. Lumuhod sa sahig ang kondesa. Hinawakan niya sa pagitan ng dalawang braso ang mga paang walang sapin ng anak na tila ang mga iyon ay mabuway na mga ibong nagyeyelo sa lamig. Umiiyak na itinago ni Beatriz ang kanyang noo sa mga balikat ng kanyang ina.

"Mahal na ina, nangyari ito isang hapon nang pumunta ako sa kapilya para mangumpisal. Sumisigaw kitang tinawag. Hindi mo ako narinig. Pagkaraan noon, gusto niyang pumunta tuwing gabi, at ako ay isinumpa . . .

"Tahimik, aking anak! Huwag mo nang alalahanin...!"

Tahimik na umiyak ang mag-ina, habang sa ibabaw ng pintong may sinaunang bisagra at bulaklaking ukit-bakal, kumuruktok ang mga kalapati na pinalaki ni Padre Ángel para kay Beatriz. Ang bata, na nakayukyok ang ulo sa balikat ng ina, nanginginig at bumubuntonghininga, ay unti-unting nakatulog. Naaninag ang buwan ng taglamig sa de-rehas na mga bintana at kumalat sa buong kuwarto ang puting liwanag. Sa labas, maririnig ang tunog ng hangin na nililiglig ang mga puno sa hardin at paunten.

Inilapag ng kondesa ang anak sa kama, at tahimik, puno ng pagmamahal niya itong kinumutan ng pulang tela, yaong pulang tela na tila isang bagay na malitu)rgiya. Bumuntonghininga si Beatriz na hindi binubuksan ang mga mata. Nanatiling nakahawak ang kanyang mga kamay sa ibabaw ng kumot. Mapuputla, mapuputi at magaganda ang kanyang mga kamay, malinaw tulad ng ilaw; ang mga asul na ugat gumuhit ng bulaklak ng isang panaginip. Nakaupo sa kalapit na upuan ang kondesa, puno ng luha ang mga mata. Labis siyang napuspos na hindi siya masyadong makapag-isip at nalilitong nagdarasal, natulog sa kagandahan ng liwanag sa pilak na plorera na sinisinagan ang mga paa ni Kristo. Pagkaraan, pumasok si Misia Carlota, nakasandal sa kanyang tungkod, kumakatal ang kanyang pince-nez sa mala-kawit na ilong. Inilagay ng kondesa ang daliri sa bibig upang ipaalam na natutulog si Beatriz at ang matandang babae ay pumasok nang walang ingay, hirap na lumakad nang mabagal.

"Sa wakas, nagpapahinga siya?"

"Oo."

"Kawawang hindi nadungisang kaluluwa!"

Naupo siya at inilagay ang tungkod sa isa sa mga braso ng upuan. Tahimik na naupo ang dalawang babae. Sa ibabaw

ng mga pintong de-rehas, patuloy na kumukuruktok ang mga
kalapati.

- 6 -

Nang hatinggabi, dumating ang albularyong mula Celtigos.
Nakahiga siya sa dayami, sa isang karomatang hinihila ng mga
mola, na sinasakyan ng dalawang may-edad na apo. Inutusan ng
kondesa ang dalawang katulong para salubungin siya. Pumasok
ang albularyo, umaawit ng pagbati at dasal. Matanda na siya,
napakatanda na may mukhang gasgas na tulad ng lumang mga
medalya, at ang kanyang berdeng mga mata ay tulad ng buktot
na berde ng iniwang mga paunten, kung saan nagtitipon ang
mga mangkukulam. Sinalubong siya ng kondesa sa may pintuan,
at tinanong sa nanginginig na boses ang dalawang katulong:

"Nakita ba ninyo kung dumating si Padre Ángel?"

Sumagot ang albularyo sa halip na mga katulong, taglay ang
pagkamasunurin sa nakatatanda na nagpapagunita sa nakaraang
panahon.

"Mahal na kondesa, dumating akong nag-iisa, walang
kasama kundi ang Diyos."

"Pero hindi ba may paring nagpunta sa Celtigos para
magsabing magpunta kayo?"

"Walang nakitang sinuman ang malulungkot na matang ito."

Iniwan na ng mga katulong ang albularyo sa silyon.
Tiningnan ng matanda si Beatriz.

Malamlam ang mga mata niya at bukas na parang tumitingin
sa kailaliman ng takot at pag-asa. Pilit ang ngiti ng albularyo
mula sa bungal na bibig.

"Tingnan kung gaanong pag-alaala ang idinulot niya, ang
puting rosas na ito! Hindi siya umiiwas sa aking tingin."

Nagtanong ang nanatiling nakatayong kondesa sa gitna ng
kuwarto.

"Pero hindi mo ba nakita ang pari?"

"Wala, kamahalan."

"Sino ang nagpasabi kung gayon?"

"Hindi ito mula sa mundong ito. Kahapon nang hapon, nakatulog ako at nanaginip. May isinasaad. Tinatawag ako, ng mahal na kondesa ikinakaway ang kanyang puting panyo na naging lumilipad na kalapati, lumilipad papunta sa langit."

Nanginginig na nagtanong ang kondesa.

"Iyon ba ay mabuting pangitain?"

"Walang bubuti, aking kondesa. Kaya sinabi ko sa sarili, pupunta ako sa palasyo ng mahal na kondesa."

Nanatiling walang kibo ang kondesa. Pagkaraan ng ilang sandali, ang albularyo, na nakatuon ang tingin kay Beatriz, ay marahang nagsalita.

"Biktima ang magandang batang ito ng buktot na mata. Makikita natin ito sa salamin, kung mayroon kayo, mahal na kondesa."

Binigyan siya ng kondesa ng salamin na napaliligiran ng lumang pilak. Itinaas ito ng albularyo, tulad ng pagtaas ng pari sa benindisyunang ostiya, hiningahan niya ito, at sa nangangatal na kamay, iginuhit ang sirkulo ng Haring Solomon. Nakatuon doon ang kanyang mga mata, hanggang sa mabura ang guhit mula sa salamin.

"Naengkanto ang batang kondesa. Para tuluyang sirain ang sumpa, kailangang sambitin niya ang labindalawang salitang nasa dasal ng Beatified Electus sa pagtunog ng labindalawang beses ng kampana ng simbahan pagsapit ng hapon, ang oras na nakaupo ang Santo Papa sa mesa at binebendisyunan ang lahat ng Kristiyano."

Nilapitan ng kondesa ang albularyo. Tila sa bangkay ang mukha ng kondesa at ang kanyang mga asul na mata ay may lasong kislap ng turkesa.

"Alam mo bang gumawa ng mga sumpa?"

"O, mahal na kondesa, malaki itong kasalanan."

"Alam mo ba itong gawin? Mag-uutos ako ng mga misa at patatawarin ka ng Diyos."

Sandaling nag-isip ang albularyo.

"Alam ko iyong gawin, mahal na kondesa."

"Kung gayon, gawin mo."

"Laban kanino, kamahalan?"

"Sa kapelyan sa aking bahay."

Tumungo ang albularyo.

"Para rito, kailangan ko ang kanyang breviary."

Umalis ang kondesa at bumalik na dala ang breviary ni Padre Ángel. Pinilas ng albularyo ang pitong pahina at inilagay iyon sa salamin. Pagkaraan, pinagsalikop ang mga kamay na tila nagdarasal, umusal:

"Satanas! Satanas! Tinatawagan kita ng aking mga iniisip na kabuktutan, ng aking buktot na gawain, at lahat ng aking mga kasalanan. Tinatawagan kitang may hininga ng ahas, na may lason ng mga alakdan, at may mata ng tuko. Hinihiling kong agad kang dumating at mula sa kapangyarihan ng sirkulo ni Haring Solomon, ibilanggo mo ang sarili rito at sa loob nito hindi ka lilisan hanggang madala mo sa mga bilangguan at kadiliman ng impiyerno ang kaluluwa na nakikita mo sa salamin. Nakikiusap ako na sa rosaryong ito na alam kong iyong nilapastangan at lahat ng mga butil na iyong kinagat. Satanas! Satanas! Muli at muli, ipinakikiusap ko!"

Biglang nabasag ang salamin nang may kasamang malungkot na sigaw ng nakulong na kaluluwa. Takot magsalita ang tatlong babae, tahimik na nakamasid, at nakahalukipkip silang naghintay ng pagsikat ng araw. Nang magmadaling-araw, narinig ang malalakas na katok sa pinto ng palasyo. Ilang mamamayan mula sa Celtigos ang pasan sa kanilang balikat ang bangkay ni Padre Ángel, na nakitang lumulutang sa ilog sa ilalim ng liwanag ng buwan. Ang matigas at nakatonsurang ulo ay nakalawit sa labas ng sinasakyang plataporma.

Ang *Lord Penitentiary* ang titulong iginagawad sa obispong namumuno sa isang maliit na komunidad sa isang bayang kabilang sa isang katedral. Nakikinig din siya ng mga kumpisal, at nagbibigay ng penitensiya sa mga kasapi ng kaniyang grupo.

ANG MGA KATULONG*
(Les Servants)

C.-F. Ramuz

Totoo sila o maaring hindi totoo. Buhay sila o maaring hindi
buhay. Sinasabi ng ibang tao na nakita na sila. Sabi ng iba buwan
ito. Tumatagos mula sa bintana ng chalet ang sinag ng liwanag ng
buwan, kung saan bumubukas-sara ang volet nito. Tumama sa
sahig na gawa sa putik ang sinag nito at maririnig ang kalansing
ng volet, ang liwanag ng buwan gumagalaw nang kakatwa
habang nagbabago ng posisyon sa lahat ng oras, sa lahat ng
oras nagbabagong hugis, naging berde at kaibang berde, naging
asul at kaibang asul. Kung minsan, lumulundag ito sa mesa.
Kung minsan, gumagapang sa muralya hanggang sa bungad,
at pagkaraan tatayo ito, iikot, at pagkunwa'y mawawala. Pero
hindi, naroon ito. Saan ito pupunta ngayon? Ah! Doon daraan sa
susian. O kaya daraan sa tsimenea. Tumunog ang volet, nagising
ang natutulog sa banig na kalalakihan sa chalet ibinukas ang
kanilang mga mata, hindi nila ito kayang intindihin. Pero
tiniyak ng iba sa kanila na nakita nila ito, at hindi ito buwan,
kundi maliliit na mga lalaking may balbas at nakasuot ng mga
damit na yari sa salamin, tulad ng mga malambot na garapon,
at komportable ang mga ito sa loob niyon, lumulundag sa isang
paa, nanloloko sa iyo. Dahil hindi sila salbahe, pero gusto nilang
lokohin ka. Tulad ng asin na ibibigay para dilaan, pinasasaya
nila ang sariling paglaruan ang mga patpat ng mundo. Ang
mga gamit sa kusina, mga kaserolang nakasabit sa mga kawit –
matatanggal ang mga pako at magbabagsakan ang mga kaserola.

---

*Isinalin ni Ellen Sicat

Walang makapagpatigil sa kanila, pumupunta sila kahit saan. Nasa hangin at mas magaan sa hangin, nagpupunta sila kung saan nila gusto. Tinatangay sila ng hangin sa dingding, at tatagos sila sa dingding. Dapat doblehin mo ang susi ng pinto, sabay silang naroon sa bukana o sa likod, At isa pa, dahil panatag nilang ginagawa kung ano ang magustuhan, dinadala nila ang sarili sa kamalig, natutulog sa ilalim ng tiyan ng baka at umiinom pa. Kinabukasan nang gagatasan mo na ang Siyong baka, karaniwang makakukuha ka ng isang litro, pero hindi higit sa lima. Natuyo na ang sa ibang baka.

- At pareho lang hindi buwan! Sabi ng mga nakatatanda na ang karamihan ay naniniwalang nabubuhay ito. At pareho lang na hindi buwan na inilagay sa ganitong biro at muling bumagsak ang mga timba sa kalagitnaan ng gabi. – Ito ay buwan! - - Ang buwan! Magkikibit-balikat sila, hinithit ang kanilang mga pipa: sa pagitan ng kanilang ngipin puwede silang maglagay ng pulbura. – Buwan pa rin ba ito, kung minsan marahil?

Sa simula, kailangang sabihin na ang mga katulong na ito, kung gagawa ka ng niche (sa French ang ibig ding sabihin ay bahay ng aso) para sa kanila, gagantihan ka nila ng pabor. Sa kanila, sanay na sila sa ganito, kahit hindi lahat sila ay masaya na malamang hindi nila alam na sila ang pumili ng iyong chalet: – Ito'y mabuting bagay. Pinoprotektahan ka nila sa mga karamdaman at pati ang iyong mga alagang hayop. Kumakalat ang mga epidemya, tumatayo sa pintuan, at sasabihin nilang, – Walang papasok. Ang mga lagnat na dala ng hangin, krup, tigdas, tuspirina, at sa mga hayop ang surlangue – tulad tayo ng mga islang nakatayong nag-iisa. Pinaaalis nila ang mga bagyo, ang mga malalaking bagyo sa bundok na hindi nakikitang dumarating, napakakitid ng kalangitan na kinakain nito ang mga gulod na ang mga ito naman nagiging mga pader. Ang natira ay ang bilog na asul na papel tulad nang nakikita natin sa ibabaw ng garapon ng marmalade.

Malapit na malapit na ang bagyo. Walang duda. Tumingala kami, maliwanag ang lahat. At kung sinuman ang makaririnig ng pigil na kulog, ayaw mo itong paniwalaan, at sasabihin natin:

– Masyado itong maganda. Hinahanap nitong ipaliwanag ang ingay ng bumabagsak na bato, tulad ng nangyayari sa ilang bangin na hindi nakikita, puno ng umaalingawngaw na ulyaw: at usap-usapang umaapaw ito sa isa sa mga gilid na gagapiin ka nito, nababasag sa gitna at babagsak sa iyo. Muli naming tiningnan ang hangin: walang kaulap-ulap. Lumipas ang oras, hindi masyadong marami. Kaya nagulat kami na makita ang tagaytay na nakalagay roon, matulis at matalim tulad ng napingas na panga, ang kulay biglang nagbago, at tumutubo ito paitaas, nadoble at ipinagbunyi ng isang itim na uri, na mabilis na lumapad, itinulak itong pataas sa gitna ng langit. Dumating ang gabi. May kisame sa itaas mo, puno ito ng uling na kung saan wala nang pumapasok na liwanag at sumanib ito sa mga bundok sa itaas. Agad kang sinukuban nito. Kulang sa hangin sa sandaling ito, makikita natin sa pinakamataas na mga tugatog, nabuong mataas na alon; hawak nito ang apoy na latigo, inihahampas nito ang latigo, ang guhit-guhit na ubeng sinturon na nagsisilbing telon, gumagawa ng kaluskos habang tinatamaan ng dulo nito ang malaking batong ang tunog ay tila palihan sa ilalim ng martilyo. Ang tunog, hawak ng unang ulyaw, bumalik sa pangalawang beses, mas malakas, mula sa isang ulyaw pumunta sa isa pa, gumugulong nang walang katapusan paikot sa iyo, at hindi tumitigil sa paglapad, nahanap nito ang sarili. Isa pang kidlat ang nakita sa kalaliman ng gabi tulad ng makapal na tambo na nadudurog kung pipigain. Bumukas ang langit. Lahat kalituhan. Nasa tubig tayong galing sa itaas, at umakyat ito mula sa lupa, maingay tayo na ayaw nang makinig ang ating mga tainga. Mabilis nagiging araw ang gabi at ang araw nagiging gabi na hindi na natin alam kung nasaan tayo, hindi na natin alam kung buhay tayo.

***

Nagkaroon ng malaking bagyo nang araw na iyon, bandang alas-kuwatro, at tulad ng dati, bigla itong dumating na wala nang oras para ipasok ang mga hayop. Ito ang bahay ng lalaking si David

Chabloz, mayaman at tinitingala. May-ari siya ng magandang bahagi ng pastulan, na kumakanlong sa limampung hayop, na may chalet na sinlaki noong dumating siya.

Dumating ang bagyo, nasa kuwadra ang mga baka, nakasilong ang kalalakihan sa isang malaking kuwarto kung saan ginagawa ang keso; kumulog at tumila ang ulan. Matindi ang dagundong ng kulog noong araw na iyon at masyadong magkakasunod ito na hindi naging isang tuluy-tuloy na gulong na walang makaaalam kung nakatayo ito sa hangin o sa ilalim mo, nasa ugat ng mga bundok, na kakalugin ka at ang chalet ng dalawang kamay. Nawawala sa ilalim ng iyong mga paa ang lupa sa ibaba. Nahulog mula sa dingding ang mga porselanang plato. Maputi ang kidlat sa malaking tsimenea na umaapoy sa itaas mo, lahat nababalot ng uling na dati'y kumikislap na tila pilak; nakalas ang mga kahoy, nahulog sa apoy kung saan nakabiting nakasalang ang takure. Bumagsak ang mga ito sa apoy at nagdingas, lumikha ng malaking pumpon ng gladioli, na pinutol ng hangin ang parteng itaas, nawala sa kaguluhan mula sa butas ng bubong.

Nakita naming nag-aalala si Chabloz. Patuloy pa ring naghahalong panayan ang galaw ng lalaking gumagawa ng keso gamit ang dalawang braso, nagsisimula nang magkahugis ang masa ng gatas.

Kumidlat. Puti ang lahat sa palibot mo. Nagkaroon kami ng panahong tingnan ang lahat ng mga kumalat na gamit sa kuwarto yaong nakasabit sa dingding, yaong mga tumilapon sa lapag – at pagkatapos, wala. Wala halos natira sa gabi, natagpuan namin ang mga sarili na nasa tabi ng pulang liwanag, o doon sa may bagong anino. At kumidlat, lahat maputi, dumaan, pagkaraan dumating ang hangin na niyuyupi ang bubong sa gitna na tila likod ng kabayo nang sumampa ang mangangabayo sa sintadera, at pagkaraan dumating ang ulan, tumutulo at tumatambol, kaya't ang hangin ay nagsimula sa malakas nitong hihip at ang ingay nito, kasama yaong sa ulan at yaong sa kidlat, parang umangat mula sa lupa. Natumba kami, nagtinginan kami, wala halos kaming makita. Gayunman, natukoy namin ang anyo ni Chabloz na naiilawan ng pula, may pulang balbas at ang nakatatawang ismid sa kanyang mukha. May sinabi siyang hindi namin maintindihan. Cra! Sa pagkakataong ito hindi pa man lumiwanag ang ilaw ng kidlat may kasunod na isa pa, tuyo at malaki, may tinamaan na tila puno ng oak na parang babagsak sa iyo.

Narinig naming nagsalita ang isang lalaki.

- Ang isang iyan!

Saglit na katahimikan.

Hindi ito nagtagal.

Pero sabi ng matandang lalaking si Mottier:

- Tapos na.

Tumingala si Mottier. At kakatwa, lumayo na ang kulog at mahinang ingit na lang ang hangin. Narinig naming magkahiwalay itong tumama mula sa buhos ng ulang pumapatak sa bubong, pero kahit dito, mahihina ito. At dahil nasa labas ng pinto sa harap, kita pagtingala ng mga kalalakihan sa chalet ang kalangitang walang kalat sa pagitan ng kulubot na mga ulap, tulad ng magandang asul na sedang masayang lumulutang.

Tapos na. Nakita ng mga lalaki na ang itinira lamang ng bagyo ay ang nakasabit na kalahating bilog sa palibot ng dingding, tulad ng isanlibong maliliit na talon ng puting lasong koton na dumadaloy sa mga singit-singit ng bato at umuunday sa mga payat na braso.

Sa lahat ng dako may patak ng ingay. Nagsimulang tuminghas isa-isa ang mga damo, bawat isa ay may taglay na pinong perlas ng tubig sa palibot na nagsimulang magbigay ng ilaw sa bagong liwanag.

***

Walang ibang gagawin kundi gumawa ng keso at pagkaraan matulog. Agad silang nakatulog sa gitna ng sangkapat na buwan na lumitaw sa ibabaw ng bundok sa may baybayin sa kanluran, lumitaw sa kalangitan na tulad ng kuwadradong yelo na kalahating tunaw.

Si Chabloz ang naunang nagising. Natulog sila sa kanilang mga kahoy na kama na puno ng dayami, na nakapirmi sa dingding, lahat magkakasama sa malaking kuwarto. Nagkubli siya sa kanyang kutsong dayami. Nakarinig siya ng ingay. Hindi namin alam kung ano iyon. May kumislot sa may pintuan. May pumasok mula sa bintana. Tumingin si Chabloz, wala siyang nakita. Tumingin siya mula sa kanyang itinaas na kumot, talagang wala maliban sa maliit at maputlang liwanag ng buwan na sumilip sa puwang sa ibaba na tumagos hanggang sa dingding tatlong piye ang taas sa sahig, gayunman, may bumagsak. At may narinig tayong ginalaw ang tali ng sapatos ni Chabloz na nasa ilalim ng kanyang kama. Daga kaya? Wala tayong makita liban sa pangungutya sa sulok. Pagkaraan, naramdaman ni Chabloz na may bagay na dumaan sa kanyang mga binti. Itinaas niya ang kamay, nadama niya ito, pero ngayon nasa bubong ito. May kung ano sa bubong. Tulad nang pagdapo roon ng mga ibon at kinukutkot ng kanilang mga tuka sa kahoy na binahayan na ng ilang kulisap. At pagkaraan, parang may kung anong dumausdos sa paglalaro sa likod nito na nakabitin ang dalawang kamay sa gilid ng bubong. Naghihilik ang iba. Hindi mapalagay si Chabloz. Tumumba ang pitsel ng sinagap na gatas na nasa itaas ng dingding. Hindi na ito kaya ni Chabloz. Tumawag siya.

- Hey Mottier!

Tatlumpung taon nang nagsisilbi sa kanya si Mottier. Maaasahan ito.

Bumangon si Mottier.

- Halika!

Kinausap ni Chabloz si Mottier sa mahinang boses.

- Anong nangyayari? Mas malala pa sa bagyo.

- Alam mo naman. Sila.

- Sila?

- Narito sila para dalawin ka. Mapalad ka.

Naguluhan si Chabloz.

- Wala akong paki. Gawa ito ng demonyo at amoy asupre rito.

At pagkaraan, hayun na, parang may nagsalita.

Kailangan takutin sila. Mag-ingay ka. Para makatulog tayo nang mahimbing. At sinubok ni Mottier na payapain siya. Bumangon si Chabloz; kinuha ang kanyang latigo na yari ang puluhan sa binaluktot na kahoy, may balat na pambigkis at abakang kurdon; at parang nababaliw, nagsimula siyang ihampas ang latigo, naglakad sa kuwarto, tumakbo sa mga kasuluk-sulukan at patuloy na inihahampas ang latigo na parang may nagpapaputok ng baril.

Nagising ang iba, tumayo mula sa mga higaang dayami, bumangon, nagtaka kung ano ang nangyayari.

Pero mukhang walang laman ang kuwarto. May desperadong pagtakas mula sa kung saan, ang liwanag pumagaspas sa lahat ng dako at parang may maingay na habulang nagaganap. Umiling si Mottier. Bumalik sa pagtulog si Chabloz.

Wala nang nangyari sa buong magdamag.

∗∗∗

Sila, nasa loob sila ng isang malaking puno ng pino na tumubo malapit sa chalet. At dito sa loob ng punong pino na ito sila nag-uusap, na parang isang kawan ng mga martines na lumilipad sa ibabaw ng mga kapatagan tungo sa tuktok ng isang puno. Heto ang sinabi nila:

- Salbahe siya.
- Totoong salbahe siya.
- Kaya kailangang siyang maparusahan.
- Inumin natin ang gatas ng baka niya.
- Oh! Sabi ng isa na hindi sapat na parusa iyon.
- Sa gayon, anong gagawin natin sa kanya?
- Alam mo, may nagsabi, dudukutin natin ang kanyang babaeng apo.

Nagpalakpakan silang lahat. Laging naroon ang buwan. At, salamat sa liwanag ng buwan, makikita sila o aakalaing nakita sila, medyo berde, tulad nang mapusyaw na berde sa matingkad na mga dahon, na umiindayog sa dulo ng mga sanga (kung hindi ito hangin), na naroon, na nangungusap sa isa't isa sa maliliit na mga boses na parang mga tumitiling maya (kahit na ngayong gabi, tulog ang mga ibon).

- Naiintindihan ko.

- Kaya lamang, nagsimula silang muli, dapat gawin ang mga ito nang tahimik para hindi maistorbo ang sinuman. Ikaw, kunin mo ang susian, at mag-ingat na hindi mabitawan ang susi. Ang iba sa atin ay sa may bintana at pipirmi sa may pasamano.

Lahat sila'y sumang-ayon dito.

***

Isang araw binisita si Chabloz ng kanyang babaeng apo, isang bata na lima o anim na taon, na malapit siya at inaasahang sasamahan siya ng ilang araw sa chalet. Nakita natin siyang dumating sa loob ng dalawang oras, nakaupo sa sintadera sa kanyang buriko, at sa ating abot-tanaw nakita nating natuwa si Chabloz sa pagkakita sa kanya, kinarga ito sa kanyang mga braso, hinalikan ng maraming beses sa magkabilang pisngi – ang matandang lalaki tumatawa sa pagkakita sa paslit at ang paslit tumatawa sa pagkakita sa matandang lalaki.

Naggawa si Chabloz ng higaan na hindi kalayuan sa kanya. Pinalawak nila ang sahig ng maganda at sariwang dayami na may bagong takip bilang pang-ibabaw na sapin at isa pang bagong takip para isang pang-ilalim na sapin. Pinuno nila ang punda ng dayami. At si Chabloz, na nakatayo sa paanan ng kama, sinabi sa paslit:

- Matutulog ka nang mabuti, hindi ba?

- Oo, naman, sabi niya.

Pinatulog ni Chabloz ang paslit. Natulog na rin siya. Lahat natulog na. Pito sila. Walang maririnig na ingay. Wala kahit sa maliit at maliwanag na buwan. Si Chabloz, sa kanyang pagkabalisa, ay bahagya lamang nakatulog nang naggising siya. Nakinig siya. Wala tayong naririnig. Naririnig lamang natin ang agos na parang malakas na tunog sa kanyang sikmura na parang dumaraan sa ibabaw ng kaliskis ng mga bato. Tahimik ang lahat. Bumalik si Chabloz sa pagtulog. Lumipas ang buong gabi at umaga nang sabihin ni Chabloz:

- Hindi ito maaaring maging totoo!

Tumayo siya sa paanan ng kama ng paslit, at siguradong ito ang kama niya, pero ang paslit – wala roon.

Tumawag siya:

- Halika at tingnan ninyo ito.

Nagpunta sila para makita.

At bawat isa, magkakasunod, ay nagtatakang nagpasiya na tunay ngang walang laman ang higaan, liban sa walang bahid na nagalaw ito, na tanging nakaukit na anyo lamang ng katawan ang naiwan sa higaang dayami, ang nakaukit na anyo nito lamang.

Parang baliw na umikot si Chabloz sa kuwarto. Sabi niya:

- Hindi ito maaari! Nasaan kaya siya? Kailangan natin siyang hanapin kaagad.

Si Mottier ang nakakita sa kanya sa mataas na pastulan, isang mabatong lugar na hindi pinupuntahan ng mga uwak at kung saan kinailangan niyang umakyat kasama ng mga kambing. Nagpunta sila, tumawid sa mga batong nagkalat, ang mga kambing nababagabag, ikinakaway ang kanilang mga balbas, gumagawa ng ingay gamit ang kuliling ng mga batingaw sa kanilang leeg. Tumigil siya at siya rin ang nagsabi:

- Hindi ito maaari!

Pero hindi naman talaga siya nabigla. Nandoon nga ang bata, nakahiga sa pampang sa bibig ng ilog, na may taling nakaikot sa mga bato. Nakahiga sa mga bula na parang isa rin itong higaan na maayos na ginawa para sa kanya – iyon ang nakita ni Mottier, at ngumiti ito sa kanya, mukhang masigla, at sinabi niya:

- Saan ka nanggaling?

Kasabay nito, umaakyat siya sa tuktok ng mabatong lugar at mula roon, ikinaway ang parehong braso sa mga makakakita sa kanya mula sa lambak ng pastulan, nagkalat, halos kasinlaki lamang nila ang mga butil ng trigo. Ang mga nakakita sa kanya, na tumango sa kanya, ay nagpunta sa kanyang direksiyon kasama si Chabloz; habang karga niya ang paslit sa kanyang mga braso, mabilis na bumaba patungo sa kanila.

- Naku! Diyos ko, sabi ni Chabloz, siya ba talaga ito? Saan mo siya nakita?

- Sa tuktok, sa may malakas na agos.

- Paano siya nakarating doon?

Iyon na nga iyon, sabi ni Mottier, na may kakatwang ere, iyon nga ang hindi natin nalalaman.

Lumapit si Chabloz sa bata, seryoso ang dating.

- Anong ginawa mo?

- Wala akong ginawa.

- Bakit ka umalis?

- Hindi ako umalis.

Mukhang nagulat siya sa mga tanong.

- Eh paano ka nakarating nang mag-isa rito?

- Dumaan ako sa bintana. Tapos lumipad ako sa hangin.

- Hindi ka ba pagod?

- Ay hindi! Kinarga ako.

- Hindi ka ba gutom?

- Hindi kahit kaunti. Ginawan nila ako ng magandang higaan at binigyan ako ng makakain.

- Sino 'sila'?

- Hindi ko alam.

- At anong kinain mo?

- Blueberries.

Tumawa siya, ang bibig ay nangingitim at marungis ang mukha (sa katas ng blueberries).

Kinarga siyang pabalik sa chalet. Hindi kailanman umalis sa kanyang tabi si Chabloz. Takot siyang mahamugan ito.

- Ay! Hindi sila salbahe, sabi ni Mottier, isang matandang lalaki na may puting goatee at gintong mga hikaw sa tainga. Wala 'yan, pero nakita mo, ginalit mo sila. Ginawan mo sila ng niche (o, inilagay mo sila sa kulungan ng aso).

- Sino sila?

- Sila.

Nagkibit-balikat si Chabloz. Sabi ni Mottier:

Naging mabuti sila para sa iyo, alam mo. Naalala mo, ang kidlat. Hindi malayo ang pinagbagsakan nito sa chalet noong isang gabi. Maaaring tinamaan tayo nito. At ang chalet, ano ang matitira roon? Pero sila, naroroon sila. Sila ang nagpaalis sa buntot ng kidlat.

- Magpatuloy ka, sabi ni Chabloz.

- Totoo nga, ginawan ka nila ng pabor. At totoo nga na ikaw, imbes na isipin ito, ay gumawa na napakalaking ingay (gulo), hindi nila iyon nagustuhan. Inililigtas nila ang kanilang mga sarili. Ay! Sabi niya, kailangan mabait ka sa kanila. Kailangang tanggapin mo sila nang mas maayos ngayong gabi. Totoo. Kung hindi . . .

- Kung hindi, ano?

- Lalala ito.

Pero sinabi ni Chabloz

- Tingnan natin.

Hinanap niya ang paslit at hinawakan ito sa kamay. Naglakad siya kasama ang bata.

At sa parehong gabi, ayan, sabi niya:

- Umaasa akong hindi tayo guguluhin ngayong gabi. Kailangan nating mag-ingat.

Sinabi niya sa mga kalalakihan:

- Magdala kayo ng dalawang pambagyong lampara, maglagay kayo ng sapat na gaas para magdamag nakasindi ang mga ito. Sindihan ang mga iyon.

- Ay, ingat! Sabi ni Mottier. Baka hindi magandang bagay iyan.

Pero hindi nakikinig si Chabloz. Pagdating ng gabi, ipinatong niya ang isa sa mga nakasinding lampara sa mesang nakaharap sa bintana; isinabit niya ang isa kaharap ng pintuan sa harap. - Ganyan, sabi niya, - kahit papaano makikita natin kung sinong tao ang papasok, at kung tao nga ito.

Pagkatapos kinuha niya ang kanyang latigo, itinabi niya ito sa kanya sa higaang dayami, dahil hinanap niya kailan lang ang paslit na matulog sa tabi niya, sa higaan niya; at medyo masikip ito dahil makitid ang kama.

Pero, gayunpaman, malalaman natin kung ano ang maaring muling mangyari.

Natulog siya, at ganoon din ang iba. Alas-diyes noon ng gabi. Isinabit nila ang kanilang orasan sa pako hindi kalayuan sa abot-kamay nila. Tama lang ang liwanag para makita ang oras dahil sa mga lampara. Isa sa mga lampara ang namatay nang walang sinumang nagtatanggal ng takip na salamin; nahipan siguro ito nang malapitan. Namatay rin ang ibang mga lampara.

Wala tayong nakikita. Parang may sumalimbay sa kahabaan ng kuwarto, tanging tunog na parang mga nalagas na dahong hinahabol ng hangin ang naririnig sa sahig na putik; kasabay nito, tinangay ang sapin sa kama ni Chabloz mula sa kanya.

Kaagad nagising si Chabloz, sumisigaw. Sabi niya:

- Sino 'yan?

Umupo siya at nagmura. Hinawakan niya ang paslit at mahigpit itong niyakap. Pero, kasabay nito, may lumagutok sa ilalim ng kanyang kama. Makikita natin ang kama na dati'y dala-dala ng dalawang kahoy na bahagi na pahilig na nakadikit sa dingding na umuuga sa tagiliran, tumitiklop sa dingding. Si Chabloz, hawak-hawak ang paslit, kaagad humuklot sa sahig kung saan siya'y nanatili, at sa tingin natin gulat na gulat.

Dumating tayo sa eksena. Nakita natin na hindi 'nila' sinadyang manakit, ganoon din ang paslit. At natawa siya sa pagkakita sa kanyang lolo na galit at nagpupumiglas habang pinalilibutan nila siya.

Si Mottier, tulad ng dati, umiling nang walang anumang sinasabi.

**

Kinaumagahan, inutusan ni Chabloz si Mottier na kunin ang buriko.

Sabi niya:

- Aalis ako.

Sabi ni Mottier:

- At ang bata?

- Sasama siya sa akin. Ikaw ang papalit sa akin, Mottier.

Sinabi niya sa mga tauhan:

- Si Mottier ang siyang papalit sa akin.

Sumakay siya sa kanyang buriko; pinaupo niya ang bata sa harap niya, ang buriko nasa pagitan ng kanyang mga hita.

Tinulungan siya ng mga kalalakihan sa kanyang pag-alis; nagtaka sila:

- Babalik kaya siya?

Sabi ni Mottier:

- Hindi kaagad-agad.

Tiningnan nila si Chabloz, pinanood ang kanyang likuran, kung saan ang buntot ng buriko'y kumukumpas ng mga hampas sa puwitan dahil sa mga langaw. Naging maliit si Chabloz at ang kanyang buriko sa kalayuan ng pastulan.

Noon sinabi ni Mottier:

- Ngayon kailangan nating makipag-ayos sa kanila, kung gusto nating maayos ang patakbo ng mga bagay-bagay.

Natawa ang iba.

- Paano natin gagawin iyon?

- Maghahanda tayo ng balde ng sariwang krema. Mamimitas tayo ng presa para sa kanila. (O maghahanda tayo ng balde ng sariwang krema at mamimitas ng presa para isama rito).

ANG MGA MAY-AKDA

Ang pinakanaunang manunulat sa katipunang ito ay ang itinuturing na ama ng makabagong maikling kuwento sa **Denmark**, si **Steen Steensen Blicher** (b. 1782 Vium – d. 1848 Spentrup). Ipinanganak sa probinsiya ng Jutland sa pamilya ng ministrong mahilig sa panitikan, lumaki siyang malapit sa kalikasan at buhay probinsiya, na nakaimpluwensiya sa kanyang panunulat. Pagkaraan ng hindi matagumpay na pagtatangka bilang guro at magsasaka, naging kura paroko si Blicher noong 1825.

Madalas ilarawan ni Blicher ang kapalaran ng tao sa Jutland, ang kanyang lupang sinilangan. Tinatawag siyang malungkot na manunulat, gayunman hindi masasabing wala siyang katalusan o siste. Siya ay higit na kilala sa kanyang limang nasulat: Brudstykker af en Landsbydegns Dagbog (The Diary of a Parish Clerk, 1824), ang kanyang matagumpay na kuwento, na tungkol sa maligalig at malungkot na buhay pag-ibig, digmaan at destyero; ang mapanglaw na kuwentong Hosekræmmeren (The Hosier and his Daughter, 1829) ay inilalarawan ang pagkawala ng katinuan sa isip ng dalaga dahil sa malungkot na pag-ibig; ang trahedya ng pakikiapid ang tinalakay ng Sildig Opvaagnen (Tardy Awakening, 1828) na marahil nabahiran ng tunay niyang karanasan. Si Blicher din ang sumulat ng unang nobelang Danish tungkol sa krimen, Præsten i Vejlby (The Parson of Veilbye, 1829), at ang nakatutuwang istilong Decameron na E Bindstouw (1842) na magkahalong mga kuwento at mga tula.

Matagumpay rin siyang makata na kilala sa kanyang makabayang mga akda – Kærest du Fødeland (Dear Are You,

Fatherland) ay pinapakita ang kanyang pagmamahal sa kanyang nayon; ang kanyang kahanga-hangang tulang taglamig na Det er hvidt herude (It's White Out Here). Ang malubha niyang sakit ang nagtulak sa kanyang sulatin ang katipunan ng mga tulang pinamagatang Trækfuglene (Birds of Passage, 1938).

***

Ang pinakaimportanteng manunulat na **Czech** bago ang World War II, si **Karel Čapek** (b. 1890 Malé Svatoňovice – d. 1938 Prague), ay hinahangaang nobelista, mandudula, kuwentista gayundin sa pagiging masipag na kolumnista at manunulat ng sanaysay. Kasama ang kanyang kapatid na si Josef, hindi matatawarang sila ay mahahalagang personalidad sa kultura at pulitika ng bayan.

Nag-aral si Čapek sa Charles University sa Prague at ginugol din ang ilang panahon sa Sorbonne University sa Paris at Friedrich Wilhelm University sa Berlin. Habang nag-aaral, nalathala ang una niyang mga artikulo tungkol sa sining at panitikan. Pagkaraang makapagtapos, sinumulang niya ang karera bilang mamamahayag sa nangungunang diyaryo ng Czech noong panahong iyon, ang Lidové noviny at Národní listy. Ang una niyang pagtatangka sa malikhaing pagsulat ay kadalasan maiikling kuwento at dula (na isinulat kasama ang kanyang kapatid). Ang una niyang tagumpay ay ang dulang R.U.R. Rossum's Universal Robots (1920, isinalin sa Filipino 2016) na nagpakilala sa mundo ng salitang "robot". Agad itong tagumpay na isinalin sa Ingles, Aleman at iba pang labinlimang wika sa loob lamang ng maikling panahon.

Sa buong 1920, sumulat si Čapek sa maraming genre, inilathala kapwa sa fiction at non-fiction. Ang pinakabukod-tangi niyang mga akda ay ang maraming naisalin na maiikling kuwento, na tinipon sa maraming libro, tulad ng Povídky z jedné kapsy (Stories from a Pocket, 1929), Povídky z druhé kapsy (Stories from Another Pocket, 1929) at Kniha apokryfů (Apocryphal Tales, 1932), na ang koleksiyon ay isinalin sa Bikolano noong 2017.

Sa kalagitnaan ng 1930, sa pagsilang ng Nazism sa Germany, ang liberal na si Čapek ay hayagang tumutol sa pasismo, sumulat siya ng mga laban sa digmaan tulad ng nobelang Válka s mloky (War with the Newts, 1936) at mga dulang Bílá nemoc (The White Disease, 1937) at Matka (The Mother, 1938). Pitong beses siyang nominado sa Nobel Prize in Literature, pero hindi kailanman nagawaran.

***

Pinakakikilalang manunulat na **Czech** sa nakatatawang literatura si **Jaroslav Hašek** (b. 1883 Prague – d. 1923 Lipnice nad Sázavou). Ipinanganak sa amang lasenggo na isang isang guro at inang isang freelance journalist. Pagkaraang harapin ang mga problema hanggang sa mapatalsik siya sa eskuwelahan, natapos din ni Hašek ang pag-aaral sa isang komersiyal na akademya. Kasabay nito nalalathala na sa ilang pahayagan ang kanyang maiikling kuwento. Nang nasa tamang gulang na siya, sinesante siya ng isang bangko dahil sa kanyang pagliban sa trabaho nang walang pahintulot. Napasama siya sa anarchist movement at nakapagbiyahe palibot ng buong Austro-Hungarian empire habang namuhay nang medyo hindi regular bagama't bahagyang buhay Bohemian sa Prague.

Sa kabila ng pagiging manunulat ng daan-daan o kundi man libo-libong maiikling kuwento, artikulo, sanaysay at kolum, na madalas malathala sa ilalim ng maraming sagisag-panulat, siya rin ang patnugot ng maraming magasin at madalas patalsikin dahil sa di mapigilang pagbibiro. Panandalian bago ang World War I, tumakbo siya sa pampublikong puwesto pagkaraang likhain ang katawatawang partido pultikal – Partido para sa Bahagyang Pagbabago sa Ilalim ng Limitasyon ng Batas – na naging paksa kalaunan ng isa sa kanyang mga libro.

Pagkaraang sapilitang magpalista sa Austro-Hungarian Army noong World War I, kalaunan binihag siya ng mga Russians. Sumama siya sa Soviet Bolsheviks at, pagkaraan ng maraming pakikipagsapalaran, siya ay naging kanilang propagandist. Noong 1920 bumalik siya sa bagong tatag na Czechoslovakia. Habang malungkot at iginugupo ng labis na pag inom, sinulat niya ang hindi natapos na obra, ang mahabang nakatatawang nobela na may apat na tomo, Osudy dobrého vojáka Švejka za světové války (The Fateful Adventures of Brave Soldier Švejk during the World War, 1921-23) na nalathala sa animnapung wika sa buong mundo.

***

Manunulat na **Slovak** at aktibistang pulitikal si **Ján Jesenský** (b. 1874 Martin – d. 1945 Bratislava). Nag-aral siya ng abogasya sa siyudad ng Prešov at nakamit sa wakas ang kanyang degree sa siyudad ng Cluj sa Romania, bago nagtrabaho sa maraming law firm at naging isang malayang abogado.

Bilang manunulat ng prosa, nagsimula siya sa mga anekdota na naganap sa isang maliit na bayan na pinamagatang Malomestské rozprávky (Small-town Stories, 1913), kung saan nalathala ang maikling kuwentong Sinený kúpel (Sun Bath). Medyo kilala niya ang paligid na ito at maigting na tinutulan ang pamumuhay rito kung kaya't may mga patutsada ang kanyang mga paglalarawan.

Nang sumiklab ang unang digmaang pandaigdig noong 1914, inaresto si Jesenský ng mga opisyal na Austro-Hungarian sa pagiging isang nasyonalistang Slovak. Noong 1915, ipinadala siya bilang isang sundalo para sa Russia pero kalaunan tumakas siya at sumama sa katatatag na Czechoslovak Legion, ang army na kalaunan ay siyang bubuo ng malayang Czechoslovakia. Pagbalik sa kanyang bayan, nagtrabaho siya para sa gobyerno at itinalagang chairman ng Slovak Writers' Association noong 1930.

Ang pinakamalaki niyang likhang prosa ay ang nobelang Demokrati (Democrats / 2 vols. /1934, 1938) kung saan ginamit niya ang lahat ng kanyang buhay pulitikang karanasan, na labis niyang alam bilang mataas na opisyal ng bagong katatatag na

Czechoslovak Republic. Naglathala rin siya ng tatlo pang librong fiction at hindi kukulangin sa walong koleksiyon ng mga tula, ang isa rito – Jesenný kvet (Autumn Flower, 1948) – ay nalathala lang pagkaraan niyang pumanaw.

***

Ang **German** satirist, makata at nobelista, **Emil Erich Kästner** (b. 1899 Dresden – d. 1974 Munich) ay nag-aral sa mga unibersidad ng Rostock, Leipzig at Berlin para maging guro, kahit na sinimulan niya ang kanyang karera bilang isang mamamahayag. Sa edad na 28 nagi siyang freelance writer. Noong 1920s, inilunsad niya ang apat na tomo ng magagaan pero malalamang tula at isinulat ang natatanging tragic novel na Fabian (1931).

Mula noon, siya ay mas kilala bilang manunulat ng mga librong pambata, na katangi-tangi sa taglay nilang katatawanan at paggalang sa mabibigat na aral ng bata. Ang Emil und die Detektive (Emil and the Detectives, 1929), na ilang beses isinadula at isinapelikula, ang pinakatanyag sa mga ito. Ito ay sinundan ng matagumpay na Emil und die Drei Zwillinge (Emil and the Three Twins, 1933). Sa kanilang panahon ang mga akdang ito ay naiiba sa mga libro para sa kabataan dahil hindi ito naganap sa fairytale setting kundi sa mga kalye at eskinita ng kapanahunang Berlin at dalampasigang Baltic.

Nang umangat sa kapangyarihan si Adolf Hitler sa Germany noong 1933, paulit-ulit na tinanong ng Nazi Secret Police si Kästner. Pinatalsik siya ng national writers guild at sinira ng mga Nazis ang kanyang mga libro sa dahilan na ang mga ito ay "labag sa espiritu ng Aleman". Pagkaraang sunugin ang kanyang mga libro noong 1933, pinigilan si Kästner sa paglalathala sa Germany at ang kanyang mga libro ay nailimbag lamang sa walang pinapanigang Switzerland hanggang sa katapusan ng World War II.

Pagkaraan ng digmaan, naging patnugot siya ng magasin na Die Neue Zeitung ng Munich at di kalaunan itinatag ang isang pahayagang pambata. Mas pinag-ukulan ng pansin ang social philosophy ng kanyang mga isinulat pagkaraan ng World War II pero hindi kasintagumpay ang mga ito sa mga nauna niyang isinulat. Bukod tangi sa mga ito ang kanyang talambuhay, Als ich ein kleiner Junge war (When I Was a Young Man, 1957) kung saan nakatanggap siya ng katumbas ng Nobel Prize Award para sa Children's Literature – Hans Christian Award noong 1960.

***

Pinakamahalagang unang makatotohanang manunulat na **Slovak**, si **Martin Kukučín** (tunay na pangalan Matej Bencúr, b.1860 Jaseňová na Orave – d. 1928 Martin) ay sinimulan ang kanyang karera bilang guro, pero pagkaraa'y naging doktor at nilisan ang kanyang bayan na noon ay parte ng Austro-Hungarian empire. Noong 1894, nanirahan siya sa Croatia at pagkaraan lumipat sa Chile kung saan ginugol niya ang labin-anim na taon bago bumalik sa katatatag na malayang Czechoslovakia.

Lumalabas na ang una niyang maikling kuwento na nalathala noong 1885 at nalathala pagkaraan ng apat na taon ang una niyang libro – Mladé letá (Young Years). Ang kanyang nobelang Dedinský roman (Village Novel, 1891) ang mas kilala mula sa kanyang naunang taon, na tulad ng lahat ng kanyang mga isinulat, sa maliit na nayon ang setting. Mga kuwento sa kanyang maliit na kanayunang di naabot ng kaunlaran ang bumubuo sa malaking bahagi ng kanyang sinulat noong 19th century.

Ang buhay ni Kukučín sa ibang bansa ang naging inspirasyon ng mga huli niyang sinulat, tulad ng nobelang Dom v stráni (House on a Hillside, 1903-1904) na ang setting ay sa Brač, isang siyudad sa Croatia, at ang mahabang nobelang Mať' volá (The Homeland Calls, 1926) na mula sa kanyang mga karanasan sa Chile. Mula nang bumalik si Kukučín, hindi siya nagtatagal sa Slovakia dahil sa balik-balik siya mula Slovakia at Croatia. Gayunman, nakita niya ang mga problema, lalo na sa magkasamang pamumuhay ng Czechs at Slovaks, at siya'y direktang tumugon dito sa pamamagitan ng makasaysayang kuwento na Lukáš Blahosej Krasoň (1929) na ang setting ay mid 19th century.

***

Si **Josef Maria Emanuel Lešetický z Lešehradu** (b. 1877 Prague – d. 1955 Prague) ay pinakamabungang manunulat na **Czech** na maiuugnay sa simbolismo at kabuktutan at isa rin promotor ng occult at freemasonry. Ipinanganak sa pamilya ng isang knighted Major ng Austro Hungarian Army, buong buhay niyang ginamit ang kanyang mga titulo. Pagkaraang magtapos mula sa business academy, nagtrabaho siya bilang opisyal ng estado at kalaunan bilang isang archivist.

Inilunsad niya ang kanyang koleksiyon ng mga tula Smutné kraje (Sad Lands, 1898) na sinundan ng di kukulangin sa sampu pa sa loob ng pitong taon. Pagkaraan, itinutok niya ang sarili sa pagsusulat ng kuwento at nobela; gayunman, ang kanyang pinakahuling prosang sinulat Démon a jiné povídky (Demon and Other Stories) ay nalathala lamang noong 1911.

Si Lešehradu ay isa ring kilalang tagasalin na may isandosenang titulong isinalin, kabilang sa mga ito ay ang pinakaimportanteng makabagong mga makata tulad nina Stéphane Mallarmé, Paul Verlaine, Walt Whitman, at Charles Baudelaire. Siya rin ay interesado sa kultura ng Asya at naglimbag ng unang libro ng seleksyon ng mga tulang Hapones kahit sa pamamagitan ng ibang mga wika.

***

Ang **Pranses** na manunulat ng maikling kuwento na si **Henri René Albert Guy de Maupassant** (b. 1850 Tourville-sur-Arques – d. 1893 Paris) ay isa sa tatlo lamang na manunulat sa koleksiyon na ito na ang libro – isang katipunan ng mga maiikling kuwento, Ang Kuwintas at Iba Pang mga Kuwento – ay naisalin na sa Filipino noong 2016.

Nag-aral sa maraming pribadong boarding school at sa ilalim ng impluwensiya ng kanyang ina, isang masigasig na mambabasa, hindi nag-aral kailanman si de Maupassant sa unibersidad at habang nagtratrabaho sa maraming kagawaran ng estado, nagsimula siyang sumulat sa nangungunang mga pahayagan noong 1870s.

Siya ay mas kilala para sa kanyang maiikling kuwentong naglalarawan ng kaakit-akit na France at mga tao nito noong pangalawaang bahagi ng 19th century. Isang mabungang manunulat, nakasulat siya ng higit sa 300 na maiikling kuwento na tinipon sa kabuuan ng kanyang buhay sa labin-anim na koleksiyon sa loob lamang ng isandosenang taon. Nakapaglathala si de Maupassant ng 64 na kuwento sa isang taon – 1883, iyon ay isang taon lamang matapos niyang ilunsad ang kanyang unang koleksiyon ng maiikling kuwento, La Maison Tellier (The Tellier House). Dagdag pa rito, siya rin ang may akda ng tatlong travel books at isang volume ng tula, at anim na nobela, kung saan ang pinakamahalaga ay ang Pierre et Jean (Pierre and Jean, 1888).

Noong bandang dulo ng 1880s, nagsimulang makipaglaban si de Maupassant sa pisikal at mental na kalusugan nang magtangka siyang magpakamatay at ginugol niya ang huling isa at kahalating taon ng kanyang buhay sa mental asylum. Namatay siya sa batang edad na 42.

***

Hinahangaang mamamahayag, nobelista at pulitikong **Hungarian**, si **Zsigmond Móricz** (b. 1879 Tiszacsécse – d. 1942 Budapest). Nagsimula siyang mag-aral ng theology sa Debrecen University, pero sa loob lamang ng isang taon bumaling siya sa law. Pagkaraan ng graduation, nagtrabaho siya nang halos tatlong dekada bilang mamamahayag sa mga nangungunang pahayagan ng Hungary. Habang nagtratrabaho bilang mamamahayag, inilathala ni Móricz ang kanyang unang maikling kuwento noong 1908 sa review na Nyugat (The West) at naging patnugot siya nito kalaunan.

Siya ay isa sa pinaka-importanteng social realist na manunulat ng Hungary at naging aktibo sa pulitika sa panandaliang malayang komunistang estado na itinalaga sa Hungary nang matapos ang World War I. Pagkaraan matalo ang tinatawag na Hungarian Soviet Republic, siya ay itinakwil, hindi ipinalabas ang kanyang mga dula, at masyadong limitado ang pagkakataon niyang malathala, maliban sa dalawang makakaliwang pahayagan, hindi siya tumigil magsulat.

Ang kanyang mga nobela at koleksiyon ng maiikling kuwento ay madalas tungkol sa kapalaran ng mga magbubukid ng Hungary at ang kahirapan. Kabilang sa pinakamagandang trabaho ni Móricz ang nilunsad niyang nobelang Sárarany (Gold in the Mire, 1910) na inilalarawan ang mapagsariling magsasaka na tumindig laban sa kolektibong pamumuhay sa kanyang nayon, habang ang Rokonok (Relatives, 1930) ay tungkol sa buhay ng nabubulok na kadakilaan ng probinsiya. Ang Légy jó mindhalálig (Be Faithful Unto Death, 1920) ay tungkol sa dalisay at ulirang pag-ibig at madalas ituring na pinakamahusay na libro tungkol sa bata na sinulat sa Hungarian. Sumulat din siya ng mahalagang makasaysayang nobela tulad ng Erdély (Transylvania, 1922-35) at Rózsa Sándor (1940-42).

**

Tumanggap ng Nobel Prize in Literature ang **Italyanong** manunulat na si **Luigi Pirandello** (b. 1867 Agrigento – d. 1936 Roma). Nag-aral siya ng abogasya at panitikan sa Palermo, sinundan ng philology sa mga unibersidad sa kabisera ng kanyang bayan, ang Italy, at pagkaraan sa Bonn, Germany, bago naging propesor ng aesthetics at stylistics sa Roma at artistic director ng isang importantent teatro.

Ang sinulat ni Pirandello ay kamangha-mangha sa kahusayan at dami. Ang koleksiyon ng maiikling kuwento at novellas ay nalimbag sa 15 volumes at sa kanyang anim na nobela, ang pinakakilala ay Il fu Mattia Pascal (The Late Mattia Pascal, 1904), I vecchi e i giovani (The Old and the Young,

1913), at Uno, nessuno e centomila (One, None, and a Hundred Thousand, 1926).

Mapapansin na ang pinakamalaking tagumpay ni Pirandello ay ang kanyang mga dula. Siguro ang pinakamadalas itanghal ay Sei personaggi in cerca d'autore (Six Characters in Search of an Author, 1921). Gayunman, noong nabubuhay siya, iyong mga nalimbag sa katipunang Maschere nude (Naked Mask) na tumatalakay sa tanong ng pagkakakilanlan ay ang pinakamatagumpay. Tulad sa dulang Cosí é (se vi pare) (So It Is / If You Think So, 1918), dalawang tao ang may magkaibang pagkilala sa katauhan ng ikatlong tao. Ang bida sa Vestire gli ignudi (Clothing the Naked, 1923) ay sinubukang patunayan ang kanyang indibiduwalidad sa pamamagitan ng pagkakaroon ng maraming katauhan, na sunod-sunod na tinanggal sa kanya. Sa Enrico IV (Henry IV, 1922) ang isang inakalang baliw ay pinaniniwala ang sarili na siya ay medieval emperor at ang kanyang imahinasyon at realidad ay nakatatakang kalituhan. Ang conflict sa pagitan ng ilusyon at realidad ang sentro ng La vita che ti diedi (The Life I Gave to You, 1924) kung saan ang matagal na nawawalang anak ng bidang babae ay nagbalik, na sinalungat ang iniisip niyang katauhan ng anak.

***

Marahil ang pinakamatagumpay na **Swiss** French-speaking writer ay si **Charles-Ferdinand Ramuz** (b. 1878 Lausanne – d. 1947 Pully). Nag-aral siya ng pilosopiya sa isang unibersidad sa Lausanne at naging guro sa Switzerland at kalaunan sa Germany.

Nagsimula si Ramuz sa koleksiyon ng tula Le petit village (A Small Village, 1903). Ang kanyang mga maiikling kuwento at nobela kadalasang naglalarawan ng mahirap na buhay ng mga mamamayang nabubuhay at nilalabanan ang mga puwersa ng kalikasan sa kanyang bayan sa bunduking rehiyon ng Vaud, tulad ng kanyang unang nobelang Aline (1905) na nalathala habang si Ramuz ay nakatira sa Paris. Doon, naging matalik niyang kaibigan ang maraming kaalinsabay na manunulat at intelektuwal na Pranses lalo na sina André Gide, Jean Cocteau at Paul Claudel.

Bumalik siya sa kanyang bayan pagkaraan ng simula ng World War I at mag-isang namuhay na nakalaan sa pagsusulat at pamamatnugot ng mga magasin. Sa kanyang higit sa isandosenang titulong nalimbag sa pagitan ng mga giyera, ang pinakakilalang sa buong mundo ay Le régne de l'esprit malin (The Reign of the Evil One, 1917), La beauté sur la terre (Beauty on Earth, 1927), at Si le soleil ne revnait pas... (As If the Sun Was Never to Return..., 1937).

***

Si **Henryk Adam Aleksander Pius Sienkiewicz** (b. 1846 Wola Okrzejska – d. 1916 Vevey, Switzerland) ang unang manunulat na **Polish** na hinangaan sa buong mundo at tumanggap ng 1905 Nobel Prize in Literature. Siya ay ipinanganak sa mahirap na dakilang pamilyang Polish. Nagsimulang kumita si Sienkiewicz sa pagiging tutor bago pa man magtapos sa secondary school sa edad na 19. Nang kumikita na, nagsimula siyang mag-aral sa Warsaw University pero kalaunan ay nagpunta siya sa Estados Unidos na naging inspirasyon niya sa maraming sanaysay na malugod na tinanggap sa Poland.

Sa kanyang pagbabalik, ang kanyang mga nobela, na madalas i-serialize sa mga pahayagan, ay nakakuha ng kapwa popular at kritikal na pagkilala. Dahil ang kanyang bayan ay nahahati sa pagitan ng Russia, Austria at Germany, ang una niyang tagumpay ay sa tatluhang Ogniem i mieczem (With Fire and Sword, 1884), Potop (The Deluge, 1886) at Pan Wolodyjowski (Colonel Wolodyjowski,1888). Ang setting ay 17th century sa noong malayang Polish kingdom na nilalabanan ang kanyang mga kaaway – Ukrainian cossacks, umaatakeng Swedes at Ottoman Turks – ito ay naging instant hit dahil sa makabayang nilalaman at magandang pagkasulat na kuwento ng pakikipagsapalaran.

Kahit matagumpay na, si Sienkiewicz ay naging kilala sa buong mundo pagkaraang malimbag ang Quo Vadis, Powieść z czasów Nerona (Quo Vadis: A Narrative of the Time of Nero, 1896), isang love story sa pagitan ng batang kristiyanong babae at isang Roman patrician sa panahon ni Emperor Nero. Nagkaroon ito ng madaming salin kasama na ang Tagalog na Saan ka Paparoon? noon pa mang 1915.

Ang mga nobelang ito ay sinundan ng marami pang libro, kung saan ang pinakamatatandaan at iniimprinta pa rin ay ang kanyang nobela ng pakikipagsapalaran nakatutok sa kabataan W pustyni i w puszczy (In Desert and Wilderness, 1912). Sinusundan nito ang pakikipagsapalaran ng isang batang Polish at babaeng Ingles sa Sudan na sinira ng Mahdist Wars noong 1880s.

***

Madalas tawaging James Joyce ng **Espanya**, si **Ramón María del Valle-Inclán y de la Peña** (b. 1866 Vilanova de Arousa – d. 1936 Santiago de Compostela) ay isang nobelista, makata, at higit sa lahat pinakatatangi at pinakaradikal na mandudula sa kanyang panahon. Siya ay masigasig na baguhin ang tradisyunal na estado ng teatro ng Espanya, lalo na dahil sa impluwensiya niya sa mga sumunod na mandudula sa Espanya.

Siya ay nag-aral sa unibersidad sa Santiago de Compostela at pagkaraang magbiyahe sa Mexico, siya ay nanirahan sa Madrid, ang kabisera ng Espanya, at namuhay Bohemian.

Ang kanyang unang tatlong libro ay hindi masyadong matagumpay at siya ay kinailangang mamuhay nang simple, kahit aktibo sa literary circles. Ang una niyang tagumpay ay dumating sa masyadong naiibang kuwento, Beatriz noong 1900, na agad sinundan ng serye ng magkakaugnay na kuwento Sonatas (1902-5), isa sa pinakatanyag na mga halimbawa ng makabagong prosa sa literaturang Espanyol.

Noong 1911, pagbalik sa Madrid, nagpatuloy si del Valle-Inclán na maglathala ng mga dula, Voces de gesta (Epic Voices, 1911) at La marquesa Rosalinda (Marquis Rosalinda, 1913). Mula sa kinita niya mula sa kanyang inilathala, lumipat siya kasama ang kanyang pamilya sa Galicia habang regular na bumabalik sa Madrid para dumalo sa mga pagtitipon ng mga manunulat at bisitihan ang mga kaibigan.

Pagkaraang malubhang magkasakit, mag-isa niyang ginugol ang ilang panahon. Noong 1922, nanirahan siya sa Madrid at aktibong nakisalamuha sa lahat ng puwedeng puntahang pagtitipon ng mga manunulat. Nagsimula niyang isulat ang kanyang nobelang Tirano Banderas (Tyrant Banderas, 1926) na siyang pinakamahalagang impluwensiya ng tinatawag na dictator novels, na tumatalakay ng papel ng diktador sa mga lipunan ng Latin America. Kasunod nito, sumama siya sa pagtatag ng partido pulitikal na Alianza Republicana at ginugol ang mga huling taon niya sa nakalululang aktibidad na pulitikal at pagbibiyahe.

***

Sa mundo, isa sa pinakapopular na manunulat noong 1920s at 1930s ang **Austrian** Jew na si **Stefan Zweig** (b. 1881 Vienna – d. 1942 Petrópolis, Brazil). Nag-aral siya ng pilosopiya sa Vienna University, pero literatura ang pinag-ukulan niya ng panahon sa kanyang buong buhay. Inilathala niya ang kanyang unang libro Vergessene Träume (Forgotten Dreams, 1900) sa edad na 19. Mabungang manunulat ng prosa gayundin bilang kolumnista, siya ay manunulat ng halos dalawampung libro sa kasaysayan at tauhan ng kasaysayan ng nakaraang Central Europe. Magkaka-interest ang mga Pilipino sa kanyang librong Magellan. Der Mann und seine Tat (Magellan. Man and His Fate, 1938).

Bilang matalik na kaibigan ni Sigmund Freud, ama ng psychoanalysis, ang mga paniniwala nito ang naging basehan ng kanyang novella na Amok (1922) na tumatalakay sa sobrang pagkahumaling na nagtulak sa bida na isakripisyo ang kanyang propesyonal at pribadong buhay at kalaunan ay magpakamatay. Ito ay katulad ng kanyang novella na Angst (Fear, 1925).

Noong 1934, kasunod ng pag-akyat ni Hitler sa kapangyarihan sa Germany, iniwan ni Zweig ang Austria at nagpunta sa England.

Una siyang nanirahan sa London, pagkaraan sa Bath. Ang mga sinulat niya sa bandang huli ng 1930s ay naging mas pesimistiko at inimpluwensiyahan ang kanyang sitwasyong pulitikal, tulad ng Schachnovelle (Chess Game, 1941).

Dahil sa mabilis na pagsulong ng mga tropa ng German Nazis sa kanlurang Europa, lumipat si Zweig sa Estados Unidos noong 1940, pero pagkaraan, panandaliang nanirahan sa Brazil. Depressed at walang pag-asa sa tagumpay ng hukbong Nazi at sa kapalaran ng Europa, sina Zweig at ang kanyang pangalawang asawa ay nagpakamatay sa kanilang exile sa Latin America.

ANG MGA ORIHINAL NA PAMAGAT

AUSTRIA
Flucht in die Unsterblichkeit (Die Entdeckung des Pazifischen Ozeans, 25. September 1513)
by Stefan Zweig

CZECH REPUBLIC
Poslední soud
by Karel Čapek

Jak jsem se setkal s autorem svého nekrologu
by Jaroslav Hašek

Přelud
by Emanuel z Lešehradu

DENMARK
Hosekræmmeren
by Steen Steensen Blicher

FRANCE
Le Horla
by Guy de Maupassant

GERMANY
Ein Menschenleben
by Erich Kästner

HUNGARY
Komor Ló. A Hortobágy legendája
by Zsigmond Móricz

ITALY
La Giara
by Luigi Pirandello

POLAND
Latarnik
by Henryk Sienkiewicz

SLOVAKIA
Slnečný kúpeľ
by Janko Jesenský

Dedinský román (extract)
by Martin Kukučín

SPAIN
Beatriz
by Ramón del Valle-Inclán

SWITZERLAND
Les Servants
by Charles-Ferdinand Ramuz

Ang Tagapili ng mga Kuwento

Si **Jaroslav Olša, Jr.** (b. 1964) ay nagtapos ng Asian and African Studies sa Charles University, Prague at nagtrabaho bilang patnugot, mamamahayag, at freelance translator bago sumama sa diplomatic service sa nakaraang dalawampu't limang taon. Tinalakay niya ang Sub-Saharan Africa at nagsilbi bilang embahador ng kanyang bansa sa Zimbabwe (2000-06). Nakapaglathala siya tungkol sa kasaysayan, panitikan at sining ng Africa, a.o. patnugot siya ng antolohiya ng kontemporaryong panulat ng Zimbabwe (2003), sumulat (kasama ni Otakar Hulec) ng *kasaysayan ng Zimbabwe, Zambia at Malawi* (2008, sa wikang Czech). Siya rin ay nakapaglathala ng apat na titulo sa makabagong sining ng Africa – ang isa rito inilimbag sa Ingles sa Modern Art of Zimbabwe (2010).

Siya ay pangunahing interesado sa kasaysayan ng ugnayan ng Czech sa Asya at Africa at nagsulat at nagsilbing patnugot ng mga libro tungkol sa ugnayang Czech-Korean: *1901 Photographs of Seoul ni Enrico Stanko Vráz at pananaw ng iba pang naunang manlalakbay na Czech sa Korea* (2011), *The Korean Peninsula after the Armistice as seen by Czechoslovak delegates to the Neutral Nations Supervisory Commission 1953-1956* (2013), o ang *Han Hung-su – Father of Czechoslovak Korean Studies, Korean Historian in Central Europe of the 1930s and 1940s* (kasama si Miriam Lowensteinová, 2013 sa wikang Czech).

Ang kanyang interes sa panitikan ay pangunahing nakatutok sa science fiction at kaugnay na mga genre, bilang kasamang-sumulat at kasamang-patnugot ng kaisa-isang encyclopedia ng science fiction sa wikang Czech (kasama si Ondřej Neff, 1995), at patnugot ng dosenang antolohiya ng panitikan na nalimbag sa Czech Republic, gayundin sa Zimbabwe, India at Korea.

Pagkaraang magsilbi bilang Czech ambassador sa South Korea (2008-14), siya ngayon ang kasalukuyang ambassador ng kanyang bansa sa Pilipinas.

AUSTRIAN
EMBASSY
MANILA

EUNIC
Philippines

Velvyslanectví České republiky
Embassy of the Czech Republic
Pasuguan ng Republika ng Tseko

EMBASSY OF DENMARK MANILA

AllianceFrançaise
Manille

GOETHE
INSTITUT

Liberté · Égalité · Fraternité
RÉPUBLIQUE FRANÇAISE

PHILFRANCE *Feel French!*

Embassy
of the Republic of Poland

Philippine
Italian Association

EMBASSY
OF THE SLOVAK REPUBLIC

Embassy of Italy to the Philippines

Switzerland.

1957 – 2017, 60 Years of Diplomatic Relations.
PHILIPPINES.

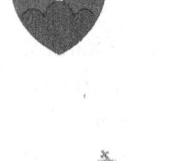
EMBASSY OF
HUNGARY
MANILA

EMBAJADA
DE ESPAÑA
EN FILIPINAS

cooperación
española

Instituto Cervantes

Made in the USA
Monee, IL
18 August 2025

23636753R00135